VIÊN SỎI TRẮNG

&

VIỆT NAM CỘNG HÒA
VÀ DÒNG HỌ NGÔ-ĐÌNH

Quyển sách này để dâng tặng Dân Tộc và Đất Nước Việt Nam

MỤC LỤC

LỜI TỰA

Vũ Tường

(Trung Tâm Nghiên Cứu Việt - Mỹ, Đại Học Oregon)

Trung Tâm Nghiên Cứu Việt - Mỹ hân hạnh chủ trì việc dịch thuật từ tiếng Pháp và ấn hành di cảo *"Viên Sỏi Trắng"* của bà Ngô-Đình Nhu (nhũ danh Trần Lệ Xuân), được viết vào những năm cuối đời của bà. Kèm theo cuốn hồi ký là một bài tiểu luận của Ngô-Đình Lệ Quyên, Ngô-Đình Quỳnh, và Jacqueline Willemetz với tựa đề *"Việt Nam Cộng Hòa và Dòng Họ Ngô-Đình"*. Ngô-Đình Lệ Quyên (qua đời năm 2012) và Ngô-Đình Quỳnh là hai trong số bốn người con của ông Ngô-Đình Nhu và bà Trần Lệ Xuân, hai người còn lại – Ngô-Đình Lệ Thủy và Ngô-Đình Trác – lần lượt qua đời vào năm 1967 và 2021. Jacqueline Willemetz là một người bạn của gia đình, có cha là bạn học với Ngô-Đình Nhu tại Trường Quốc Gia Hiến Chương *(École Nationale des Chartes)* của Pháp.

Chúng tôi rất biết ơn Nhà Xuất Bản L'Harmattan đã cho phép dịch và in cuốn sách này. Chúng tôi cảm ơn gia đình và bạn bè của gia đình Ngô-Đình, đặc biệt là bà Jacqueline Willemetz và ông Olindo Borsoi – chồng của Ngô-Đình Lệ Quyên. Bà

Willemetz và ông Borsoi nhận trách nhiệm xuất bản cuốn sách gốc vào năm 2013 sau khi bà Ngô-Đình Nhu và Ngô-Đình Lệ Quyên lần lượt qua đời vào năm 2011 và năm 2012. Nhờ họ nhiệt tình cung cấp văn bản, hình ảnh, và tài liệu cũng như cho phép dịch và xuất bản, cuốn sách này mới có ngày nay. Chúng tôi cũng muốn ghi nhận tấm lòng của ông Borsoi qua việc ủy thác cho Trung Tâm bốn thùng tài liệu của bà Nhu để số hóa, cùng với nhiều bộ áo dài của bà và Ngô-Đình Lệ Thuỷ, và để sử dụng cho một cuộc triển lãm trong tương lai. Bốn trong số những tài liệu đó đã được thêm vào phần Phụ Lục của sách. Cuối cùng nhưng không kém phần quan trọng, chúng tôi xin cảm ơn ông bà Nguyễn Đức Cường đã hỗ trợ dự án này ngay từ đầu. Xin cảm ơn ông Phan Lương Quang đã phụ trách chính phần dịch thuật, và bà Maria Cristina de Mariassevich và Tiến Sĩ Nguyễn Lương Hải Khôi đã giúp hiệu đính. Cuối cùng, chúng tôi xin cảm ơn cô Vũ Hồng Trang, người đã giúp chúng tôi tiếp xúc với ông Olindo Borsoi.

Hơn nửa thế kỷ sau cái chết của Tổng Thống Ngô-Đình Diệm và bào đệ Ngô-Đình Nhu, giờ đây chúng ta có thể tìm hiểu suy nghĩ của gia đình họ về chính họ và về vai trò của gia đình họ trong lịch sử Việt Nam. Vai trò đó phức tạp và chắc chắn gây nhiều tranh cãi, nhưng không ai có thể đánh giá thấp tầm quan trọng của nó. Dù chúng ta đồng ý hay phản đối, gia đình này có vai trò rất đặc biệt trong lịch sử hiện đại của Việt Nam vì nó gắn liền với quá trình chuyển đổi của đất nước từ một xứ bảo hộ và thuộc địa của Pháp sang một quốc gia độc lập và bị chia cắt. Nó đặc biệt bởi vì toàn bộ gia đình này thông qua Tổng Thống Ngô-Đình Diệm đã góp phần định hình lịch sử hiện đại của Việt Nam bằng cách này hay cách khác. Nó đặc biệt bởi vì, ngoại trừ triều đại nhà Nguyễn bắt đầu với Hoàng Đế Gia Long và kéo dài đến Bảo Đại, vị hoàng đế cuối cùng, không có gia đình nào khác trong thời hiện đại tham gia nhiều vào chính trị và đời sống quốc gia như gia tộc Ngô-Đình.

Trải qua hai thế hệ, tất cả các thành viên nam và một người nữ trong gia đình này đều tham gia chính trị hoặc phục vụ trong một số chức vụ nhà nước ở cấp rất cao: Bắt đầu với Ngô-Đình Khả, một vị quan đại thần trong triều đình nhà Nguyễn ở Huế; tiếp theo bởi các con trai của ông là Ngô-Đình Khôi làm Tổng Đốc; Ngô-Đình Thục là một trong những giám mục người Việt đầu tiên ở Đông Dương thuộc Pháp và sau đó trở thành Tổng Giám Mục Vĩnh Long và Huế; Ngô-Đình Diệm từng có thời gian ngắn làm quan Thượng Thư trong triều đình nhà Nguyễn vào năm 1933, làm Thủ Tướng năm 1954 - 1955, là người sáng lập Việt Nam Cộng Hòa (VNCH) và là tổng thống đầu tiên (1955 - 1963); Ngô-Đình Nhu, người điều hành Văn Khố và Thư Viện ở Hà Nội trước khi trở thành nhà tổ chức chính trị, cố vấn cho Tổng Thống Diệm, và lãnh đạo Đảng Cách Mạng Cần Lao; Ngô-Đình Cẩn, cố vấn cho anh trai ông – Tổng Thống Diệm – về các vấn đề liên quan đến miền Trung Việt Nam; và Ngô-Đình Luyện từng là đại sứ của VNCH. Bên cạnh những người đàn ông, Trần Lệ Xuân, thường được gọi là Bà Ngô-Đình Nhu, là đại biểu Quốc Hội Việt Nam Cộng Hòa (1956 - 1963), người sáng lập Phong Trào Phụ Nữ Liên Đới, và là một "Đệ Nhất Phu Nhân" không chính thức.

Chúng ta không biết nhiều về Ngô-Đình Khôi và Ngô-Đình Luyện như ta biết về anh em của họ, những người nổi bật nhờ khả năng và tham vọng cá nhân: Ngô-Đình Thục được thụ phong linh mục và được gửi đi du học ở Rôma vào cuối những năm 1920, rồi được bổ nhiệm làm giám mục một thập kỷ sau. Ngô-Đình Diệm được bổ nhiệm làm Tuần Phủ và nổi tiếng khi từ chức Thượng Thư để phản đối việc Pháp không thông qua các cải cách chính trị. Ngô-Đình Nhu được nhận vào học ở Trường Quốc Gia Hiến Chương *(École Nationale des Chartes)*, một trường danh tiếng ở Pháp, góp phần đáng kể vào việc bảo tồn văn bản của triều đình nhà Nguyễn, sau đó tổ chức vận động hiệu quả gây cơ sở chính trị trong nước để anh trai của mình được ủng hộ và được bổ nhiệm làm thủ tướng, và là chiến lược gia *(brain trust)* của chính quyền Ngô-Đình Diệm. Đi ngược với trào lưu xã hội lúc đó *(swimming against the current)*, bà Nhu bảo trợ cho bộ Luật Gia Đình tiến bộ và dấy lên một cuộc tranh luận toàn quốc về nữ quyền và các vấn đề gia đình.

Bà Nhu, hay Trần Lệ Xuân, cũng xuất thân từ một gia đình thượng lưu. Ông nội của bà là Trần Văn Thông làm Tổng Đốc Nam Định. Cha bà là Trần Văn Chương, một luật sư được đào tạo tại Pháp, người sau này trở thành Bộ Trưởng Bộ Ngoại Giao trong chính phủ Trần Trọng Kim (từ tháng 4 đến tháng 8 năm 1945) và từng là đại sứ VNCH tại Hoa Kỳ dưới thời Ngô-Đình Diệm (Chương từ chức vào cuối năm 1963 để phản đối chính phủ Diệm). Chú của bà là Trần Văn Đỗ, một bác sĩ y khoa, từng hai lần làm Bộ Trưởng Ngoại Giao vào các năm 1954 - 1955 và 1965 - 1967 dưới chính quyền Ngô-Đình Diệm và Nguyễn Cao Kỳ, và là Phó Thủ Tướng dưới thời Thủ Tướng Phan Huy Quát (1966). Bà ngoại của Lệ Xuân là ái nữ của vua Đồng Khánh. Bà lấy ông nội của Lệ Xuân là Thân Trọng Huề, thượng thư triều đình Huế. Mẹ bà, Thân Thị Nam Trân, từng là đại diện của VNCH tại Liên Hiệp Quốc với tư cách quan sát viên.

Từ báo "lá cải" đến hồi ký của cựu quan chức và lời kể của nhà báo nước ngoài, nhiều điều đã được viết về chính quyền Tổng Thống Diệm và vai trò của gia đình ông. Chỉ gần đây thôi các nhà sử học Mỹ mới bắt đầu xem xét quan điểm và chính sách của chính phủ Diệm một cách nghiêm túc và theo cách riêng của nó, chứ không phải như là sản phẩm của Pháp hay Mỹ. Trong phạm vi hạn chế của bài giới thiệu này, chúng tôi sẽ không thảo luận về các công trình sử học mới này. Chỉ cần nói rằng, những công trình này soi sáng nhiều khía cạnh chính trị của nền Đệ Nhất Cộng Hòa dưới thời Tổng Thống Diệm, cho thấy ông là một người có quan điểm chính trị bảo thủ với tham vọng hiện đại hóa đất nước cũng như một tầm nhìn và phong cách cai trị riêng biệt. Chính phủ của ông được thành lập trong thời kỳ hỗn loạn nhất của lịch sử hiện đại Việt Nam và ông phải được công nhận vì đã tạo ra trật tự từ hỗn loạn bất chấp mọi khó khăn. Việt Nam Cộng Hòa do ông thành lập là một quốc gia non trẻ với nguồn lực hạn chế, một xã hội cực kỳ đa dạng và một nền kinh tế phụ thuộc nước ngoài với kỹ nghệ kém phát triển.

Chính phủ VNCH tuyên bố có chủ quyền hoàn toàn đối với toàn bộ Việt Nam, nhưng miền Bắc nằm dưới sự cai trị của chính phủ cộng sản với đòi hỏi chủ quyền cũng trên toàn thể lãnh thổ Việt Nam. VNCH được các quốc gia thuộc "Thế Giới Tự Do", gồm có Hoa Kỳ và các đồng minh của họ ở Âu, Á, Phi, và Mỹ công nhận. Cộng sản Bắc Việt có vị thế quốc tế yếu hơn vì được ít nước ngoài công nhận hơn. Tuy nhiên, cả hai nước Việt Nam đều không được công nhận là thành viên của Liên Hiệp Quốc và địa vị quốc tế của cả hai đều bị hạn chế. Đối với VNCH, một phần lãnh thổ do họ kiểm soát (ở miền Trung và một phần đồng bằng sông Cửu Long) từng nằm dưới sự cai trị của cộng sản trong cuộc chiến tranh Pháp - Việt (1946 - 1954), và người dân rất có thể không trung thành lắm đối với VNCH.

Vài năm sau Hiệp Định Genève, được Trung Quốc và Liên Xô hỗ trợ, Bắc Việt bắt đầu nối lại cuộc chiến chống lại VNCH để thống nhất đất nước dưới chế độ cộng sản. Hà Nội huy động những người kháng chiến cũ ở miền Nam, cùng với những người trước đó đã tập kết ra miền Bắc nhưng giờ đây được đưa trở lại với vũ khí và tinh thần sẵn sàng chiến đấu. Với sự giúp đỡ của Mỹ, chính phủ Diệm đã ngăn chặn thành công bước tiến của cộng sản trong các năm 1957 - 1958 và 1960 - 1961. Tình hình quân sự vẫn đang giằng co vào năm 1963. Tuy nhiên, chính phủ không được lòng một bộ phận nhất định của giới tinh hoa và dân chúng, đồng thời không chịu khuất phục trước áp lực cải cách chính trị của Mỹ. Giữa lúc các cuộc biểu tình của Phật tử lan rộng, Tổng thống Diệm và ông Nhu bị ám sát vào ngày 2 tháng 11 năm 1963 trong một cuộc đảo chính quân sự được chính quyền Kennedy hậu thuẫn. Tuy nhiên, cuộc đảo chính đã dẫn đến bốn năm hỗn loạn chính trị và xã hội, làm suy giảm nghiêm trọng vị thế quân sự của Nam Việt Nam và dẫn đến việc Mỹ can thiệp quân sự trực tiếp vào Việt Nam. Đây có lẽ là sai lầm lớn nhất của Mỹ trong cuộc chiến Việt Nam, khiến VNCH mất đi chính nghĩa của mình trong mắt người dân Việt Nam và thế giới.

Dù chế độ Tổng Thống Diệm bị nhiều người cho là độc tài và gia đình trị, các nhà sử học và bất kỳ ai quan tâm đến lịch sử Việt Nam đều muốn tìm hiểu thêm về các thành viên gia tộc Ngô-Đình vì họ đóng vai trò rất quan trọng trong chính phủ của ông. Họ nghĩ gì về mình, về đất nước và về đồng bào? Các thành viên trong gia đình nghĩ gì về nhau? Họ nghĩ gì về vai trò của gia đình họ trong lịch sử? Điều gì đã đưa họ đến gần nhau như vậy, và mỗi người có ảnh hưởng gì đối với Tổng Thống? Mặc dù đã có nhiều sách viết về họ, nhưng đây là lần đầu tiên, sau sáu thập kỷ, độc giả tiếng Anh và tiếng Việt có thể đọc những suy nghĩ của họ do không ai khác ngoài chính họ kể lại.

Trong sách, chúng ta có thể nghe bà Ngô-Đình Nhu thuật lại những sự kiện quan trọng trong cuộc đời bà, từ thời thơ ấu đến cuộc hôn nhân với ông Nhu, từ thời gian bà ở Huế trong cuộc chiến tranh Pháp - Việt cho đến những năm hạnh phúc của chính quyền Diệm, và từ khi bà bị buộc phải lưu đày cho đến những ngày cuối đời. Chúng ta biết được cuộc sống của bà khó khăn như thế nào ở một số thời điểm mặc dù xuất thân từ gia đình quyền quý; bà kiên định với niềm tin của mình đến mức có thể cho là ngoan cố; bà có thể hành động mạnh mẽ như thế nào khi Tổng Thống và chồng bà thiếu quyết đoán; bà trung thành với họ và với đất nước Việt Nam như thế nào; bà oán giận Pháp và Hoa Kỳ ra sao; và cuộc sống lưu vong của bà đau khổ biết bao.

Không phải tất cả các chi tiết trong cuốn hồi ký đều chính xác và khách quan, bà cũng không kể cho chúng ta nghe tất cả những gì bà biết hoặc đã làm, nhưng tính chủ quan chính là điểm mạnh của cuốn sách. Chúng ta không cần phải tin bà hoàn toàn, nhưng giờ đây chúng ta có thêm một nguồn thông tin và quan điểm cá nhân của bà để thêm vào câu chuyện về một thời kỳ sống động nhưng bi thảm của lịch sử hiện đại Việt Nam. Cuốn hồi ký cũng cho chúng ta cơ hội biết bà và các con bà đã sống cuộc sống lưu vong như thế nào. Dễ hiểu khi họ đã mất một thời gian dài (hay không bao giờ) mới phục hồi sau cú sốc từ cái chết của Tổng Thống Diệm và ông Nhu, đó có lẽ là lý do tại sao họ tránh né xuất hiện trước công chúng. Tuy nhiên, hành động trung thực với tính cách của họ, cộng với lòng can đảm để bảo vệ và giữ gìn danh dự và nhân phẩm của gia đình sau một thảm kịch khủng khiếp như vậy, cũng đã truyền cảm hứng cho sự tôn trọng và cảm thông.

Bài viết của Ngô-Đình Lệ Quyên và Ngô-Đình Quỳnh được biên tập bởi Jacqueline Willemetz đưa ra quan điểm của thế hệ thứ hai của gia đình Ngô-Đình về vai trò của họ trong lịch sử. Bà Lệ Quyên và ông Quỳnh không phải sử gia nhưng họ đã sống qua nhiều phần của lịch sử này và biết về nó nhờ mẹ của họ và nhờ những tư liệu, tài liệu và hình ảnh còn sót lại. Bài viết của họ có mục đích bảo vệ sự liêm chính của chính phủ Diệm và gia đình ông trước những lời chỉ trích. Bằng việc kể lại lịch sử của dòng họ Ngô-Đình song song với lịch sử của dân tộc Việt Nam, họ muốn thể hiện tấm lòng yêu nước chân thành và sâu sắc trong gia tộc. Nhìn chung, họ không sai: ngay cả những người chỉ trích chính phủ Diệm cũng thừa nhận rằng Tổng Thống là một người yêu nước chân chính và liêm khiết. Các thành viên của gia đình Ngô-Đình, bao gồm cả Tổng Thống, chắc chắn đã phạm nhiều sai lầm, nhưng ít ai nghi ngờ lòng yêu nước của họ, và nhiều người sẽ nói rằng Tổng Thống là một nhà lãnh đạo giỏi so với những người tiền nhiệm và kế nhiệm của ông. Chắc chắn ông ta có học thức và đời sống tinh thần phong phú hơn nhiều so với nhóm lãnh đạo cộng sản ở Hà Nội.

Nhưng mục đích của chúng tôi ở đây không phải là bênh vực gia đình Ngô-Đình hay chế độ Diệm. Khi chủ trì việc dịch thuật và xuất bản cuốn sách này, chúng tôi chỉ nhằm mục đích tạo ra sự quan tâm và khuếch trương hiểu biết về lịch sử Việt Nam Cộng Hòa. Chế độ cộng sản đã vùi dập lịch sử này một cách tàn bạo kể từ năm 1975, nhưng chúng ta cần nó để hiểu sâu sắc về Việt Nam hiện đại. Với tư cách là biên tập viên, tôi cố gắng giữ bản dịch đúng với bản gốc và chỉnh sửa rất nhẹ nhàng với hy vọng độc giả sẽ đọc và đưa ra quan điểm riêng về tác giả và câu chuyện của họ.

Vũ Tường

PHẦN MỘT

Hồi ký của Bà Ngô-Đình Nhu

VIÊN SỎI TRẮNG

GIỚI THIỆU HỒI KÝ CỦA BÀ NGÔ-ĐÌNH NHU

Jacqueline Willemetz

Một câu chuyện huyền diệu.

Một khám phá vượt hẳn phạm vi dẫn giải của chúng tôi.

Câu chuyện về một cuộc sống lóe lên ánh sáng của cái chết sắp đến.

Ánh sáng nhân từ khiến cho trí não bình thường không hướng về nội tâm bất ngờ được tiếp cận với những gì đã tạo nên bí ẩn của chính cuộc đời mình.

Và điều này đã đến ngay trước khi chết.

Bí ẩn này sẽ thường xuyên đưa ra và bảo vệ cùng một lúc, như một mạng lưới hoàn hảo, một người mà định mệnh đã đặt để trên một con đường tươi sáng nhưng cũng đầy đau khổ và ít được trợ giúp.

Một định mệnh, một sứ mạng do bàn tay của Thiên Chúa đặt để trong cuộc đời của chính mình cũng như trong cuộc đời của mỗi chúng ta.

Một quỹ đạo khó khăn nhưng cần thiết để cứu rỗi thế gian.

Đó là câu chuyện về cuộc đời của Trần Lệ Xuân, được biết đến trên toàn thế giới dưới danh hiệu "Bà Nhu".

Bà là em dâu của Tổng Thống Ngô Đình Diệm do kết hôn với ông Ngô Đình Nhu, là em trai thân tình và cũng là cố vấn chính trị của Tổng Thống trong việc điều hành đất nước. Bà trở thành Đệ Nhất Phu Nhân của Việt Nam vì Tổng Thống độc thân.

Chính ở địa vị này mà bà nhận sứ mạng đi khắp nơi trên thế giới để đại diện và bảo vệ danh dự của đất nước Việt Nam. Bà cố gắng để làm cho thế giới có thể nhìn thấy rằng chủ nghĩa đế quốc Mỹ, đại diện bởi những người muốn bằng mọi giá biến nước Việt Nam Cộng Hòa thành lệ thuộc, mặc dầu quốc gia đó được lãnh đạo dưới chính quyền hợp pháp và dân chủ của Tổng Thống Ngô Đình Diệm.

Núp dưới danh hiệu giúp đỡ Việt Nam chống lại chủ nghĩa cộng sản trong cuộc chiến do Hồ Chí Minh chủ động, chính phủ Mỹ giật dây đủ mọi trò theo kiểu Mỹ, những hành động đã từng được người Pháp, tiền nhiệm của họ, sử dụng trước đây trong tình thế vô vọng khi họ muốn bám lấy quyền cai trị Việt Nam.

Tầng lớp tinh hoa chính trị phải đối mặt với một người có sức sống phi thường và một tâm trí tinh tế với phản xạ nhanh chóng và khả năng ra đòn mạnh mẽ và bất ngờ. Báo chí Mỹ, mặc dù không thân thiện nhưng bị mê hoặc, thậm chí đã gán tặng cho bà danh hiệu "Bà Chúa Rồng" (Dragon Lady).

Bà Nhu tin tưởng tuyệt đối vào số phận rực rỡ của đất nước mình.

Bà luôn giữ vững niềm tin ngay cả trong những ngày tháng tồi tệ được kể lại trong cuốn sách này.

Đó là một người được giao phó trách nhiệm, một người dũng cảm đối mặt với tình hình chính trị phức tạp đến đáng sợ. Trực giác cho bà một bản năng sinh tồn rất mạnh mẽ trước tình huống nguyện vọng chính đáng về tự do và chủ quyền của đất nước luôn bị thách đố.

Những cuộc họp báo cho thấy bà là một người phụ nữ tuyệt vời có quyết tâm cao. Bà biết giữ một cách tinh tế khoảng cách cần thiết đối với các nhà báo nhưng vẫn có thể đối đáp sắc bén đôi khi pha cả khôi hài và châm chọc. Tất cả điều này kết tinh lại thành sức mạnh bất khuất mang lại niềm tin về tính chính danh của đất nước mình.

Bà không bao giờ mệt mỏi sau khi họp báo dù họ cố gắng để đánh bại cho được bà. Đối thủ của bà, vừa choáng váng, vừa bị thu hút quyến rũ, chỉ còn cố gắng để giữ thể diện trong các bài báo tường thuật lại cuộc phỏng vấn với bà đã được bà chấp thuận.

Phải chăng họ thực sự là bậc thầy về truyền thông và các trò chơi của báo giới?

Chúng ta không thể hiểu được cuộc đời của bà mà không đứng vào bối cảnh lịch sử lúc đó, một nước Việt Nam nhỏ bé đối mặt với các cường quốc lớn với tầm nhìn chiến lược riêng của họ, như là Pháp, Liên Xô, Trung Quốc và kể cả Hoa Kỳ.

Bà Nhu cùng với Lệ Thủy, cô con gái lớn ở độ tuổi mười tám có vẻ đẹp rạng rỡ, nhận lệnh của chính phủ đi trình bày sự thật về Việt Nam trong một chiến dịch thông tin toàn cầu.

Chuyến đi của bà đến thủ đô các nước vào năm 1963 đã bị một thảm kịch làm gián đoạn vào ngày 02 tháng 11 năm 1963. Giữa cuộc họp báo tại Los Angeles, Hoa Kỳ, có người nói thẳng với bà một cách sống sượng mà không chuẩn bị tinh thần trước cho người nhận hung tin, rằng Tổng Thống Ngô Đình Diệm và chồng bà, Cố vấn Ngô Đình Nhu, đã thiệt mạng trong một cuộc đảo chính quân sự.

Hành động thô bỉ đó thể hiện những dị biệt đã có và hiện vẫn còn giữa một quốc gia mong muốn giành tự do và chủ quyền, và các cường quốc muốn áp đặt quyền lực lên nó.

Bà Nhu buộc lòng phải sống lưu vong với bốn đứa con nhỏ của mình.

Việt Nam rơi vào tình trạng hỗn loạn.

Bây giờ chúng ta đã biết rằng, không phải chỉ có những đối thủ của Tổng Thống Ngô Đình Diệm gây ra cuộc đảo chính, cướp mất bao nhiêu sinh mạng, cho đến sinh mạng của thuyền nhân Việt Nam tị nạn sau này, kể cả sinh mạng của nhiều kẻ khác nữa. Lẽ dĩ nhiên, đối thủ lúc nào cũng có, nhưng các cơ quan mật vụ và các cường quốc đã trực tiếp hỗ trợ cuộc đảo chính, ẩn náu phía sau những khuôn mặt người Việt Nam. Những người này, không chỉ là các nhà sư, bị thao túng, mất phương hướng trên chính đất nước của họ, bị những trò chơi chính trị của ngoại bang tung hứng, để rồi bị cuốn đi theo sau các biến cố.

Bà Nhu nhận ra tín hiệu của Thiên Chúa công chính trong cái chết của hai anh em nhà Kennedy theo sau vụ ám sát Tổng Thống Ngô Đình Diệm và em trai Ngô Đình Nhu: đầu tiên là Tổng Thống John Kennedy vào ngày 22 tháng 11 năm 1963 (hai mươi ngày sau vụ ám sát Tổng Thống Ngô Đình Diệm), và kế đó là em trai của ông, Robert Kennedy, bị ám sát ngày 05 tháng 6 năm 1968 trong khi vận động tranh cử tổng thống.

Như mọi người Việt Nam, bà Nhu rất nhạy cảm với các biểu trưng về số mạng trong ngày tháng. Và vào hôm đó là ngày long trọng nhất của Lễ Phục Sinh, ngày Chủ Nhật mà người Thiên Chúa giáo cử hành lễ kỷ niệm sự sống lại của Chúa Giêsu Kitô, cũng là ngày Trần Lệ Xuân, bà Nhu, đã không còn nữa. Bà trút hơi thở cuối cùng vào 2 giờ sáng ngày 24 tháng 4 năm 2011.

Sau bốn mươi tám năm lưu vong, đôi khi sống ở Paris, đôi khi ở Rome, nơi bà qua đời.

Con gái út của bà, Ngô-Đình Lệ Quyên, bị tai nạn và mất năm sau đó, trong buổi sáng ngày thứ hai 16 tháng 4 năm

2012. Đảm trách chương trình phát triển thủ tục giúp đỡ tiếp nhận và hội nhập người tị nạn cho tổ chức Caritas ở Ý và châu Âu, Ngô Đình Lệ Quyên cũng là chủ tịch của phân bộ Ý và Phó Chủ Tịch của AWR, tổ chức quốc tế Nghiên Cứu về Người Tị Nạn, được Liên Hiệp Quốc và Hội Đồng Châu Âu công nhận. Để ghi nhận những công tác lợi ích và công trạng lớn lao đối với chính phủ và nước Ý, chiếu theo sắc lệnh của Tổng Thống Cộng Hòa Ý, dựa trên đề nghị của Bộ Trưởng Bộ Nội Vụ, Lệ Quyên đã được cấp quốc tịch công dân Ý danh dự vào ngày 24 tháng 4 năm 2008.

Nhờ sự quyết tâm của Ngô-Đình Lệ Quyên và chồng là Olindo Borsoi, mà bà Ngô Đình Nhu, cuối cùng đã đồng ý viết hồi ký vào những ngày tháng cuối của cuộc đời mình.

Jacqueline Willemetz

VIÊN SỎI TRẮNG

Hồi Ký của Bà Ngô-Đình Nhu

"Ai có tai, thì hãy nghe lời Thần Khí nói với các Hội Thánh: Ai thắng, ta sẽ ban cho một ơn huệ bí mật; ta cũng sẽ ban cho nó một viên sỏi trắng, trên sỏi đó có khắc một tên mới; chẳng ai biết được tên ấy, ngoài kẻ lãnh nhận."

(Sách Khải Huyền 2, 17)

"Ai là người nhỏ nhất trong tất cả anh em, thì kẻ ấy là người lớn nhất."

(Phúc Âm theo Thánh Luca 9, 48)

CHƯƠNG 1
Sự Hợp Lý của Định Mạng

Không biết trước về cuộc đời mình và sống cho đến cuối đời mà không có khả năng thay đổi gì cả. Và khám phá ra sau đoạn đường dài này, rằng cuối cùng mình cũng chẳng muốn sống một cách nào khác.

Mặc cho cái giá phải trả.

Chúng ta sững sờ khi biết hai vị Tông Đồ trẻ và háo thắng của Đức Kitô, Giacôbê và Gioan, và mẹ của họ, muốn Thiên Chúa thưởng gì cho sự cống hiến của họ.

Đây là lời yêu cầu của hai vị Tông Đồ, theo Phúc Âm:

"Xin Thầy cho chúng tôi được một người ngồi bên phải, một người ngồi bên trái của Thầy khi Thầy được vinh quang."

Đức Giêsu nói với hai vị ấy:

"Các anh không biết điều các anh xin."

Liệu họ có thể chịu đựng những đau đớn chính Ngài sẽ phải chịu?

Câu trả lời rất dứt khoát:

"Chúng tôi có thể làm được."

Đức Giêsu xác nhận với họ là quả thực, họ sẽ có thể làm được.

Còn về vinh quang đi kèm: *"Thầy không có quyền cho, nhưng Thiên Chúa đã chuẩn bị cho ai thì kẻ ấy mới được."* (Mark 10, 37-40).

Cuối cuộc đời tôi, sau nửa thế kỷ im lặng, và chỉ vì tinh thần của bổn phận, tôi thuật lại những điều cần phải biết.

Đây là vì sự cứu rỗi cho tất cả. Không phải để thỏa mãn tò mò, mà để trả lời cho số mệnh "kẻ nhỏ nhất" *(tout petit)* của Chúa, đòi hỏi trong cuộc đời của "kẻ nhỏ nhất" đó. Tôi cống hiến cho cuốn sách này, nếu Trời cho phép tôi hoàn tất, để cho người ta hiểu hơn về những đòi hỏi của một số phận đã được tiền định, một cuộc đời không làm gì trái với tiền định, mà trái lại, dường như làm theo ý muốn của chính nó.

Làm sao mà tôi có thể để mình bị dẫn dắt trong lúc tôi không hề bị lôi cuốn bởi lòng ham muốn nóng bỏng được chia sẻ Vinh Quang của Đức Kitô như Tông Đồ Giacôbê và Gioan? Đơn giản chỉ vì ý niệm về sự Vinh Quang như thế không có ý nghĩa gì đối với một tạo vật thuộc về Đấng Cứu Độ của mình trên cơ sở Tình Yêu của Ngài dành cho tôi.

Vinh Quang mà hai Tông Đồ mong muốn chính là dấu hiệu của một sự thuần phác đặc biệt. Đức Kitô đã ưu tiên lựa chọn các ông ấy là vì thế, và đã yêu mến ông Gioan hơn mọi người khác.

Thiên Chúa là Tình Yêu, những ai đi theo Ngài sẽ đi vào Tình Yêu đó và tự nhiên sẽ đạt tới Vinh Quang của Ngài. Cuối cùng cũng chẳng có gì đặc biệt trong điều các ông Giacôbê và Gioan cầu xin.

Kẻ mang số mệnh "nhỏ bé"[1] đã được gắn liền tâm can với Đấng Cứu Độ của mình, ít nhất thì cũng muốn nắm chặt bàn tay của Ngài. Kẻ này không có ý niệm gì về sự "Vinh Quang" mà các Tông Đồ Giabôbê và Gioan đã xin, và không thể làm gì hơn là hoàn tất những điều mà số phận yêu cầu, để tránh tai họa xảy ra cho mọi người.

Còn muốn gì hơn nữa?

Nhờ gắn bó thể chất với Thiên Chúa, kẻ có số mệnh tiền định này phục vụ Đấng Cứu Độ của mình theo một cách riêng của người ấy. Con người này phục vụ Đấng Tạo Dựng ra mình vào giờ phút quyết định.

Đó chính là cách giải thích duy nhất của định mạng.

Hiểu được điều này, người ta sẽ hiểu rõ ý nghĩa của điều tôi gọi là "cuộc đời của kẻ mang số mạng nhỏ bé" là tôi. Nét đặc thù độc đáo của nó đã đánh động tôi như là một sự mặc khải khủng khiếp: Đức Kitô.

Ngài mang những điều Ngài có cho chúng ta và cho phép tạo vật của Ngài, từ lúc thụ thai và từ lúc tạo thiên lập địa, được xứng đáng có những gì để sau này cho phép nó phục vụ Ngài.

---

[1] "Người bé nhỏ", như bà Nhu giải thích, có nghĩa là một người (người lớn hay trẻ em) chọn lối sống nhỏ bé, khiêm nhường trước Đấng Tạo Hóa của mình, trước Đức Chúa Trời Toàn Năng của mình, và nhờ đó, có thể nhận được nguồn cảm hứng của Ngài để dẫn dắt mình trong cuộc sống.

Vì vậy, những gì thuộc Tạo Hóa sẽ về với Đấng Tạo Hóa để nhân loại được chu toàn vai trò của chúng ta.

Nếu tôi cho phép mình nói về điều này một cách đơn giản như vậy, đó là vì bản thân tôi, tôi không biết phải giải thích cách nào cho những điều đã đến với tôi từ Đấng Tối Cao. Trong đời, tôi ít khi hỏi tại sao, nhưng khi cái kết cục hay cái chết đến gần hơn, tôi dần dần hiểu ra.

Tôi đột ngột nhận ra là cái kết cục sẽ tự thể hiện theo cách giải thích về định mạng mà tôi sẽ phải xác định dù không biết chắc chắn.

Cái kết cục đó là gì?

Tôi không nhớ đã từng khi khi nào tìm cách bám víu vào bất cứ cái gì.

Nếu tôi từng là một người đàn bà thường tranh đấu mạnh mẽ để bảo vệ lập trường của mình thì trong thâm tâm tôi lại luôn điềm tĩnh mà chấp nhận tất cả những gì xảy ra.

Như vậy, chính là vì bản thân tôi, vì sự hiếu kỳ riêng về những điều tôi khám phá trong cuộc đời của tôi mà tôi đã cố nhớ lại hành trình tôi đã đi qua.

Tôi nhìn nhận rằng, được hướng dẫn một cách huyền diệu, từ đầu đến cuối, và để hiểu rõ hơn những giai đoạn cuối cùng của cả cuộc đời, tôi phải mở lòng mình ra một cách tự nhiên để trả lời cho cuộc đời của kẻ có số mạng "nhỏ bé" là tôi.

Chỉ khi đó mới có thể phá vỡ sự phân cách con người từ thuở tạo thiên lập địa cho đến lúc tận thế. Câu trả lời đó sẽ bộc lộ mối quan hệ nối liền con người với nhau và giúp cho Đức

Kitô thực thi toàn vẹn quyền tự do tuyệt đối mà Đấng Tạo Hóa đã cho phép chúng ta.

Thế gian lúc đó sẽ hiểu được con người đã phí phạm thời giờ và năng lực biết bao khi đi tìm hạnh phúc trên thế gian này, trong khi họ đã có sẵn những điều cốt lõi ngay trong mình nếu trước hết họ biết, đương nhiên với sự phù trợ của Đấng Cứu Độ của mình, là đừng có cắt đứt cội rễ của mình.

Cội rễ đã dung dưỡng họ trong quá trình học tập để thành người.

Nếu con người thu mình lại, họ chỉ còn có thể dựa vào những giới hạn của chính họ, và sẽ không hiểu Sự Thật về Đấng Tạo Hóa của mình.

Bị cản trở bởi những giới hạn của mình, nhân loại từ đó đã làm ra những điều ghê tởm như đã từng giáng lên đầu gia đình và đất nước Việt Nam của tôi.

Nhân loại phải mở ra để tự giải thoát khỏi những giới hạn của mình.

Quay lưng với Thiên Chúa là một việc làm rất rủi ro cho tất cả chúng ta.

Đã đến lúc khi mỗi người và tất cả chúng ta cần phải lựa chọn.

Sáng Thế xảy ra vào thời điểm hợp lý của nó, vì thế chúng ta cần sẵn sàng tiếp nhận. Chúng ta có vai trò bởi vì Thiên Chúa chờ đợi công trình Sáng Thế này trong sự hợp nhất giữa "Trời và Đất".

Cuốn sách này kể lại với mọi người về cuộc hành trình của người có số mạng "nhỏ bé" của Chúa, người này không hề bị bắt buộc đi theo con đường mình đã chọn.

Như vậy, ta có thể tự tìm hiểu với những gì ta có và hành động cũng như vậy, theo định mạng của mỗi người, cho những điều tốt đẹp nhất chứ không phải vì sự hy sinh cần thiết để đạt những điều đó.

Nếu đã như thế với người có số mạng "nhỏ bé", đó là để cho người này kể lại cuộc đời vào lúc cuối cùng cho mọi người biết. Họ có thể lựa chọn con đường để đi tới điều mà các Tông Đồ Giacôbê và Gioan khám phá ra, và cũng đã xảy đến với tôi trên con đường của tôi.

Con đường đau khổ.

Bàn tay của Đấng Cứu Độ Chí Thánh đã không ngừng ban cho tôi một sự hiểu biết sâu sắc mọi việc chứ không chỉ là hơi thở hằng sống.

Mọi việc dần dần rõ ra trong sự đơn giản tối đa.

Thời đại của chúng tôi là thời kỳ cáo chung của chủ nghĩa thực dân ở Việt Nam mặc dù bọn thực dân chưa hiểu được giới hạn của họ cũng như phương cách để thoát ra. Sinh ra đời, hành trình của tôi không có sự hỗ trợ nào ngoài sự hỗ trợ từ môi trường của tôi và nó chỉ cho tôi tối thiểu những gì tôi muốn có. Là con út của gia đình, tôi đã thực sự bị bỏ rơi một mình.

Tôi sinh ra ở Hà Nội ngày 22 tháng 8 năm 1924, và sự ra đời của tôi rất đặc biệt.

Trước hết, người giúp sinh tôi ra không phải là một nữ hộ sinh như thường lệ. Đó là một người đàn ông: một vị bác sĩ người Pháp. Đúng là một ơn phúc của Chúa Quan Phòng, ông đã dành cho tôi những gì một cô đỡ người Việt thường không làm, hình như thế, là để tôi nằm yên trong sự từ chối tiếp đón cuộc sống đến với tôi.

Vị bác sĩ ngoại quốc, lần đầu tiên được một bà người Việt yêu cầu giúp sinh đẻ, cầm tôi lên bằng cách chụp hai chân của tôi rồi vỗ mạnh vào mông tôi cho đến lúc tôi khóc thét lên phản đối.

Đó là phương cách, bằng bạo lực, tôi đã vào đời: cuộc đời của tôi. Tôi chào đời, được má tôi đón tiếp bằng niềm thất vọng vô cùng. Lại thêm một đứa con gái nữa!

Bà không giấu giếm điều đó.

Bà hy vọng có một đứa con trai để được giải thoát khỏi mối đe dọa to lớn đang đè nặng lên bà lúc đó, những đe dọa từ bà mẹ chồng để bảo đảm sự thống trị của đứa con trai trưởng, người đầu tiên có gia đình riêng. Bà ta muốn giữ anh ta dưới sự khống chế của bà.

Trong những mối đe dọa, trước tiên có một đe dọa là sẽ cưới vợ bé cho chồng bà, bởi vì bà vợ cả đã chưa sinh ra được một đứa con trai nào để nối dõi. Đó là một trong những lý do vớ vẩn rất hay viện dẫn ra trong một xã hội mà chế độ đa thê còn thịnh hành. Má tôi khá sợ hãi bà mẹ chồng đủ để chọn cách sanh đứa con thứ hai trong ngôi nhà mà chính cha của bà đã để lại trước khi qua đời.

Sinh ra một bé trai thì tốt hơn sinh ra một bé gái, và trên hết là có một lá số tử vi tốt để khi sinh ra không có khuyết điểm quá đáng. Khuyết điểm của tôi rất lớn lại càng trở nên trầm trọng hơn bởi lá số tử vi khác thường của tôi đã quy cho chủ nhân lá số một cá tính độc lập.

Theo "bậc thức giả không thể nhầm lẫn" nào đó trong gia đình, má tôi được biết rằng "ngôi sao của tôi nổi bật một cách không thể tưởng tượng được". Cùng với lời tiên tri đó, nhà chiêm tinh nhắc nhở mẹ tới những lời trước đây đã tiên đoán về trưởng nữ của bà: "Số phận trưởng nữ của bà đi lên hay xuống thì số phận của bà cũng biến chuyển như vậy. Còn về cô con gái thứ hai, cô ấy có số phận riêng của cô."

Từ đó, tôi bị má tôi nhìn tôi với ánh mắt nghi ngờ.

Cuối cùng má tôi cũng có một cậu con trai. Trong gia đình tôi, tôi là con gái thứ hai. Trên tôi là chị cả với các đặc quyền riêng. Dưới tôi là em trai. Nó nhỏ hơn tôi, nhưng chiếm địa vị của người đàn ông đầu tiên trong gia đình, khiến nó được tôn trọng vượt trội hơn tôi. Đó là các quy tắc Nho giáo đang được áp dụng vào thời đó.

Hệ thống phân chia địa vị này cũng áp dụng cho người làm công trong nhà của chúng tôi. Địa vị của con cái ông bà chủ ảnh hưởng đến những người hầu của họ, và những người này tự áp dụng hệ thống đó giữa họ với nhau. Điều đó làm cho chị vú của tôi ít khi mỉm cười. Chị là người duy nhất trong số người làm biết dỗ tôi bằng cách đọc thơ xưa trong khi cho tôi bú. Ngoài những lúc đó ra, chị ấy đã bỏ bê tôi và tôi được giao cho những người giúp việc khác mà họ chơi đùa với tôi như với một món đồ chơi.

Má tôi đã có tất cả cho mình, nhưng bà cũng có yếu điểm riêng của mình, đó là có bà mẹ chồng quá thông thái và nhất quyết không chịu thua cô con dâu trưởng, tuy rằng cô dâu này là con gái của một công chúa trong triều đình với quan Án Sát. Ông nội tôi là Tổng Đốc Nam Định, tỉnh lớn nhất và quan trọng nhất ở miền Bắc Việt Nam.

Trước khi vào Nam để lập nghiệp với tư cách luật sư đầu tiên ở Việt Nam, cha tôi quyết định ở một thời gian với mẹ của ông vốn cưng chiều ông nhất nhà. Ông là người duy nhất mà bà cụ rất nể vì, nhưng ông cũng không thể làm được gì để thay đổi bà.

Khi ba má tôi phải lên đường vào miền Nam xa xôi để sống cuộc đời mới của mình, má tôi bắt buộc phải để một trong ba đứa con ở lại với bà mẹ chồng để chứng minh lòng hiếu thảo đối với bà nội vì chúng tôi là những đứa cháu nội đầu tiên.

Không hề do dự, tôi là đứa con mà má tôi đã bỏ lại.

Bà ôm em bé sơ sinh, đứa con trai duy nhất rất quan trọng để củng cố địa vị của bà trong gia đình, và bà chị cả của tôi lúc đó lên hai tuổi. Tôi lúc đó mới được hơn một tuổi.

Chị vú cũng bị bỏ lại cùng với tôi, và bà nội tôi bắt chị ấy làm mọi việc theo ý mình.

Tôi đã được nuôi lớn không cần suy xét, cả ngày, tôi ở với những người làm vườn, những người tù hình sự bị kết án vì những tội nhẹ. Họ hầu hạ ông nội tôi và chăm sóc vườn rau cũng như chuồng gà. Họ sẵn lòng tắm tôi chung với gia súc của họ.

Sau một năm, tôi bị bệnh nặng.

Trong lúc tôi thập tử nhất sinh, ba má tôi được thông báo nên đã trở lại gấp. Nhìn thấy tình trạng nguy ngập của tôi, má tôi đã ôm tôi vào lòng. Ôm ấp tôi trong vòng tay, bà đã không rời tôi suốt mười ngày trời cho đến lúc thấy tôi không còn có thể chết nữa. Mười ngày đó chứng minh rằng căn bản đề kháng thể chất của tôi vẫn luôn tồn tại mặc dù bề ngoài, tôi có vẻ yếu đuối đến nỗi gần hai tuổi mà tôi vẫn chưa biết ngồi.

Với má tôi, ôm tôi vào lòng như thế, chính cũng là phương cách duy nhất mà bà có thể làm để bày tỏ những trách cứ chính đáng của bà với mẹ chồng.

Ngoài chuyện này, lạ lùng thay là má tôi dường như không còn bản tính người mẹ, làm như không thật sự nhận ra tôi. Bà tự hỏi, phải chăng người ta đã đánh tráo tôi với một đứa trẻ khác để bẻ gãy tính kiêu kỳ của bà mẹ chồng ngang ngược.

Sự ngờ vực đáng sợ này, dù thầm kín trong lòng, đã khiến tôi trở nên như một thứ vướng chân. Và sự ngờ vực bệnh hoạn này đã nuôi dưỡng một mối tranh chấp tiềm ẩn giữa má tôi và bà mẹ chồng của bà, tức là bà nội tôi.

Từ nhỏ đến lớn, tôi sống trong nghi vấn đã được đặt sẵn này. Tuy rằng, trong ba chị em, tôi là đứa giống má tôi nhất.

Từ đó, tôi không bị bỏ lại nữa. Nhưng số phận của tôi cũng không vì thế mà khả quan hơn, ưu đãi dành cho tôi vẫn thấp hơn chị tôi và em trai tôi. Tôi được giao nhiệm vụ là coi sóc việc quản lý gia nhân, đầy tớ.

Rất gian nan tôi mới tìm được vị trí của mình trong gia đình, dù tôi luôn bị em trai tôi dè bỉu mỗi khi có chuyện cãi lộn, nó mắng tôi: *"Chị chỉ là con chị vú em mà thôi!"* Cuối cùng tôi cũng phải công nhận lời khẳng định đó cho được yên thân, và thách đố lại những người trong nhà để họ hết chuyện nói.

Tôi cảm thấy cha tôi đứng về phe tôi; nhưng tôi đã sớm phát giác ra cái đặc tính của đàn ông là họ có xu hướng làm sao cho yên nhà ấm cửa hơn là có thái độ chống lại đa số trong gia đình.

Không có chỗ dựa thực sự, tôi như là đứa trẻ xa lạ trong gia đình tôi, tôi sống như người bàng quang, nếu có thể nói như thế. Thuở thơ ấu chẳng mấy hạnh phúc và tình trạng này cũng không khá hơn khi tôi lớn lên.

Năm lên bốn, ngồi trên cái ghế cao kều, tôi học tiếng Việt bằng chữ quốc ngữ. Tôi cũng thích đồ lại trên giấy mỏng những chữ Việt cổ. Đối với em trai tôi, tôi chỉ là đứa bạn chơi chung và chăm học, nó thường giận dữ vì bị coi như con nít.

Một hôm, quá bực mình vì tôi không chơi với nó, thằng bé đã giật cây bút của tôi và ném mạnh vào đầu tôi. Mặc dù thóp đầu của tôi kín, nhưng ngòi bút đã ghim thẳng ngay vào chỗ đó! Hoảng hồn, ông Thầy – một ông già xưa, khăn đóng áo dài, ông có tật bẩm sinh là hai ngón tay trên bàn tay phải dính liền với nhau – chỉ biết đứng trố mắt nhìn vì tôi không cho ông nhổ cây bút ra. Tôi tưởng tượng được cái cảnh kinh hãi này pha trộn thái độ của ông và của cậu em tôi. Đó là cơ hội quá tốt và tôi đã không để lỡ. Cẩn thận leo xuống từ chiếc ghế cao, tôi chậm rãi bước từng bước một lên cầu thang, lên lầu để cho má tôi thấy cảnh tượng ghê rợn đã xảy ra cho tôi. Vì đây đúng là một cảnh ghê rợn. Cây bút không rớt ra. Nhưng điều làm bà khiếp sợ hơn, là sự lì lợm của tôi, mặc dù tôi còn bé, giữ nguyên "tang vật" do thái độ của cậu em tôi. Cả nhà đều bị một phen kinh hãi. Tóm lại, từ nay "không ai dám đụng" đến tôi nữa.

Sau đó cậu em tôi đã khóc hết nước mắt khi tôi lên 5 tuổi – tuổi quá nhỏ để đi học nội trú – vào Sài Gòn ở với chị Hai tôi.

Trên xe hơi trở về Bạc Liêu, ba má tôi ngạc nhiên khi thấy em trai tôi lênh láng nước mắt. Nhưng nó chỉ biết nói một câu sau này đã trở thành "lịch sử": *"Con nhớ mấy chị!"*

Phần kết thật cảm động mà những người trong nhà còn nhớ rõ vì thường nghe, bởi vì quả thật cậu thật sự thích tôi.

Nếu tôi có gì đó để cho người nhà tôi có đôi chút chiếu cố trìu mến nào, thì cũng khác với người ngoài. Chính tôi là đứa trong gia đình thường nhận được quà tặng do bạn bè hay họ hàng ghé qua. Nhưng sau đó cũng vì món quà mà tôi hay bị tấn công. Nếu là con búp-bê thì chỉ trong chốc lát, nó sẽ móc mất mắt hay tóc bị bứt.

Cũng như khi cả nhà ra ngoài đập nước để xem cầu quay. Hàng xóm hoặc người qua đường cũng hay dừng chân lại để nói chuyện với tôi. Tại sao lại là tôi? Có phải tôi có dáng vẻ duyên dáng khiến họ chú ý?

Một vị linh mục người Pháp, râu dài đến rốn, mỗi lần đi qua đều dừng lại xoa đầu tôi và kín đáo ban phép lành cho tôi. Ông làm người trong nhà không bằng lòng, vì dù là trẻ con, cái đầu cũng là thiêng liêng. Nó là là chỗ Thượng Đế ngự, chỗ của Đấng Tối Cao.

Năm lên 6 tuổi, tôi đã nổi trội trong các lớp múa và đàn piano. Đặc điểm của tôi là tự nhiên. Tôi không cần khai thác thêm nữa. Với thời gian, tôi đã có nhận xét. Ông thầy dạy đàn piano có thể thích các học trò khác, đó là chuyện của ông và điều này không gây ấn tượng nào nơi tôi. Không để ông có quyền hạn gì đối với tôi, ông chẳng làm gì được tôi. Tôi nhìn mọi chuyện một cách giản dị. Ngay cả lúc độc diễn múa trên sân khấu tôi cũng làm như vậy.

Phải chăng tại tôi không thấy rõ hoàn cảnh nơi tôi sinh hoạt hay là tại tôi bất cần?

Không phải thế, tôi thấy rõ thực tế, nhưng tôi đâu thể làm gì được?

Tôi đã tập cách bình thản chấp nhận các sự kiện. Và tôi muốn vậy. Không hơn, không kém. Suốt cuộc đời tôi, tôi không ngừng tỏ ra con người thật của tôi, tôi luôn buông thả theo bản chất của tôi, ẩn dật và xa lánh. Đó chính là những gì tôi muốn làm.

Sau này khi tôi phải đối mặt với những đám đông hay những cử tọa chính trị, tôi đã biến ngay sau khi hoàn thành nhiệm vụ. Vì bản chất dè dặt của tôi, không ai có thể cảm thấy bị tôi tấn công. Nhờ vậy, tôi giữ được bình an cho chính tôi vì không ai có cảm tưởng họ bị sự hiện diện của tôi làm tổn thương họ.

Điều này kéo dài cho đến khi đụng độ với Tây phương, thực dân và đế quốc, hay kiên trì trong lập trường khép kín đặc biệt của mình.

Sự việc mặt đối mặt đòi hỏi phải tôn trọng lẫn nhau. Điều này không luôn diễn ra. Tuy nhiên, không đến nỗi xảy ra việc tấn công trực diện, tôi đã vượt qua được mà không có vấn đề nào khác ngoài sự không chịu hiểu nhau hay sự lừa đảo bất lương của kẻ đối diện.

Sau khi đẻ cho ông ngoại tôi – quan Án Sát của triều đình – bốn người con trai và hai người con gái, mắt bà ngoại tôi bắt đầu kém và bà bắt người khác đọc cho bà những tác phẩm Việt Nam do bà chọn và cả những tác phẩm cổ điển ngoại quốc dịch ra tiếng Việt.

Bà tôi coi như mình đã làm xong bổn phận của người vợ để bây giờ có thể lấy lại sự tự do của người đàn bà đến độ bà để cái gối ôm ở giữa giường ngăn bà với ông chồng sau khi cưới cho ông một bà vợ lẽ. Ông ngoại tôi có bảy người con cả thảy. Tuy nhiên, để tránh cho bà hai có quá nhiều quyền hạn trên ông chồng chung, bà ngoại tôi còn cưới cho ông một bà vợ ba nữa, đương nhiên là do bà chọn. Tất cả mọi người trong cái xã hội nhỏ bé đó đều rất kỷ luật, mỗi người lo việc trong lãnh vực của mình, không giẫm chân lên người khác. Vì vậy, tôi rất thân với một trong mấy dì của tôi là một trong các con gái của bà vợ ba của ông ngoại. Dì ấy sau này giúp tôi rất nhiều lúc tôi sống ở Đà Lạt, trên núi, đúng hơn là trên cao nguyên, nơi tôi thường ở một mình với hai đứa con đầu lòng của tôi và một người chồng thường hay vắng nhà.

Năm tháng qua đi, ba tôi trở thành luật sư danh tiếng nhất nước.

Nếp sống của gia đình chúng tôi vừa sang vừa tân thời theo kiểu Tây đã trở thành kiểu mẫu đối với những người xung quanh khi chúng tôi ở trong một ngôi biệt thự đẹp ở Hà Nội[2].

Ba má tôi thích cái đẹp và chú tâm vào việc nâng đỡ ngành thủ công nghệ quốc gia. Bởi vậy, khu vườn ở cuối nhà đã trở thành một căn xưởng mỹ thuật nhỏ cho những tác phẩm ưa thích. Nhưng các món đồ cổ này đã bị phá hủy, như tất cả những gì khác thường, khi cộng sản cướp chính quyền.

Tiện nghi rất sang trọng trong cuộc sống của tôi cũng không làm tôi sung sướng hơn. Những khác biệt to lớn vẫn luôn tồn tại giữa chị tôi, em trai tôi, người thừa kế, và chính tôi. Những khác biệt đó lúc nào cũng có thể nổ tung, như chỗ ngồi của tôi trên chiếc xe hơi nhà. Dành cho tôi chỉ là chiếc ghế phụ! Bà chị tôi ngồi giữa ba má tôi, cậu em tôi ngồi cạnh chú tài xế.

---

[2] Sau đó, ngôi biệt thự này đã trở thành tòa đại sứ của nhiều nước khác trước khi bị cộng sản san thành bình địa.

Cuối cùng tôi cũng giã từ tuổi thơ.

Ngày tôi 17 tuổi, má tôi giao cho tôi việc cắm hoa cho một bữa đãi khách chiều hôm đó. Vẫn hằng thích hoa, tôi đã vui vẻ lãnh nhận nhiệm vụ đi mua hoa này. Dọc đường tôi gặp các bạn gái cùng lớp, tụi nó kéo tôi đi ăn kem. Mải vui, tôi không thấy thời gian trôi nhanh và vì thế tôi đã phải chạy vội đi lựa hoa. Tôi chọn những cánh hoa đẹp nhất, chất đầy giỏ và hấp tấp chạy về nhà. Trên đường tôi đi qua mặt một người đàn ông lịch sự, đẹp trai, nhìn tôi ôm giỏ hoa rồi mỉm cười. Vừa về đến nhà, chuông ngoài cửa rung. Tôi chạy ngay ra mở cửa và chạm trán với người khách mời của chúng tôi, đến rất đúng giờ! Chính là người đàn ông mà tôi đã bắt gặp ở dọc đường. Đó là Ngô-Đình Nhu mà tôi đã nghe nói đến vì anh xuất thân từ một gia đình cao quý ở Huế có quen biết với má tôi, vì má tôi cũng là người Huế. Ngượng ngùng vì sự trễ nải của mình, tôi chẳng có cách nào khác hơn là mời anh vào trong phòng khách khách nhỏ tối om và mời ông ngồi chờ tôi cắm xong bình hoa. Anh ta tươi cười nghe theo.

Má tôi sẽ không tha cho tôi nếu bà phải tiếp khách mà trong phòng khách không cắm hoa. Tôi cắm hoa trong những bình hoa thật đẹp và khi mọi việc sẵn sàng, tôi mới mời ông khách sang phòng khách lớn và vào trong nhà báo cho ba má tôi biết là khách đã đến. Về phần tôi, tôi vội vã trang điểm để tương xứng với biến cố này. Ở phòng khách, tôi nhìn con người sắc sảo này thì có một sự thông đồng nào đó đã xuất hiện giữa hai chúng tôi. Anh ta nhìn tôi có vẻ thích thú.

Để lấy lòng tôi, anh hay gửi tặng tôi mấy cuốn sách, và tôi thường bình luận trong thư cảm ơn mà tôi gửi lại cho anh. Anh luôn trả lời thư tôi. Anh gọi tôi là *"Bà De Sévigné"* vì thư của tôi viết dài và rất sống động. Chúng tôi đã tìm hiểu nhau. Má tôi rất vừa lòng cái anh chàng tế nhị và trí thức này.

Một hôm, một trong mấy người anh trai của anh, anh Ngô-Đình Diệm, tới nhà với một bó hoa thược dược đại đóa. Theo tục lệ, sau khi cha mất, người anh đảm nhận quyền huynh thế phụ, anh đã đến dạm hỏi ba má tôi xin cưới tôi cho em anh. Ba má tôi ưng thuận.

Sau đám cưới của tôi diễn ra ngày 30 tháng 4 năm 1943, ngay ngày hôm sau lễ rửa tội của tôi, tôi đã rời gia đình, mang theo chị vú em của tôi. Chị đã ở với tôi từ lúc tôi còn tấm bé. Tôi vội vã rời mái gia đình nơi tôi không cảm thấy gì hạnh phúc lắm đến độ tôi bỏ cả dép để chạy cho nhanh ra với chồng tôi đang đợi ngoài xe.

Cương vị trong gia đình của tôi thay đổi hoàn toàn. Trong môi trường mới của tôi, tôi không còn là con bé con vì, dù là em thứ, chồng tôi đóng vai anh cả khi ông anh không có nhà[3].

Nhưng rất tiếc, tôi đã mất đi chị vú em. Chị có thói quen ngồi im lặng dưới chân tôi khi đi học về, ngồi làm bài. Sau đám cưới, không thể giữ tập tục đó dù cả khi chồng tôi đi vắng và tôi ở nhà một mình.

Một ngày kia, chị nghĩ rằng tôi không còn cần đến chị nữa và điều đó cũng đủ khiến chị quyết định bỏ tôi mà đi.

Lúc đó, tôi chưa cảm nhận được mất mát lớn lao của sự hiện diện âm thầm dưới cái bóng của tôi từ rất lâu như thế. Đã phải có chiến tranh và lưu đầy với tất cả những gì diễn ra mới khiến tôi cảm nhận. Tôi không lúc nào là không âm thầm hối tiếc, không thố lộ với ai về người tùy tùng đầy an ủi đó. Tính vô tâm rất riêng biệt của kẻ được sinh ra trong môi trường nhưng không cảm nhận được sự quan trọng cho cuộc đời mình.

Điều đã xảy ra với tôi là sự nuối tiếc và ân hận vì không biết giữ lấy những đặc ân Trời ban, vì cái tật thản nhiên mà tôi sẽ phải hối tiếc suốt đời vì nó đã không thúc giục tôi phải phản ứng kịp thời.

---

[3] Theo Khổng Giáo, người con có vợ có quyền trên các anh trai mình chưa có vợ, vì chính con cái họ phải lo thờ phụng tổ tiên.

Tôi đã nhận thức quá trễ những gì mình đã mất mát khi để cho người vú em ra đi, chị đã ở bên cạnh tôi từ thuở thơ ấu và nhờ chị mà tôi đã học được nhiều chuyện trên đời, nếu không thì tôi chẳng biết gì.

Dần dần thì tôi cũng làm quen và thoải mái với cuộc sống mới của mình. Rồi tôi cũng thấy cảm xúc trước cái vẻ huyền bí tỏa ra từ Nam Giao, ở niền Trung gần Huế. Ngọn đồi này, thánh địa duy nhất trên đời, tượng trưng cho sự đợi chờ của cả một dân tộc, một Đấng Tối Cao vô hình.

Nếu muốn hưởng được ơn Trời, thế gian phải tôn trọng Tinh Thần của dân tộc này vì họ có khả năng đợi chờ một Đấng Tối Cao xa lạ đối với họ.

Ở Việt Nam, hay những nơi khác, tôi đã có dịp khám phá những chỗ mà tôi muốn biết, việc này mỗi năm hay trong cả chục năm tôi ngược xuôi vòng quanh thế giới. Trong những chuyến viễn du của tôi, tôi không còn nhớ bao nhiêu lần tôi đã tới xem và thăm viếng những nơi danh tiếng nhất để tìm hiểu mục đích của con người nói chung và cư dân sở tại nói riêng. Chẳng có nơi nào mang lại cho tôi cái cảm giác thiêng liêng sâu đậm khiến tôi ngây ngất như ở Nam Giao.

Tự bản thân, nước Việt Nam đã đạt đến mức chúc lành của ông Môsê. Phải, tự bản thân, nhờ thành quả của một sự khám phá nhân bản đơn giản.

Trước khi từ trần, ông Môsê, Tiên Tri của các Tiên Tri, đã đọc lời chúc lành cuối cùng (Sách Đệ Nhị Luật, đoạn 33, câu 3)[4]:

"Hẳn Chúa yêu thương tổ tiên
Toàn dân thánh ở trong tay Chúa,
Và họ phục dưới chân Ngài,
Mỗi người nhận lấy lời Ngài phán
(ĐnL 33, 3)

---

[4] Trích từ phiên bản Jerusalem của Kinh Thánh.

Mà ai là người xứng đáng với lời chúc lành này nếu không phải là dân Việt Nam?

Bản chất dân tộc này là một trong những dân tộc đầu tiên theo Đức Khổng Phu Tử, đã chọn Chân Thiện Mỹ, và như thế đã lấy Đức để xây dựng xã hội nhân bản của mình.

Vì phải là đền thờ của Tình Yêu, Chúa Toàn Năng, để từ thời sơ khai, đã biết tôn kính tha nhân, dù là đã chết chỉ còn là cái xác mà không ai còn nợ nần chi nữa, và nhận biết ngay là tổ tiên mà kẻ sống phải biết thờ kính, không như thờ kính Thiên Chúa, như điều cần thiết để mang lại cho tất cả Chân Thiện Mỹ.

Tục lệ thờ kính tổ tiên thấm nhuần sâu đậm và mạnh mẽ đến các tầng lớp xã hội Việt Nam từ thời xa xưa mà không hề suy giảm.

Qua thái độ này, chúng tôi đã tự đặt dưới sự chúc lành của vị tiên tri – Mô-sê – một cách độc đáo dù là không hề biết đến ông, có thể dâng lên Chúa, ngay lúc mới trở lại, điều mà Ngài không thể có bằng cách khác: Linh hồn không thể tưởng tượng được những gì mà chúng tôi đã thờ kính từ khởi thủy cho đến thời hiện tại này.

Việt Nam, khi luôn sống như vậy theo lời chúc lành sau cùng của ông Mô-sê, đã dành cho cho những người đã khuất một sự thờ kính chính đáng được công nhận như thờ cúng tổ tiên. Chính nhờ đó mà toàn thể nhân loại đã được hưởng. Số lượng "Thánh" duy nhất, những người sẽ có được sự kết hợp của "Trời và Đất" của thời đại mới.

Bản chất "số mạng" của đất nước này đã được loan báo cho thế giới bởi con chim bồ câu trắng, con chim này đối với người Kitô giáo chính là hiện thân của Thần Khí.

Việt Nam gọi nó là "Việt Điểu" khi nó hiện ra với các vị khai sáng triều đại. Và đồng thời các vị này nghe thấy trong lòng tiếng gọi "Nam Tiến" dẫn đưa họ tới miền đất để xây dựng nền văn minh của mình.

Phải chăng đây là con bồ câu báo hiệu chấm dứt trận đại hồng thủy trên thế gian và cũng là chim bồ câu đã hiện ra trong lúc Đức Kitô chịu Phép Rửa (Mt 3, 16).

Những tiền đề độc đáo như thế cũng chỉ để loan báo một số mạng phi thường.

Bọn thực dân, dưới lớp vỏ Giáo Hội, những tưởng đã có thể chiếm lấy mảnh đất này như những kẻ cướp. Nhưng vào lúc Tận Thế, Chân Lý sẽ xuất hiện.

Nói gì, nếu không hiểu biết, để biết rút ra điều mà Thiên Chúa – Tình Yêu chờ đợi nơi các tạo vật của Ngài.

Tôi tha thiết đòi hỏi cầu xin với Chúa cho quyền hạn của chúng ta đến kịp thời.

Cuối cùng, thời điểm đó đã đến.

Phải nói gì? Phải hiểu biết sự kiện này để biết cách tận dụng những gì mà Thượng Đế Tình Yêu mong ở các tạo vật của Ngài.

Ở phần trên, tôi có nhắc đến miền Trung, nơi có thành phố Huế trước đây là kinh đô. Đây là một thành phố huy hoàng mà người Việt Nam, dù là ở miền Bắc hay miền Nam, cũng chỉ biết sơ qua, không như tôi đã may mắn khám phá được. Vì vậy mà tôi tạ ơn Chúa đã cho tôi được biết đến cội nguồn bên ngoại của tôi. Không có nguồn gốc này, có thể nói rằng tôi sẽ chẳng biết gì về Việt Nam cả.

Cái đặc biệt của Huế, là biết biểu lộ một cách thơ mộng sự đợi chờ trong thâm tâm Đấng Thượng Đế mà không đi vào sự tôn thờ thần tượng.

Từ đó, tôi chỉ có thể tạ ơn về trực giác đã nhận lãnh được từ Bên Trên, đã thôi thúc tôi đòi hỏi để thần cảm được sự ban cho chúng ta từ "Thượng Đế", được tôn thờ đúng đắn bởi Giáo Hội Công Giáo. Điều này, là sự đền bù tối thượng mà đất nước tôi có quyền đòi hỏi.

Sai lầm đáng sợ của phương Tây đã phạm phải ở Việt Nam mà Giáo Hội phải đền bù.

Tôi không thể nào nhấn mạnh hơn nữa trên chuyện này, đối với tôi, đã được tôi nhắc lại nhiều trên đây một cách chính đáng, hợp lý, và chừng mực, như là lời giải đáp tự nhiên và khẩn cấp duy nhất vào đúng thời điểm. Để tốt đẹp nhất cho tất cả chúng ta.

Trí tuệ đã giúp tôi điều khiển tất cả trong chiều hướng mong muốn của Thiên Chúa và tránh đi những điều vô ích.

Cái giá phải trả sẽ như thế nào?

Câu hỏi này chưa bao giờ là mối quan tâm của tôi. Nó không phải là mối lo âu của tôi. Biết tôi phải làm gì là đủ cho tôi rồi, vì vậy tôi không có mối rủi ro bị cuốn trôi bởi những gì có thể vượt quá sức của tôi. Tôi cũng không lao vào nguy cơ cố định bản thân với thời gian vô thời hạn để chờ đợi một câu trả lời cho sự mong đợi của tôi.

Vì vậy, đừng nóng vội.

Tôi đã mất hơn nửa thế kỷ để cuối cùng cất ra tiếng nói.

Biết nhiều hơn để phục vụ tất cả các mục đích thiêng liêng vì tự nhiên mà tôi an tâm không tìm cách biết trước kết quả.

Tiền định không di chuyển lập tức theo kết quả cấp thời.

Nó vẫn là công cụ, bất kể vẻ bề ngoài của nó. Sự hợp lý của nó phục vụ Chúa theo quan điểm của Ngài mà chỉ có thể chiến thắng bất kể thời hạn. Do đó, sự mệt mỏi khi thời gian đè nặng lên số mạng của người "nhỏ nhất" của Chúa, chắc chắn chính là người có quyền nhìn về số phận của mình.

Và bây giờ phải nói thêm điều gì, nếu không phải là khuyên nhủ – hay đúng hơn – cầu xin cho những người bị rơi vào những dòng chữ này, đừng bị tuyệt vọng trong khi đúng lúc thời điển đã đến gần và mọi việc cuối cùng đã nằm trong tay chúng ta.

Chúa biết.

Vì vậy, Ngài chỉ có thể cho phép và hỗ trợ những gì phải có, để đạt đến những gì cần thiết cho hạnh phúc vô hạn của tất cả. Đây là lý do tại sao nhân duyên "bé nhỏ" này nắm giữ nhiều thứ hơn bất kỳ ai khác, đặc biệt là vì Con Đường Thập Giá của nhân duyên "bé nhỏ" ấy đã đến đoạn cuối.

Ai có thể mong đợi gì ở một cuộc sống như thế nhất là khi cuộc sống đó chưa kết thúc?

Thăng tiến trên con đường của mình, có những quyết chính đáng và thậm chí không mong đợi kết quả gì từ những quyết định đó. Rồi sang qua việc khác mà không tỏ ra tha thiết gi cũng như những hậu quả đó không liên can gì đến mình, vì nó cứ theo định luật riêng của nó để để tiến tới. Sau đó dường như mình tách rời và thậm chí thờ ơ. Chuyện này không phải như vậy mặc dù nó có vẻ như vậy.

Dù sao đi nữa, trong thời gian còn lại cho tôi, bây giờ tôi biết tôi phải nhớ lại những sự kiện cá nhân và các sự kiện khác, về cuộc đời định mệnh độc nhất của một "đứa nhỏ" đã từ lâu không hề hay biết hoàn toàn về những gì thuộc về của riêng mình.

Đó là sự gợi lại hữu ích, nếu để nắm rõ những đặc tính cùng chi tiết về cuộc sống này, dễ hiểu được lịch trình cho tương lai đã được cho phép.

Cuốn sách của tôi nhằm bổ túc những gì ai cũng biết bởi những điều chưa ai biết đến. Những điều này cho phép tôi vượt qua, với thói yên tâm bình thường, các thử nghiệm dường như khủng khiếp đối với nhiều người, nhưng lại không có thật đối với tôi.

Như vậy có lẽ người ta sẽ hiểu rõ hơn về ý nghĩa cuộc sống của tôi, riêng tư và công cộng. Tôi nhân cơ hội này để nói rằng sở dĩ tôi tiết lộ những chi tiết chưa ai hề biết là vì tôi tin chắc rằng, thậm chí được hướng dẫn bởi một tiền định duy nhất, tôi luôn luôn có hành vi rất đơn giản của một con người được thúc đẩy bởi đức tin duy nhất của tôi trong Chúa.

Niềm tin tuyệt đối đến mức chỉ cần có nó là đủ để tận hưởng nó.

CHƯƠNG 2
Một Cuộc Đời Gắn Liền Với Lịch Sử

Sau đám cưới và tuần trăng mật, tôi trở về ở Huế với chồng tôi, với thân phận cô dâu mới mười tám tuổi. Tôi đã sống ở đó những năm đầu sau đám cưới. Thời gian trôi thật mau. Đó là một cuộc sống mới, không chỉ là độc lập, nhất là cuộc sống với những trách nhiệm mới mà cho tới lúc đó tôi chưa từng biết đến.

Tôi đã thật sự có dịp khám phá thành phố dễ thương này. Trước đây tôi chỉ biết qua những lần ghé đây hàng năm trên con đường đi và về từ Hà Nội lên cao nguyên Đà Lạt ở phía Nam, hay đi đến những bãi biển ở miền Trung. Biển ở đây thật lý tưởng, rất khác với biển ở phía Bắc hay phía Nam Việt Nam.

Tôi được tất cả các ưu đãi để biết rõ và thưởng thức không khí của Huế và cảm thấy sự độc đáo của tâm hồn người Việt. Hàng ngày tôi đi dạo ở đây vì nhà tôi muốn gặp người anh cả ở cạnh nhà tổ đường. Các bữa ăn cũng độc đáo nhất trên đời.

Điều ghi khắc sâu đậm nhất trong ký ức của tôi, là nhìn ngắm cái phong cảnh tình tứ xuyên qua bởi những dòng sông nhỏ được đáng để ý tới vì dòng nước trong xanh. Vẻ đẹp thiên nhiên, quang cảnh, hải sản và hương vị của nơi này thật đáng làm cho người ta say mê.

Tôi lưu giữ từ Huế kỷ niệm cảm động của tất cả những gì tôi biết được ở đó và tôi không tìm được ở đâu khác.

Ở đây chúng tôi được thưởng thức món canh cá nục nấu với dưa hường tuyệt vời.

"Lơ lơ có kẻ mất chồng không hay."

Cũng tuyệt vời là cái món canh cá nấu với dưa hường quá rẻ đến nỗi chỉ tìm thấy ở Huế mà thôi. Một thí dụ nữa mà chỉ nơi này mới có thể sản xuất ra được: hạt tiêu ở đây là độc nhất vô nhị.

Để đi dạo, tôi dùng chiếc xe kéo tay mà tôi yêu cầu mang từ Hà Nội vào bằng xe lửa. Không thể thấy hình dáng, tầm vóc độc đáo của xe kéo này ở đây vì ở đây chỉ dùng loại xe kéo cổ điển cao nghệu. Chiếc xe kéo của tôi đến từ miền Bắc, nó rộng hơn, lớn hơn và tiện nghi hơn. Đương nhiên là thiên hạ đều chú ý vì chỉ có tôi mới có cái xe này và tôi thường cùng ngồi xe với nhà tôi, một cảnh trước đó mọi người ở đây chưa từng thấy.

Mỗi ngày, tôi đi dọc theo con sông An Cựu – thực ra chỉ là một kênh đào – để đi ăn với nhà tôi và mẹ anh ấy. Thật là một điều lý thú mà tôi không chán vì đầu bếp ở đây nấu được nhiều món rất ngon. Tôi đã thực lòng ăn rất ngon miệng, có thể vì cái đói của tuổi trẻ và tôi thấy rõ là tôi đã mang niềm vui đến cho chủ nhà gồm bà mẹ chồng và cậu em chồng của tôi: chú Cẩn. Dường như từ xưa đến giờ họ chưa bao giờ thấy ai ăn ngon miệng như thế. Chú càng đánh giá cao vì trước tôi có cô vợ của Luyện em chồng tôi, mới ghé qua. Họ làm đám cưới một năm trước chúng tôi. Cô dâu này người miền Nam, đã làm gia đình nhà chồng bực mình vì thỉnh thoảng kêu khách sạn thuộc địa ở gần nhà mang món ăn Tây đến. Người miền Nam đã mang tiếng là "tay sai thực dân" và thái độ cô gái miền Nam đã xác nhận với chúng tôi điều này. Dư luận của người miền Trung về chuyện này không thay đổi nên đã khiến họ khinh bỉ "dân thuộc địa" nhất là cô em dâu của tôi, được ông Cha Sở giới thiệu, sống trong một cái "nhà cao cẳng", trước đây dùng làm nhà *garage* xe cũ bỏ đi.

Điều thú vị cho tôi ở Huế mỗi buổi chiều đến từ những cảnh huống bất thường xảy ra do những cái tật của một vài người trong gia đình. Tôi sinh hoạt với đầy tự ti trong cái môi trường mới này, dần dần nó trở thành môi trường của tôi từ sau đám cưới. Vì là đứa con không giống ai, chính tôi mới là đứa phải thích nghi với cái thế giới gia đình có vẻ như rời rạc với những khác biệt về tính nết và về tuổi tác của mỗi người trong thứ bậc của mình.

Tôi nhớ đến một trong những cô em chồng lấy phải một anh chàng hiếu động. Dượng ấy cứ tưởng có mọi quyền lực trong nhà nhờ cô vợ, người con gái thứ nhì trong gia đình, người sẽ là mẹ của Tổng Giám Mục Sài Gòn tương lai: cháu tôi, Nguyễn Văn Thuận[5]. Sài Gòn đối với dân thuộc địa, là điểm chiến lược vì nó nằm ngay trung tâm của vựa lúa miền Nam. Sau khi Sài Gòn thất thủ năm 1975, Đức Tổng Giám Mục đã bị ở tù trong các trại cải tạo cộng sản trong hơn 13 năm, trong đó có 9 năm biệt giam.

Tình cờ tôi biết được ông đã không được thả ra trong lúc không có một cuộc xét xử nào đối với ông. Không có ai can thiệp cho ông, có lẽ để ông không bị lộ và cũng không làm ông thêm nặng tội là "người của thực dân". Trong một cuộc phỏng

[5] Được biết đến qua cái tên rửa tội: Phanxicô Xaviê. Ông chết năm 2002 sau khi thu thập toàn bộ những suy niệm của ông trong một cuốn sách của ông có tựa đề "Con Đường Hy Vọng" (1998) sau khi xuất bản cuốn "Những Người Lữ Hành trên Đường Hy Vọng" (1993). Ông đã được giao nhiệm vụ giảng cấm phòng Mùa Chay cho ĐGH Gioan Phaolô II.

vấn năm 1988 dành cho đứa con gái đỡ đầu của tôi người Anh quốc, là văn sĩ, tôi nhân đó nhắc lại vụ tù đày này, từ 16 năm, của người cháu chồng tôi. Ông được thả ít lâu sau đó, làm như là sự can thiệp của tôi đủ để cho ông được trắng án.

Ông đã đi tìm tôi ngay sau đó để cảm ơn tôi, nhưng lúc tôi đang ở Paris mà ông lại sang Rôma và ngược lại. Ông đã gặp đứa con lớn của tôi và coi như việc cảm ơn của ông đã xong. Sau đó, ông được mời dự các yến tiệc mà Giáo Hội thiết đãi mừng ông khi ông được lên làm Hồng Y. Nay ông đã mất, Giáo Hội đã bắt đầu thủ tục phong Thánh cho ông. Thân nhân của ông càng sung sướng hơn nữa vì họ đã chẳng có thể làm gì cho ông trong 13 năm ông ở tù. Tôi còn lấy làm tiếc vì họ đã buộc tội tôi, trong một cuốn sách viết về ông, là tôi đã "mang lại bất hạnh cho gia đình". Dầu vậy, tôi đã không ngần ngại công khai can thiệp cho ông trong lúc ông còn ở trong tù.

Nói gì về sự hân hoan của Giáo Hội đây? Vị giám mục này được thực dân đánh giá cao vì không bao giờ nói đến hoặc lấy làm tiếc trong các cuốn sách và các cuộc diễn thuyết của ông sự sát hại các cậu của ông là Ngô-Đình Diệm và Ngô-Đình Nhu khi đang là nguyên thủ chính thống của nước Việt Nam, và cái chết của Ngô-Đình Cẩn, một người cậu khác của ông. Ông đã cẩn thận né tránh nói đến quan hệ bà con của mình.

Sau cuộc đảo chánh năm 1963, lúc ông còn ở Việt Nam, ông đã chẳng làm gì để giúp cho Đức Tổng Giám Mục Huế – Ngô-Đình Thục[6] là bác của ông – trở lại.

Tôi trở lại cuộc sống của tôi ở Huế.

---

[6] Lúc xảy ra cuộc đảo chánh, Đức Cha Thục đang ở Rôma tham dự Công Đồng Vatican II. Sau Công Đồng, đáng lẽ ông phải được trở lại giáo phận Huế của mình như ông mong muốn. Bà Ngô-Đình Nhu đã vận động với hàng giáo phẩm Việt Nam để họ triệu hồi Đức Giám Mục, nhưng không được đáp ứng.

Tôi đã sống những ngày êm ả trong nhà bên cây đàn tranh vô cùng nhạy cảm. Tôi đã học chơi đàn này khi còn rất trẻ. Trong một khoảng thời gian nó trở thành thú vui tiêu khiển chính của tôi với ông thầy dạy đàn. Khi tôi ngồi thêu thùa, nhà tôi thường ở cạnh tôi, anh thích làm cái công việc tỉ mỉ này.

Buổi chiều, khi anh về với tôi, anh đưa tôi sang nhà mẹ chúng tôi ăn cơm tối. Sau bữa cơm, anh sang bên nhà ông anh cả Ngô-Đình Khôi[7] ở ngay trước mặt, bên kia con kênh đào.

Lúc mới đám cưới, tôi có một người làm bếp tuyệt vời. Anh ta rất thích chăm sóc cặp vợ chồng mới cưới ưa thưởng thức những món ăn thanh tao. Nhưng không được lâu. Người đầu bếp này, do đang làm cho nhà chị dâu tôi đông đến ít ra là 15 người trong đó có nhiều trẻ con, anh ta cảm thấy mệt. Thực ra, anh muốn rút lui để được làm cho tôi là cô dâu mới về nhà chồng. Đây là ý kiến của chú em chồng, nghĩ rất có lý rằng như thế sẽ đỡ mệt cho anh đầu bếp vì chỉ phải lo cho một cặp vợ chồng thay vì phải nấu cho cả đám như từ trước đến giờ. Nhưng chủ cũ của anh ta đâu có chịu như vậy, và coi như chúng tôi không biết điều khi muốn cướp người làm của họ. Họ đã thắng, và vì thế mỗi chiều tôi phải qua nhà mẹ chồng tôi ăn tối. Tôi không ân hận điều gì vì người đầu bếp ở nhà mẹ chồng tôi rất giỏi và đã dọn những bữa ăn thật ngon đầy hương vị đặc biệt của xứ Huế.

Nhà tôi thường để tôi ở nhà một mình để qua chơi với ông anh sau mỗi bữa ăn. Anh ở đó lâu. Vì thế tôi có dịp nghe chú em nhà tôi, trẻ hơn nhà tôi, nhưng lớn tuổi hơn tôi, kể những huyền thoại xưa và nay mà tôi sẽ không có cách nào khác để biết được.

Đối với mọi người, tôi là một con bé – còn trẻ tuổi hơn cả các cháu trai, gái, và các con của bà chị dâu cả chẳng hạn – nhưng thời gian mà tôi ở với họ quả không phải là uổng phí.

---

[7] Gia đình Ngô-Đình có ba người con gái và sáu người con trai là các ông: Khôi, Thục, Diệm, Nhu, Cẩn, Luyện (theo thứ tự từ lớn đến nhỏ).

Tuy nhiên cái gì cũng có lúc chấm dứt, và đó đúng vào ngày tôi tròn 20 tuổi: ngày 22 tháng 8 năm 1944.

Thảm kịch đã xảy ra trong gia đình, gần một năm sau khi tôi hưởng thụ được sự yên ả ở đây một cách trọn vẹn.

Trong lúc tôi sai người nhà mang biếu ổ bánh sinh nhật tặng cho anh cả nhà tôi – Ngô-Đình Khôi[8] – tôi được biết anh và đứa con trai duy nhất đã không về nhà sau khi được cộng sản mời đi họp[9]. Cả hai đã bị đưa đi đâu, không ai biết. Họ không bao giờ trở về nữa. Từ đó, tôi thường sống một mình vì nhà tôi đã trốn đi để tránh cùng chung số phận với ông anh cả của mình. Và cả người anh thứ ba – tổng thống tương lai Ngô-Đình Diệm – cũng lánh mặt, không ai biết tung tích.

Đối với bản thân tôi, tôi cần phải nhớ lại những gì xảy đến cho đất nước tôi từ cái lúc mà Hồ Chí Minh bất thần tấn công người nhà tôi.

Hồ đã ám sát ông cậu tôi là Bùi Quang Chiêu, một lãnh tụ chính trị miền Nam và là anh cả của bà nội tôi. Ông bị giết hại cùng với 6 đứa con của ông, đứa nhỏ nhất mới chỉ 6 tuổi.

Hồ đã sai giết người con trưởng của dòng họ Ngô- Đình và đứa con một của ông sắp sửa lấy vợ.

Sau khi tàn sát, Hồ đã sai bắt cóc tổng thống tương lai Ngô-Đình Diệm trên chuyến xe lửa từ Sài Gòn ra Huế. Tên ấy ra lệnh đem ông lên vùng thượng du miền Bắc, gần biên giới Trung Hoa. Ông bị giam cầm trong một chòi tranh từ tháng 8/1944 đến tháng 12/1946.

Rồi Hồ Chí Minh thả ông ra.

Nhưng trước đó Hồ Chí Minh đã tìm cách thuyết phục ông gia nhập hàng ngũ của mình. Ngô-Đình Diệm đã trả lời là trước

8 Ngô-Đình Khôi lúc đó đang là tỉnh trưởng.

9 Thực ra họ bị bắt dẫn đi. (Chú thích của Vũ Tường)

hết, ông muốn biết cộng sản đã làm gì với người anh cả của ông bị bắt đi cùng với đứa con duy nhất. Ông còn nói thêm là trước khi trả lời đề nghị "gia nhập hàng ngũ cộng sản", ông muốn họ phải rút lại tất cả những lời lẽ bỉ ổi đổ lên đầu gia đình Ngô-Đình.

Không đáp ứng được những điều này thì ông không còn lý do nào để nói thêm gì nữa vì Hồ Chí Minh không đáp ứng những điều kiện tiên quyết nào cả.

Tổng thống tương lai được thả ra vào buổi sáng khi ông thấy các cửa nẻo đều mở rộng.

Sự trả tự do cho ông là nhờ ở em ông – chồng tôi – thực ra đã gặp Hồ Chí Minh trước đó một thời gian.

Anh Diệm bất chợt đã đến ngay chỗ mà nhà tôi ở khi anh ra Bắc, ở Hà Nội, là nhà của ba má tôi. Từ khi họ trở về miền Bắc, năm 1945, sau khi ngôi biệt thự bị tịch thu, ba má tôi đã lui về một căn nhà riêng của ông ngoại tôi để lại cho mẹ, đây cũng là nơi tôi ra đời.

Ba tôi đã trở lại làm luật sư ở Hà Nội và nhà tôi cũng cư ngụ tại đó khi ở Huế ra.

Không ai biết nhà tôi làm gì. Anh không thổ lộ với ai cả.

Tôi cũng muốn gặp anh thường xuyên hơn là chỉ biết anh đang ở ngoài Bắc, nhưng cứ nghĩ là anh đang ở với ba má tôi, dù sao cũng làm cho tôi an lòng phần nào.

Hà Nội đã trở thành thủ đô của người cộng sản và nơi này có vẻ là an toàn hơn chỗ nào khác. Nhà tôi đã hiểu diễn biến tình hình nhưng anh không nói ra.

Cứ như thế, anh thường biến mất chẳng bao giờ nói với tôi là anh đi đâu.

Ngay hôm sau ngày sinh nhật thứ hai mươi của tôi, tôi đã phải ở một mình. Tuyệt đối. Ngôi nhà mới hai tầng, xây đặc biệt cho đám cưới, nhưng chỉ hoàn tất sau đó, bỗng nhiên đối với tôi như quá lớn mặc dù vẫn có hai người làm trong nhà:

chị bếp và anh kéo xe kiêm người làm vườn và làm tạp dịch. Anh ta cũng phải trốn vì cộng sản động viên những thanh niên khỏe mạnh.

Nói về sự hoang mang của tôi chỉ là một lối nói cho nhẹ đi. Nhưng tôi đã cố nén lại vì dù sao tôi cũng phải sống và kể cả sẵn sàng đối phó với mọi điều bất trắc, với những điều đang xảy ra có vẻ như không thể hiểu được.

Trong sự cô đơn mới mẻ của tôi, tôi đã dần dần nhận ra rằng thay vì có thể bảo vệ tôi, nhà tôi đã trở thành một mối đe dọa đối với tôi.

Đám cưới của tôi là cái đám cưới lớn cuối cùng ở Hà Nội – trước khi di tản – cũng như các thành phố lớn, trùng hợp với những chấn động của chiến tranh thế giới mà hiệu quả có thể cảm thấy tại những thủ đô quan trọng trên thế giới trước khi lan ra khắp các nơi.

Việt Nam là một thí dụ đau đớn và tôi đã hứng chịu hậu quả, nhất là ở miền Trung, và ở cố đô Huế. Thực dân thì luôn biết cách kín đáo. Huế bây giờ không còn nữa, hình như thế, nó bị san bằng bởi bọn thực dân và bọn đế quốc. Và người ta chẳng ai nói đến chuyện người này tố cáo người kia. Khủng khiếp hết sức.

Ngày 27 tháng 8 năm 1945, tôi sinh đứa con đầu lòng: Lệ Thủy.

Thiên thần nhỏ bé này, đẹp từ lúc mới sinh ra, là một cô bé ngay từ đó đã làm ba của bé hãnh diện. Từ mới sinh, anh đã nhìn ra những nét riêng của mình.

Bất chấp cái thế giới nơi mình mới sinh ra, cô bé thiên thần không ngừng nhoẻn miệng cười, nhắm chặt hai mắt, nắm chặt đôi tay.

Một mình bé cũng đủ lấp đầy nỗi trống vắng đang xâm chiếm tâm hồn tôi.

Ở nhà một mình với đứa con mọn, tôi không thể đi chỗ này, chỗ kia. Từ nay tôi ở trong nhà để lo cho bé. Nhà thờ ở ngay sau nhà, tôi không gặp khó khăn gì để đi đến đó. Tất cả chuyện này đã khiến tôi bận rộn suốt ngày, mặc dù nhà tôi đi vắng. Tôi thường tự hỏi không biết giờ này chàng ở đâu và đang làm gì.

Bị dồn vào lối sống này, tôi không còn nhớ là làm sao tôi đã có thể lo đầy đủ cho chính mình được.

Tôi không muốn quên nhắc lại ở đây cái thời gian "Độc Lập" ngắn ngủi của Việt Nam do người Nhật tuyên bố.

Họ đã chiếm đất nước tôi vào tháng 3 năm 1945, đánh đuổi người Pháp hay bắt cầm tù trong những trại tập trung.

Nhưng đối với chúng tôi, người Nhật tỏ ra kín đáo và lễ độ.

Trước chiến tranh, thực dân Pháp sử dụng lúa gạo của chúng tôi tùy theo ý muốn của họ. Để có thể bán nhiều cho người Nhật, họ không ngần ngại bỏ đói chúng tôi.

Tuy nhiên, trong cuộc chiến tranh giữa Nhật và Mỹ, người Pháp đã từ chối bán gạo của chúng tôi cho họ[10].

Vẫn duy trì quyền hạn của Bảo Đại – Hoàng Đế Việt Nam – người Nhật đã tuyên bố độc lập cho đất nước chúng tôi trước khi đầu hàng vào tháng 8 năm 1945.

Bất chấp tuyên bố độc lập của chúng tôi, người Pháp vội vàng quay lại và muốn thu hồi những thiệt hại họ đã bị mất khi Nhật chiếm đóng. Họ không đếm xỉa gì đến lời tuyên bố độc lập này được quyết định bởi một nước vừa mới thua trận.

---

10 Theo các Hiệp Định ngày 30/08/1940, nước Nhật có quyền sử dụng Bắc Kỳ làm căn cứ quân sự cho sự bành trướng của họ. Nước Nhật không chỉ thỏa mãn với các phi trường và các căn cứ hải quân, mà họ còn tịch thu cả lúa gạo của chúng tôi. Chính quyền thuộc địa theo Vichy của Đô Đốc Jean Decoux đã phải mở các công khố bắt dân bán gạo với giá rẻ mạt, không đủ tiền vốn.

Ít lâu sau, ba má tôi đã dứt khoát rời Hà Nội để về Huế ở trong một ngôi nhà to lớn mà ông bà đã thuê.

Ba má tôi tới Huế với chiếc xe Citroën mới màu đen mà sau này ông bà để lại cho tôi với dòng chữ: *"Ba Má cho lại con chiếc xe này, cộng sản đã tịch thu của ba má nhưng đã hứa sẽ trả lại. Con có thể giữ nó bởi vì họ khẳng định là không cướp của ai cả."*

Thực ra, cộng sản khẳng định đã trả hết tất cả cho bà chị dâu tôi mà họ đã "làm mất tích" chồng và con trai chị. Những gì đặc biệt đã mang lại là từng xe bò "tiền cụ Hồ". Ai có tiền này đều vội vàng tiêu pha cho nhanh vì dưới mắt dân chúng, đây chỉ là giấy lộn, chẳng có giá trị gì cả.

Một ngày kia, một người cán bộ cộng sản tới nhà và hỏi về nhà tôi. Nghĩ tới số phận dành cho các anh chồng tôi, tôi mời ông ta ngồi chờ, làm như nhà tôi sắp về, tuy rằng nhà tôi đang ở trên lầu. Sau ít phút, người cộng sản quyết định ra đi và báo với tôi là lần sau hắn sẽ trở lại. Hôm đó, ngay khi trời sụp tối, nhà tôi đã biến đi. Anh chỉ nói đơn giản với tôi là anh sẽ gửi về cho tôi những thứ tôi cần. Từ lúc đó, tôi chẳng biết tin tức gì của anh trong một thời gian dài.

Hoàng Đế Bảo Đại, được người Nhật trao lại "Độc Lập" trước khi ra đi, đã yêu cầu ba tôi thành lập chính phủ độc lập đầu tiên.

Ba tôi từ chối đứng đầu chính phủ vì nghĩ rằng mình còn quá trẻ. Ông đề nghị với Bảo Đại hãy chọn một người khác "trọng tuổi" hơn – Giáo Sư Trần Trọng Kim – làm thủ tướng chính phủ.

Về phần ba tôi, ông chấp nhận chức Bộ Trưởng Ngoại Giao. Ông đến định cư ở Huế cùng với các thành viên khác của chính phủ.

Đúng lúc đó, tôi đã chứng kiến dự án đầu tiên về lá cờ Việt Nam. Chính ba tôi là người đầu tiên đã trình bày ra, trong lúc ông đang ngồi ở bàn giấy của ông ở trong nhà.

Trên lá cờ, trước đó có một huy hiệu cắt ngang ngay giữa hai vạch đỏ trên nền cờ vàng. Tôi thấy kiểu này không mấy phù hợp và là cờ vàng sẽ hay hơn nếu chỉ có ba vạch đỏ kéo dài đến vô tận. Ba má tôi cũng đồng ý với tôi. Lá cờ đã được mang trình chính phủ và họ cũng đồng ý như thế.

Chính như thế mà lá cờ này đã trở thành lá cờ của Chính Quyền Chính Thống Cuối Cùng của Việt Nam.

Chính phủ độc lập đầu tiên được thành lập – có ba tôi tham gia – đã không được bền lâu. Nó không được sự công nhận của bất cứ một quốc gia nào, còn thực dân thì đang rình rập để thu hồi tất cả, dù có hay không có sự giúp đỡ của Hoa Kỳ. Họ luôn mong là có thể tái chiếm Việt Nam bằng bạo lực theo vết dầu loang.

Có thể đặt một số câu hỏi về cái tâm địa thực dân này. Nó từ chối thông cảm khát vọng tự nhiên của một dân tộc là phải đòi lại độc lập. Nó khăng khăng bám chặt lấy thuộc địa dù phải làm điều bỉ ổi.

Nhân danh cái gì?

Thực dân đã biết lợi dụng Giáo Hội để bành trướng. Họ đã áp dụng ngay với Giáo Hội lời cảnh cáo của Đức Kitô với thánh Phêrô: *"Xéo ra sau ta, hỡi Satan! Ngươi cản đường của ta, bởi vì tư tưởng của ngươi không phải tư tưởng của Thiên Chúa, mà là của con người!"* (Mt 16, 23)

Cái thời quỷ dữ của con người, dưới ô dù của Giáo Hội, đã kéo dài.

Ước mong cái thời đền trả của những kẻ đã bức hại chúng tôi – thực dân, đế quốc và cộng sản – sẽ đến bây giờ. Những kẻ độc ác này, vô tâm, vô luật. Chúng tôi chỉ còn trông cậy vào Chúa để mọi chuyện tốt lành hơn, trước tiên cho Giáo Hội, bởi vì đất nước tôi, gia đình tôi không hề phản bội Giáo Hội. Còn trái lại nữa là khác .

Lúc quân Nhật rút đi, Đồng Minh đại thắng trong trận thế chiến thứ hai, đã yêu cầu nước Trung Hoa – lúc đó chưa thành cộng sản – đến Việt Nam để bảo vệ quyền lợi của Pháp.

Thế là đến lượt người Tàu đến nước mình.

Ngay ngày đầu, một đám lính kích động tràn vào trong vườn nhà tôi. Nhà tôi là ngôi nhà đẹp nhất thành phố, gần bên cầu sông An Cựu.

Trong ngôi biệt thự, chỉ có mình tôi với đứa con sơ sinh của tôi, chị vú và chị bếp. May là nhà có hai tầng lầu. Như thế, chúng tôi có đủ thời gian đóng chặt các cửa ở tầng dưới và lên trốn trên tầng hai, không quên chặn cửa ra bao lơn trông xuống vườn và nhìn ra đường. Chúng tôi đã báo động với những người qua lại dưới đường bằng cách đập lên nồi soong và những gì vớ được có thể gây ra tiếng động. Tiếng ồn đã khiến bọn lính phải ngừng lại trước khi chúng vào nhà để xe. Vì thấy càng ngày chúng tôi càng đập mạnh trên bao lơn cộng với tiếng la hét của chúng tôi, bọn lính đã kéo nhau đi không quay đầu trở lại.

Tôi đi theo họ để gặp vị tướng chỉ huy họ, một sĩ quan trẻ 26 tuổi. Tôi khiếu nại. Ông ta đi theo tôi về nhà để tận mắt thấy hiện trường.

Khung cảnh sống của tôi và con chó Berger Đức gây ấn tượng với ông ta và ông hứa sẽ giải quyết. Dù sao thì tôi cũng không hy vọng, thế mà ông ta đã cho dựng hai bót gác hai bên cổng nhà tôi. Đó là để ngăn cấm, không những lính tráng của ông mà cả người bộ hành qua lại.

Như thế, tôi đã có một quãng thời gian yên tĩnh tuyệt đối trong lúc người Tàu ở Huế. Vả cả thành phố đều nói về câu chuyện chúng tôi gõ đập mâm, nồi trên bao lơn nhà tôi hôm đó.

Ngoài chuyện này ra, nước Trung Hoa có vẻ đang bị nạn đói. Lính tráng của họ đã hốt hết đồ ăn của những người bán hàng rong với một tốc độ nhanh chưa từng thấy. Không biết họ có trả tiền hay không? Nhưng thời gian quân Tàu ở đây đã không để lại những ký ức xấu xa.

Sau đó, thực dân dàn xếp với người Tàu để thu hồi tất cả, như trước đây.

Sau khi loại được những đối thủ chính của mình, ngày 02/09/1945, Hồ Chí Minh tuyên bố ở Hà Nội sự ra đời của nước Việt Nam Dân Chủ Cộng Hòa (VNDCCH), và nền Độc Lập của đất nước.

Quốc Hội được bầu lên trước đây đã nhóm họp ngày 3 tháng 2 năm 1946 và cử Hồ Chí Minh làm chủ tịch đầu tiên của nước VNDCCH.

Tháng 03/1946, ông ký kết với Pháp một hiệp định trong đó hai bên công nhận nước VNDCCH như là một quốc gia tự do có chính phủ, quốc hội, quân đội và tài chánh riêng của mình và là thành phần của Liên Hiệp Đông Dương và của Khối Liên Hiệp Pháp[11].

Tới tháng 9 năm 1946, một hình thức thỏa hiệp giả tạo giữa Pháp và VNDCCH đã được đưa ra, nhưng Hồ Chí Minh đã hiểu rằng Pháp, cuối cùng cũng vẫn tìm mọi cách để giữ lấy đế quốc thuộc địa của họ dưới những sắp xếp hoàn toàn mang tính hình thức. Ông đã quyết định gây chiến.

Ngày 19/12/1946 chiến tranh Đông Dương bắt đầu.

Quân của Võ Nguyên Giáp, cánh tay bạo lực của Hồ Chí Minh, bất thần tấn công Hà Nội.

---

[11] Liên Hiệp Đông Dương bao gồm Bắc Kỳ (Hà Nội), Trung Kỳ (Huế), Nam Kỳ (Sài Gòn), Cao Miên (Phnom Penh) và sau cùng là Lào (Vientiane). Theo Hiến Pháp ngày 27/10/1946 lập nên nền Đệ Tứ Cộng Hoà, Pháp đã cải danh Đế Quốc Thuộc Địa thành Khối Liên Hiệp Pháp. Lời nói đầu bản Hiến Pháp này viết: *"Khối Liên Hiệp Pháp bao gồm các quốc gia và các dân tộc chung sức và phối hợp tài nguyên và nỗ lực của mình cho sự phát triển nền văn minh của mình, gia tăng nếp sống và bảo đảm sự an toàn của họ. Trung thành với nhiệm vụ truyền thống, nước Pháp chủ trương hướng dẫn các dân tộc mà nước Pháp có trách nhiệm, tiến đến tự do tự trị và quản lý một cách dân chủ những công việc của riêng mình; gạt ra mọi hệ thống thực dân được xây dựng trên độc tài, nước Pháp bảo đảm cho tất cả có thể tham gia các chức vụ công cộng và thực thi cá nhân hay tập thể các quyền và sự tự do được tuyên bố hay xác nhận trên đây."*

Ở vào giai đoạn đó, tôi tự xoay xở lấy một mình.

Trong không khí bất an này đang đe dọa tất cả mọi người chúng tôi, tôi không còn qua nhà mẹ chồng tôi hằng ngày nữa mà chỉ thỉnh thoảng mới sang để khoe con nhỏ ngày càng xinh đẹp, rạng rỡ. Tôi đẩy con đi trong chiếc xe trẻ em, người đi đường đều trầm trồ khen ngợi.

Những giờ phút hạnh phúc ngắn ngủi đã hiếm hoi, cuối cùng thì cũng chấm dứt luôn.

Lao vào cuộc chiến tranh này đã khiến cho dân chúng hụt hơi và không biết cầu khẩn với ai. Một ngày nọ, cộng sản đã quyết định lưu đày chúng tôi. Họ truyền lệnh cho chúng tôi phải di tản khỏi Huế. Nhưng để đi đâu?

Chúng tôi chẳng biết rút đi đâu, ngoại trừ đến với các Cha Dòng Chúa Cứu Thế Canada mà nhà thờ nằm ngay sau nhà tôi.

Trước khi có thời gian di chuyển cái đàn piano dài bị kẹt ở cửa ra vào, tiếng súng nổ vang trong đêm tối trong lúc mẹ chồng, chị dâu tôi và cô con gái của bà đang ở nhà tôi.

Nếu chỉ có tôi với đứa bé, tôi đã có thể đến nhà các Cha Dòng Chúa Cứu Thế từ lâu rồi vì chú em chồng – Cẩn – đã tới đó rồi. Chú ấy không muốn có rủi ro như chúng tôi ở bên bờ kênh bên kia vì đó là nơi trống trải. Nhưng bà chị bạn dâu tôi là chủ ngôi nhà đẹp này, cố ý xây lên để cho chúng tôi thuê, thì muốn ở lại đây với tôi càng lâu càng tốt. Đây chính là lý do khiến chúng tôi bị kẹt lại trong đêm khi những tiếng súng đầu tiên nổ vang.

Súng bắn từ đâu? Chúng tôi không biết.

Chúng tôi ngồi sát bên nhau trên lầu, giữa phòng khách, lấy hết các nệm gối trên ghế sa-lông xuống quây kín xung quanh. Súng nổ suốt đêm. Sáng ngày hôm sau, thấy xuất hiện những người trông như người rừng. Họ khoác trên người không phải là quần áo mà là bao tải, mỗi người mang một khẩu súng cổ lỗ sĩ với chiều dài dài quá khổ. Họ ra lệnh cho tôi phải rời khỏi đây ngay lập tức và ra lệnh phải nhốt con chó béc-giê lại. Tôi thật ngây thơ, có lẽ là quá ngu, nên tuân theo lệnh của họ, lại còn nhờ họ đừng quên mang con chó tới chỗ chúng tôi ở. Dĩ nhiên là tôi sẽ không bao giờ còn nhìn thấy con chó nữa. Con chó quá đẹp và quá khôn. Tôi đã dạy nó không được bước chân lên thảm trong nhà, không được sủa mà chỉ gầm gừ. Tôi có thể tìm cách giữ lấy nó và dẫn nó đi với sợi dây xích. Nhưng lúc đó tôi thực ngây thơ đến độ ngu ngốc.

Như thế, bắt đầu chuyến đi vất vả cuộc lưu đầy của chúng tôi và từ đó tôi đã bắt đầu học hỏi được tất cả.

Trước hết là không bao giờ được rời em bé.

Một ngày kia, sau khi bồng bé trên tay trong lúc đi chân không lội bùn trên một đoạn đường dài, tôi đã giao bé cho chị bếp bồng đỡ cho đôi tay tôi đỡ mỏi và đi cho đỡ mệt.

Và bỗng nhiên khi quay lại tôi chẳng thấy chị bếp đâu cả.

Chị ta đi đâu rồi? Hoảng hốt, tôi kêu to tên chị ấy và tôi nhìn thấy chị ta đang ở cùng với mấy người đàn bà trong nhóm của bà má chồng tôi mà anh phu xe của tôi đang cõng trên lưng.

Tôi đón lại con bé còn chưa biết đi. Đúng là thời loạn lạc này làm xáo trộn ngay cả những đứa bé, tôi không buông con tôi ra nữa.

Trong nhóm, chúng tôi đã bị người ta để ý vì chúng tôi không rời nhau ra và nhất quyết không đi dưới gầm cầu vì dưới đó không thể che chở chúng tôi tránh những làn đạn bắn chéo nhau trên đầu những ai qua cầu.

Thật ra, nếu tôi từ chối đi dưới gầm cầu với con tôi trên tay là vì để không phải thấy những cảnh hãi hùng dưới đó: những thây người thối rữa, bỏ hoang không ai chôn cất. Vào thời kỳ này, chẳng ai lo di chuyển mấy cái xác chồng chất dưới này, cho dù là vì lý do vệ sinh. Nhưng thật không thể tưởng tượng được, cứ mỗi lần ẵm con băng qua cầu thì súng lại ngừng bắn.

Tôi còn nhớ có một ngày trời mưa to. Tôi choàng cho mẹ con chúng tôi bằng hai chiếc áo ngoài bằng len. Đứa bé coi như trò chơi ú tim nên cười khanh khách. Tiếng cười đó có thể nghe được từ xa vì người ta đã để yên cho chúng tôi khi chúng tôi băng qua những chiếc cầu ngăn cách chúng tôi với bộ chỉ huy cộng sản.

Bộ chỉ huy không quá xa nhưng những người dẫn đường cho chúng tôi đã phải đi mất hai ngày mới tới. Chúng tôi đã qua đêm bên ngoài, ngủ dưới đất, không chăn chiếu ngoài bộ quần áo mặc trên người. Khi chúng tôi tới nơi, đó là ngôi nhà sang trọng ở ngoại ô, với một bể nước ở giữa vườn. Chúng tôi chạy ngay lại đó để rửa ráy mặt mũi, chân tay. Đúng lúc đó xuất hiện một thanh niên đẹp trai cao lớn, so với một người Việt thì hắn cao lớn hơn nhiều.

Ăn mặc theo thời trang mới nhất với cái quần đánh *golf* và hai cái áo len: một cái mặc, một cái choàng hờ hững trên vai. Anh ta lớn tiếng hỏi *"Tôi muốn kiếm 'Cụ Bà' Ngô-Đình Nhu,"* và nhìn sang nhóm chúng tôi, nơi có bà mẹ chồng tôi mà anh phu xe của tôi mới đặt bà ngồi lên một cái ghế ở đó.

Thay vì bà lên tiếng, thì chính tôi là người trẻ trong nhóm lại lên tiếng :

- Để làm gì?

Người thanh niên hiểu ngay là anh lầm người. Anh hướng về phía tôi và xin lỗi, không một chút ngượng ngùng, về những cách đối xử tệ hại chúng tôi đã phải chịu đựng:

- Tôi muốn xin lỗi về những gì các vị đã phải chịu đựng trong lúc di chuyển từ đó tới đây, trong những ngày vừa qua, nhưng chúng tôi không thể làm hơn được vì tình thế.

- Tại sao? – Tôi đáp lại – Đâu có ai bắt các ông phải đối xử với chúng tôi như thế đâu, ngủ dưới đất với cái lạnh mùa đông và không được ăn gì ngoài nắm cơm nguội. Và tại sao phải đi đến hai ngày trong lúc chỉ cần một ngày lại bị người ta bắn vào chúng tôi nếu chúng tôi không đi dưới gầm các cây cầu chất đầy xác chết và bao nhiêu những khủng khiếp khác?

Sự phẫn nộ của tôi nó thực và có lý đến nỗi người đó sửng sốt, không biết nói gì hơn là *"Chúng tôi xin các vị tha lỗi cho chúng tôi và vui lòng đi nghỉ trong phòng được dành cho các vị trong khi chờ đợi ăn cơm."*

Chúng tôi chia làm hai nhóm, đi theo người hướng dẫn. Nhóm đầu có mẹ chồng tôi với cô con gái và tôi là con dâu cùng với các con chúng tôi, nhóm kia là nhóm người làm của tôi bao gồm chị bếp và con gái chị và cũng là vú em của con tôi và đứa con trai 5 tuổi.

Nhóm thứ nhất vào một căn phòng, ở giữa có một cái giường lớn kiểu cổ với tấm nệm trần.

Nhóm thứ hai biến đi với người chỉ phòng cho chúng tôi.

Chúng tôi chỉ gặp lại họ sáng ngày hôm sau.

Chúng tôi đi theo những người tháp tùng đến phòng ăn, nơi đó đã bày sẵn một mâm cơm tương đối coi được. Sau đó, khi trở lại phòng ngủ đã được chỉ định cho chúng tôi, chúng tôi mới hiểu là cái giường duy nhất với tấm nệm là cho tất cả chúng tôi.

Nếu nằm theo chiều ngang thì cũng đủ chỗ cho mọi người, nhưng người lớn thì thò chân ra ngoài giường. Ôm đứa nhỏ trong lòng, tôi thiếp đi không thèm để ý gì cũng như đêm hôm trước mà nghe đâu có tiếng la ó ồn ào: *"Có đứa bỏ trốn."*

Họ lôi đầu chúng tôi dậy trong khi "kẻ bỏ trốn" chỉ đơn giản là vì lúc đi đếm đầu người, họ không đếm đứa con chưa biết đi của tôi. Ngủ say trong vòng tay của tôi, đôi chân nhỏ bé của nó không ló ra ngoài tấm nệm. Sau đó, mọi người bị bắt buộc phải ngủ dưới đất lạnh và cố gắng tìm giấc ngủ cho đến lúc bị báo thức đột ngột.

Sáng đó, ở nơi chúng tôi đang ở, người ta cho chúng tôi mỗi người một bát cháo trước khi dẫn chúng tôi đi đến địa điểm chúng tôi phải đến là nơi mà bà chị dâu tôi đã nói trước. Đó là chỗ ở của người tá điền trong gia đình chị. Chúng tôi phải ở đó cho đến khi có lệnh mới. Thỉnh thoảng, ông lãnh đạo cộng sản đến thăm chúng tôi. Người này quả là văn minh so với người cộng sản, vì thế mẹ chồng và bà chị dâu tôi tiếp đãi ông tử tế mỗi lần ông đến thăm chúng tôi. Thật ra, ông ta đến là để coi xem chúng tôi có bỏ đi hay không mà thôi.

Đã tới lúc mà tình hình không cho phép ở lại đây được nữa. Máy bay lạ thường bay lượn trên đầu chúng tôi và thỉnh thoảng lại thả một vài trái bom xuống cánh đồng, như thử nghiệm chuyện gì không biết.

Bà chị dâu tôi quyết định đi xa hơn nữa, tới một nhà dòng, nơi đó ít ra cũng được dự lễ hàng ngày. Nơi chỗ chúng tôi đang ở, chúng tôi không được dự lễ kể cả ngày Chúa Nhật. Cả nhà quyết định tôi sẽ phải đi lên bộ chỉ huy cộng sản để xin giấy thông hành vì tôi trẻ tuổi và lanh lẹ nhất nhà. Tôi đã đi trong một ngày đẹp trời và không gặp vấn đề gì, tôi đã được chính quyền cộng sản cấp cho giấy tờ cần thiết. Người chỉ huy của họ có tên là "Bảy" tỏ ra rất lịch sự. Đến nỗi, trong cái thời Chính Quyền Chính Thống Sau Cùng của Việt Nam khi miền Trung ở dưới quyền chính thức của chú Cẩn – em chồng của tôi – Bảy đã không ngần ngại thỉnh thoảng tới chơi và hỏi thăm về tôi. Tôi là người mà ông ta biết nhiều nhất trong nhóm.

Chúng tôi đã ra đi bằng thuyền với giấy thông hành của cộng sản mà cũng chẳng ai thèm hỏi và đã đến nhà dòng của các bà phước, nơi đó các bà đã dành cho chúng tôi một căn phòng với bốn cái chõng[12].

Cái nôi em bé là một cái thúng được treo từ trên trần nhà mà chỉ cần đụng nhẹ thôi thì nó cũng đong đưa làm cho bé nín khi bé khóc. Những người bé như chúng tôi thì được nằm thoải mái nhất với những chiếc áo bông của tôi dùng làm

---

[12] Một loại ghế dài thấp có thể dùng để ngồi đọc sách hay ăn cơm.

nệm và làm mền. Em bé không làm phiền ai, đúng là một em bé ngoan hiền nhất trên đời và chỉ rời chiếc thúng nôi của mình để được bà nội bồng hay để được tôi dắt tay bé tập đi.

Các bà phước tỏ ra rất vui vẻ có chúng tôi tới đây trú ngụ. Ngăn cách với chúng tôi bởi một bức vách, các bà cả ngày nghe chúng tôi nói chuyện này chuyện kia, trong lúc chúng tôi không hề nghe thấy tiếng các bà: họ giữ im lặng suốt ngày. Các bà chỉ lên nhà ngủ để ngủ.

Trái lại, chúng tôi cả ngày ở trong phòng chung dành cho chúng tôi. Ăn cơm cũng ở trong phòng.

Các bà phước rồi thì cũng hiểu tính tình từng người trong đám chúng tôi.

Các bà thường nghe chị dâu tôi cãi nhau với cô con gái vì những chuyện không đâu. Các bà cũng từng chứng kiến thái độ đáng chê trách thường lộ ra vì chị dâu tôi không thể nào chỉ bảo được cô con gái một mới lên 10 tuổi. Bà chị dâu muốn nói gì thì nói và đã chọn tôi để đổ hết những bực dọc của mình với lý do là tôi chạy đi mà không mang theo được một đồng trong túi cùng với chị bếp và con chị với đứa bế em. Hơn nữa, tôi chẳng biết tin tức gì của nhà tôi và ba má tôi cả. Tóm lại, không có ai lạc lõng và túng thiếu như tôi.

Mọi chuyện càng xấu đi đến độ khi ngồi ăn trên bàn, tôi bị con nhỏ mất dạy hét lên cản tôi:

- Mạ ơi! Dì gắp con cá thứ hai rồi đó!

Không khí trong nhà cũng không khá hơn khi tôi quyết định bán con bò cái và con bê con vốn là của tôi trong đàn bò của bà chị dâu. Với số tiền này, tôi đã có thể mua hai hộp sữa bột lớn bán ngoài chợ. Nhưng vấn đề là phải san ra các hộp nhỏ hơn để có thể mang theo chạy xuống hầm trú ẩn khi có báo động máy bay địch xuất hiện không biết với ý đồ gi. Tôi đã xin lại cô cháu bé tôi những hộp sữa nhỏ cũ mà nó đã lấy để đựng những giấy cắt hình. Nó không chịu. Mẹ nó bênh nó và la lên:

- Sao không xài mấy cái hũ không dùng đến ở trên kệ?

Đó là những cái lọ bằng thủy tinh! Làm sao mang theo mình mà nó không bị vỡ khi chúng tôi phải chạy vội xuống hầm trú ẩn những lúc có máy bay tới?

Cái đề nghị vô lý này chứng tỏ một sự ích kỷ. Tôi nói thẳng mà điều đó chỉ có tác dụng là chứng minh sự ích kỷ của tôi (!) và còn là sự vụng về của tôi nữa (!) vì khi báo động, tôi đã không bảo toàn được mấy cái hũ đựng sữa bột. Khi bom nổ là hũ bể vung vãi sữa bột trên mặt đất khiến tôi buồn vô hạn.

Đó cũng là giọt nước làm tràn ly.

Tôi quyết định, với giấy thông hành được cấp sẽ rời cái nơi cư ngụ đầu tiên, đi về Huế và trú ngụ nơi các Cha Dòng Chúa Cứu Thế Canada. Tôi chia sẻ với chị bếp của tôi và chị đồng ý đi với tôi và con gái chị. Cả nhà dòng đều về phe tôi và thông cảm với tôi nhất là các bà phước biết rằng tôi không thể bỏ bà mẹ chồng ở lại, cho dù là ở lại với con gái ruột của bà.

Nhưng Thiên Chúa đã ban quyết định tốt đẹp. Tôi đến nhà thờ cầu nguyện với nhóm nhỏ của tôi. Đúng lúc đi ra cửa nhà thờ thì tôi nghe có người tới kiếm chúng tôi.

Đó là một Cha ở Dòng Chúa Cứu Thế (DCCT), ngài đến bằng thuyền để đưa chúng tôi về thành. Thật đúng lúc.

May quá, nếu không có chiếc thuyền này đến đón chúng tôi thì mấy người chúng tôi chắc chắn sẽ bị lạc trong vùng đồng ruộng mênh mông này, không biết sẽ như thế nào. Chiếc thuyền được chất đầy lương thực, thực phẩm vì ở Huế đang khan hiếm. Chúng tôi xuống thuyền ngay nhưng phải chờ đến đêm mới tới nơi được. Trời tối mịt, không có ánh đèn nào khác ngoài mồi lửa rơm bện được Cha cầm đưa tới, đưa lui. Thành phố chìm trong bóng đêm đen dầy đặc, trông như hoàn toàn không có bóng người.

Dù sao thì chúng tôi cũng tới được nhà dòng. Các Cha đưa chúng tôi đến một nhà kho và dành cho gia đình chúng tôi một gian đầu hồi. Chú em chồng – Cẩn – đã ở đây rồi. Chú đón chúng tôi mà trong lòng nhẹ nhõm vì chú ấy lo lắng không yên từ lúc chúng tôi biến mất khỏi ngôi nhà đẹp, bên cạnh nhà chú, là nơi tôi trú ngụ. Nhà tôi bị đặt chất nổ phá tung sau khi tôi đi. Tin này làm bà chị dâu tôi tan nát cõi lòng. Tôi mất tất cả bàn, ghế, giường, tủ, nhưng có đáng gì so với cái nhà. Chị dâu tôi hoảng loạn đến độ không muốn xây lại căn nhà trên nền cũ mà quyết định đi vào trong Nam khác hẳn với thuần phong mỹ tục Việt Nam.

Trở về Huế, tôi cũng không dự định ở lại đây lâu. Tôi không thể chịu đựng nổi cái cảnh khó chịu này nữa. Thành phố đối với tôi, như lui về thời đại cổ xưa nào đó, nhất là đã từ một năm nay, tôi không có tin tức gì của nhà tôi cả. Anh đang ở đâu? Anh đang làm gì?

Em bé, đương nhiên không có ký ức nào về cha mình vì chỉ thoáng thấy lúc em mới được mấy tháng tuổi.

Sự phẫn nộ của tôi lên đến tột độ ngay đêm hôm sau khi chúng tôi đến đây.

Trong nhà kho được bố trí thành nhà ngủ cho cả gia đình, cái giường của chú em chồng tôi ở giữa giường tôi và giường chị dâu tôi với đứa con gái. Trong khi cái giường của chú em chồng có mùng và một cái mền dầy mà chú đã cho mang từ nhà chú đến thẳng nhà dòng, tôi chỉ có mỗi chiếc áo ngoài bằng len nhưng lại may chẽn theo thời trang. Đó là chiếc mền quả không đủ cho chúng tôi. Người ta khuyên tôi nên nằm cuốn trong chiếc chiếu như những người dân quê không có mền! Lời khuyên này làm tôi không hài lòng. Tôi đã chịu đựng rét mướt trong suốt mùa đông này vì không mặc đủ ấm. Nhìn thấy cái cảnh ấm áp của chú em chồng, đang đêm, tôi thức dậy trong lúc mọi người ngủ say. Tôi liệng lên người chú cái mền len mỏng thủng lỗ dùng để ủi đồ, và chụp lấy cái mền dầy của chú rồi kéo về phía tôi, trong đêm tối. Chú thức dậy và tôi cảm thấy chú níu kéo để không mất món đồ quý giá của chú. Giận quá, tôi đã phải buông tay và lấy lại cái mền mỏng thủng lỗ mà tôi đã dùng từ đầu cuộc khổ nạn của chúng tôi.

Sáng ra, chú sững sờ nhìn tôi khi tôi tới chào má chồng tôi và thưa với bà là tôi sẽ đi theo đoàn công-voa xe tải qua đèo Hải Vân. Tôi muốn vào Đà Nẵng, vì từ đó, tôi hy vọng có thể đáp máy bay đi Sài Gòn với số tiền bán bò mẹ và bò con của tôi còn để dành được.

Tôi muốn gặp chi ruột tôi đang ở đó để hỏi thăm tin tức ba má tôi và cũng là của nhà tôi.

Mọi người đều sửng sốt vì tôi mới tới đây ở trong cái nhà kho dành cho chúng tôi mà đoàn công-voa thì có thể khởi hành trong chốc lát.

Tôi đã bỏ đi như thế, một tay ẵm con, một tay xách cái thúng làm nôi trong đó tôi để quần áo và tã lót của em bé. Tôi đã không mang theo gì ngoài quần áo tôi mặc trên người, và tôi đã cất bước rời đi sau khi chào từ biệt mẹ chồng tôi; bà cũng chẳng biết nói gì để giữ tôi lại. Tới đoàn công-voa, tôi may mắn lên được chiếc xe mà chỗ ngồi hành khách đang trống. Tài xế là một anh lính Lê Dương tóc vàng, có vẻ là người Đức và chỉ nói tiếng Đức, anh ta đã chấp thuận cho tôi ngồi ghế hành khách bên cạnh. Thật là may mắn! Người lái xe có vẻ có giáo dục và kín đáo. Anh ta chỉ đưa ngón tay cù con tôi mấy cái chứ không làm gì hơn.

Trước khi đoàn xe chuyển bánh, chị vú của con tôi chạy tới. Gia đình đã gửi trả chị cho tôi, nhưng trên xe hết chỗ rồi. Tôi cũng biết là trong Sài Gòn cũng không có việc làm cho chị, trong nhà chị tôi thì người làm thiếu gì.

Chúng tôi chạy về hướng đèo Hải Vân mà tôi đã biết từ thời còn bé vì đã qua đây mỗi năm trong những chuyến đi nghỉ hè.

Đến nơi, tôi xuống xe ở trung tâm của Pháp chịu trách nhiệm vùng này.

Thực dân sau khi trở lại đã đóng quân trên đèo Hải Vân.

Nghe thấy tên tôi, người ta đón tiếp tử tế. Họ dành cho tôi một căn phòng với cái giường có mùng và một cái nôi có màn che cho em bé. Người ta cho tôi biết, hai hôm nữa mới có máy bay nhà binh đi Sài Gòn. Chỉ còn cách phải chờ mà thôi. Điều này cho tôi được dịp làm quen với người sĩ quan Pháp trách nhiệm vùng này: Đại Tá Gilbert, nếu tôi không lầm. Ông ta đã mời tôi dùng cơm cùng với ông trong suốt thời gian tôi lưu lại đây. Lần tiếp xúc đầu tiên với tên thực dân mới trở lại thật là lý tưởng vì người sĩ quan này là một trong những người văn minh nhất. Ông ta đã biết thiên phiêu lưu ký của tôi mà theo tôi, chắc chưa chấm dứt. Ông ta có đủ lý lẽ để thán phục vì thấy tôi đã vượt qua được như thế, một mình với đứa con sơ sinh của tôi, và cái đèo Hải Vân này mà ông chính là người đảm nhiệm an ninh.

Ông ta không có cái may mắn như tôi vì sau đó tôi biết tin ông đã bị tử thương trong một trận phục kích.

Ông ta tỏ ra là một chủ nhà lý tưởng đối với con tôi và tôi, người ta có thể nghĩ rằng một tên thực dân tốt có thể đền bù những sự xấu xa nhất nơi những đồng loại của ông ta. Chỉ cần ông ta tỏ ra văn minh.

Nhưng thực dân đã bôi đen hình ảnh của nó đến nỗi thật là khó mà hình dung được là chủ nhân lý tưởng đối với những người bị những bấp bênh của cuộc đời làm mất tất cả tính cách nhân bản.

Chiếc máy bay chở chúng tôi là một chiếc máy bay quân sự.

Tôi đã phải trả tiền cho chỗ ngồi của tôi và chỉ được một chỗ gần như sát với sàn máy bay, lưng dựa vào một đống bao tải.

Chuyến bay rất nhanh và chẳng mấy chốc, chúng tôi đã bị đẩy vào cái nóng ngột ngạt của Sài Gòn.

Tôi gọi xích lô chở nhanh tôi tới chị tôi. Cho tới trước lúc đó, chị không hề biết tin tức gì về tôi, ba má tôi và vẫn thắc mắc không biết chúng tôi ra sao.

Thấy tôi đột ngột đến nhà với đứa con nhỏ trên tay, mặc bộ đồ đen với chiếc khăn trắng, chị tự hỏi không biết có phải tôi đang đội khăn tang. Dĩ nhiên, chị không thể biết được đây là để tang cho anh cả chồng tôi – ông Ngô-Đình Khôi – đã bị cộng sản giết hại cùng với đứa con trai duy nhất.

Tôi tới bất chợt trong lúc chị đang tiếp cô chúng tôi, người sẽ ở với tôi trong thời gian tôi sống ở Đà Lạt. Sự bất ngờ cũng to lớn như nỗi vui mừng của chúng tôi mặc dù nỗi lo lắng của chúng tôi vì không có tin tức gì của ba má chúng tôi. Họ đã biệt tích cùng lúc với nhà tôi.

Không khó khăn lắm, tôi đã đến ở nhà chị tôi. Con gái chị cũng cùng tuổi với con tôi. Chúng tôi gặp nhau chỉ một lần từ sau đám cưới tôi khi chị muốn khám phá khung cảnh sống mới của tôi. Tôi không biết khung cảnh sống của chị tôi ở Sài Gòn, vì thế đây đúng là một sự đoàn tụ. Tôi có một căn phòng tiện nghi cho tôi và em bé, và tôi cũng có một người chăm sóc cho bé trong suốt thời gian tôi ở lại đây.

Ít ngày sau, một linh mục Dòng Chúa Cứu Thế đến nhấn chuông ngoài cửa. Tôi đã tiếp ngài thay mặt chị tôi. Cha yêu cầu chị tôi đến nhà dòng để gặp một người đưa tin đến từ miền Bắc. Ngày hôm sau tôi tới đó, thay cho chị tôi.

Và tôi đã thấy ai đang vào trong nhà khách?

Đó là nhà tôi mà tôi đã không được gặp từ một năm nay!

Vì không nhận ra ba mình, em bé nhất định không chịu để ba bồng. Tất cả mọi sự đã đâu vào đấy nhất là khi người cha trở về ở trong nhà và được nhìn thấy đứa con mình đang bước đi. Con bé mọi việc hơi chậm nhưng cuối cùng thì cũng bắt kịp các đứa trẻ khác.

Sau một tháng, chúng tôi quyết định đi lên Đà Lạt và tạm sống trong nhà của một bác sĩ là bạn của ba tôi, trong khi chờ đợi xây xong cái biệt thự do ba tôi đặt xây cho gia đình.

Nhà tôi, trước tiên đã ra Huế để trình diện gia đình của anh và lấy một số đồ đạc tôi cần còn để ngoài đó. Sau đó chúng tôi đi lên Đà lạt, lúc đó đã trở về lại trạng thái hoang vu nhưng cũng đang được nhanh chóng vá víu lại.

Như thế, nơi đây, tôi đã sống yên ổn qua cái thời chiến tranh Pháp - Việt, cùng với nhà tôi, thỉnh thoảng, mỗi khi anh có dịp về với chúng tôi trong chốc lát. Chúng tôi đã sinh thêm ở đây hai đứa con nữa, hai đứa con trai: Trác sinh ngày 28/12/1947 và Quỳnh ra đời ngày 23/08/1952.

Cha chúng nó vẫn tiếp tục đi đi, lại lại, ẩn hiện bất thường, không hề báo trước.

Tôi cũng học được cách không cần trông cậy vào anh.

Con gái đầu của chúng tôi đã lớn lên đứng đầu hai đứa em trai. Hằng ngày nó đi bộ đến trường các bà phước *"Couvents des Oiseaux"*.

Con bé cũng giỏi vì đây là đường núi mà nó leo dốc rất nhẹ nhàng, chị bếp tháp tùng để đi chợ sau khi đưa nó tới trường. Một ngày kia, trời mưa tầm tã, tôi thấy nó đi học về, vác cái cặp sách, đi không muốn nổi. Tôi hết sức bất ngờ vì trong cặp đầy là nước mưa, chị bếp cũng không thấy mà đổ đi cho con bé. Tôi giận dữ trước mặt nhà tôi bất chợt hôm đó có nhà. Tôi chạy đi lấy chiếc xe đạp rồi leo lên đạp.

Tôi chỉ nói với anh: *"Không thể kéo dài thêm nữa. Tôi đi cầu xin Chúa ban cho tôi một chiếc xe hơi!"*

Nhà tôi chẳng nói nên lời chỉ biết nhún vai, hai mắt ngước lên trời.

Tôi biến đi dưới trời mưa như trút nước, đạp thẳng lên dốc.

Điều ngẫu nhiên xảy ra ngay sau đó khiến tôi có được chiếc xe hơi riêng. Một chiếc xe chạy thật tốt vì nó là xe của ông chủ ga-ra sửa xe. Ông ta sẵn sàng biếu nó cho tôi nếu tôi giúp ông có thể bán cái ga-ra này được giá. Tôi chẳng biết gì về chuyện mua bán này, vì chỉ có mỗi chiếc xe đạp để đi lại. Tôi nói với nhà tôi. Đúng lúc, anh có người anh em bà con xa mới lên Đà Lạt và có ý tìm một tiệm sửa xe muốn bán để anh ta mua. Vì thiếu tiền mặt, anh ta đã hỏi vay mượn chúng tôi trong khi chờ đợi được các bà phước dòng "Nữ Tử Bác Ái" trả tiền cho anh về những công trình anh xây cất trong nhà dòng. Chuyện này không có vấn đề gì nếu gặp người đáng tin cậy và anh ta hứa chắc sẽ hoàn trả, và chúng tôi đã cho mượn. Công việc ổn thỏa. Ngày trước, ngày sau, tôi đã có chiếc xe hơi ngon lành, lại có cả cái ga-ra sửa xe chuyên nghiệp để bảo trì nó nữa.

Còn gì tốt cho bằng nữa !

Thấy chuyện mua bán qua tay tôi có kết quả tốt đẹp, người anh em bà con đó tin trong đầu là tôi có phép mầu trong lãnh vực tiền bạc và tôi có thể kiếm được bao nhiêu tùy thích. Mặc dù tôi có báo cho các bà phước dòng Bác Ái là chỉ đưa tiền cho anh ta trước mặt tôi, các bà đã không làm như vậy, nghĩ rằng các bà không cần lo lắng gì cả. Vì thế, thảm kịch bắt đầu. Người anh em bà con của nhà tôi nhận được tiền nhưng không trả nợ cho chúng tôi. Anh ta luôn mồm thề độc: *"Cho tôi chết hộc máu ra trên đường nếu tôi không trả đúng kỳ hạn!"*

Và anh ta đã bị như thế.

Gia đình anh ta coi như anh ta đã trả hết nợ nên đã không chịu trả nữa. Cuối cùng, nhà tôi phải can thiệp vào, tôi không biết cách nào, nhưng không ai phản đối món quà của tôi là chiếc xe hơi. Nó thật là có ích lợi cho tôi trong suốt thời gian chúng tôi ở Đà Lạt cho đến khi chúng tôi rời về Sài Gòn.

Trong suốt 8 năm này, từ 1945 đến 1954, tôi không có nơi nào ẩn náu và cư ngụ ngoài cái nơi đã quay về tình trạng hoang dại. Đến độ, lúc đầu, không dám đi băng qua vườn vào buổi tối, để xuống bếp, nếu không muốn đôi khi đụng đầu với cọp beo.

Sống một mình với các con, tôi thấy nhẹ nhõm hẳn lên vì cô tôi đã đến ở với chúng tôi. Cô là con gái bà vợ thứ ba của ông nội tôi. Cô lên Đà Lạt để làm công việc thư ký trong chính quyền Việt Nam và để gặp Hoàng Đế Bảo Đại thường nghỉ hè ở đây. Cô đã dạy tôi cách sử dụng máy may có bàn đạp cổ lỗ sĩ đến nỗi có nhiều người không biết dùng. Điều này làm tôi thích thú, nhất là nó cũng đánh động sự tò mò cũng của Hoàng Đế Bảo Đại mà tôi có nhiều dịp yết kiến ngài.

Tôi cũng còn nhớ đã được coi như "bà tiên" vì đã dự một chuyến đi câu của ngài. Tại sao? Đơn giản là từ trước đến giờ, ngài chưa bao giờ câu được nhiều cá như thế. Một trong những người hầu của ngài là người da đen đã trợn tròn mắt ngạc nhiên. Cả tôi, tôi cũng nghĩ không biết ngài có câu hết sạch cá trên dòng nước này không nữa! Ngài thì trái lại, ngài vẫn giữ vẻ điềm tĩnh. Ngài chỉ mỉm miệng cười khi người hầu da đen kêu lên: *"Thật không tưởng tượng được!"*

Nhờ một mối quen biết chung, Tướng Nguyễn Văn Xuân – tốt nghiệp trường Polytechnique của Pháp, người Việt Nam đầu tiên lãnh đạo trong chính quyền Pháp – các cuộc gặp gỡ của chúng tôi kéo dài một thời gian. Tướng Xuân là anh em bà con với ba tôi, thường lên Đà Lạt để gặp Hoàng Đế Bảo Đại là anh họ của má tôi. Để cho sự gặp gỡ của họ có vẻ riêng tư, họ thường mời tôi đến cùng dùng bữa và buổi tối thường kết thúc bằng một màn đánh bài *Bridge*. Hai người đều thay phiên muốn tôi là tay bài phụ. Nếu người cùng bên với tôi mà thắng, tôi thu tiền của người đó; nếu thua, tôi khỏi phải trả tiền. Thay vì lấy tiền, tôi muốn chọn một món quà. Vì vậy mà tôi và Hoàng Đế Bảo Đại đã thắng được cái máy may có bàn đạp.

Những buổi tối này đối với tôi như có tính cách gia đình vì chính trị đã được đề cập đến trước hay sau khi tôi đến, không bao giờ ở trước mặt tôi.

Cũng có khi những buổi đánh bài được thay bằng một cuộc dã ngoại trong rừng, như thế tôi có thể bơi lội hay nhảy xuống bơi trong những dòng thác nước nếu tôi thích. Tôi giải trí thỏa thích với những người ít khi có thể chia sẻ những trò giải trí thường nhật của tôi .

Nhà tôi, có biết về những buổi tối này và những cuộc gặp gỡ khác trong ngày, mà không hề đả động đến nếu tôi không tự mình nói ra. Những cuộc vui chơi này kéo dài trong suốt thời gian tôi ở Đà Lạt và bắt đầu thưa thớt khi tôi có chiếc xe Simca 8 nhờ đổi xe cũ với ga-ra. Tôi bắt đầu lái xe dưới trời mưa, chở các trẻ em mà tôi gặp trên đường. Tôi đã thực hiện được lời hứa của tôi là chở các trẻ em mà tôi gặp đang đi dưới mưa nếu ngày nào đó tôi có xe hơi.

Mùa mưa, tôi chở không xuể...

Vị linh mục vẫn thường làm lễ ở nhà thờ gần nhà đã ngạc nhiên về những vụ chuyên chở trẻ em và đã hỏi tôi lý do. Khi ngài biết sự thật, là tôi đã hứa với Chúa sẽ chở trẻ em đi bộ dưới trời mưa nến Ngài cho tôi chiếc xe hơi, ngài kêu lên: *"Thật là điên rồ!"* Và ngài giải thích cho tôi rằng việc chuyên chở người khác, nhất là trẻ em như thế phải có bảo hiểm. Vì thế, tôi đã thoát được lời hứa. Sự ngạc nhiên đầu tiên qua đi, người ta cho tôi là một người dị hợm, đó không phải là lời khen ngợi đâu.

Trong cuộc đời như trò hề này, đầu tiên tôi đã sống với chiếc xe đạp là phương tiện duy nhất để di chuyển, rồi ít năm sau với chiếc xe hơi Simca 8, và với chiếc xe đó, tôi đã học được cách sửa chữa sơ đẳng, kéo dài cho tới lúc chúng tôi đi vào Sài Gòn.

Ngày 7/7/1954, Ngô-Đình Diệm, sau một thời gian dài ở ngoại quốc, trở về Việt Nam. Ông đã chấp nhận đề nghị của Hoàng Đế Bảo Đại để trở thành thủ tướng.

Ông Ngô-Đình Diệm khi đó đã yêu cầu em ông – tức là nhà tôi – theo ông vào Sài Gòn. Đến lượt tôi, tôi cũng rời Đà Lạt để vào cư ngụ trong đó.

Chỉ là một cuộc bàn giao mang tính hình thức, một thứ cạm bẫy để nhốt chúng tôi trong một tiến trình sắp xếp do bàn tay của thực dân, nhưng Vận Hội của Việt Nam chỉ có thể hoàn tất qua con đường chính thức duy nhất này đã mở ra cho đất nước.

Vị trí cao trọng này chẳng mang lại lợi lộc gì cho chúng tôi lúc ban đầu.

Chẳng có gì! Nếu không phải là kiếp sống của người cùng khổ trong đó nhà tôi và ông anh của anh; với cả chính phủ, họ phải tự nhốt mình ban đêm trong Dinh để thoát khỏi những âm mưu của công an thuộc phe Bình Xuyên (bọn cướp cạn).

Lúc đầu cuộc sống này, đích thực là cuộc sống của những kẻ điên và bất lương, tôi sống một mình trong dưỡng đường Saint Pierre mà ông anh chồng tôi, lúc đó là Giám Mục Vĩnh Long, đã xây cất ở Sài Gòn, cho giáo phận của ông.

Tôi đã chọn cho gia đình tôi ba căn, một căn có thể làm nhà in cho nhà tôi đang xuất bản tờ tuần san "Xã Hội"[13].

Chúng tôi đã bị đặt trong tình trạng ẩn cư, cạm bẫy thực dân dường như đã hoạt động tốt bởi vì nó đã bao trùm lên chúng tôi. Chúng tôi chỉ còn cách chờ xem cái gì sẽ xảy ra.

Các biến cố đã vượt quá sự tưởng tượng.

Điều mà chúng tôi nghĩ là bắt đầu của sự kết thúc có vẻ nặng nề không chịu nổi. Chỉ cái sự kiện khung cảnh sống của chúng tôi đáng thương đến phát khóc. Nhưng tôi không có nước mắt cho những chuyện này vì cuối cùng, sau bao nhiêu năm thường xuyên vắng mặt, nhà tôi coi như ở nhà mỗi ngày.

"Coi như ở nhà", nhưng thực ra chẳng ai thấy anh.

Tôi biết nhà tôi có ở đây nhưng anh như vô hình vì hầu hết thời gian, anh ở tại Dinh Norodom là Dinh Toàn Quyền cũ

[13] Với việc xuất bản tạp chí này, Ông Nhu đã tìm cách quảng bá một giới tinh hoa Việt Nam có khả năng đảm đương các trọng trách vốn có, cuối cùng là sự trỗi dậy của Việt Nam.

trong thời thực dân và người Pháp đã giao nó cho chính phủ của chúng ta từ ngày 7/9/1054. Sau này, dinh thự to lớn này sẽ trở thành Dinh Tổng Thống và có một tên khác nữa là Dinh Độc Lập.

Ba đứa con tôi và tôi dồn vào hai căn hộ đã được nhường cho chúng tôi để làm nơi trú ngụ trong dưỡng đường Saint Pierre. Tôi đã không phí thì giờ chờ đợi để trang trí cho đẹp và hợp sở thích của tôi làm thành nơi chốn để gia đình cư ngụ một cách thoải mái nhất.

Trong một góc, gần cửa sổ mở ra nhà bếp, có một quầy rượu với những chiếc ghế cao. Gần quầy rượu, ở giữa căn phòng, tôi kê cái bàn để gia đình dùng cơm hằng ngày. Phòng khách gần cửa sổ trông ra sân và mở ra một căn nhà kính bên trong có treo mấy giò lan mà nhà tôi ưa trồng ở Đà Lạt. Chúng cũng sống được với thời tiết ở Sài Gòn. Phía bên kia phòng khách kiêm phòng ăn, tôi đã sắp xếp làm phòng của các con tôi với một tấm vách ván cũ có trạm trổ làm giường nghỉ cho người làm. Căn phòng này có cửa sổ mở ra hàng hiên cửa ra vào. Mỗi phòng đều có một một phòng nhỏ phía sau để làm nhà tắm hay nhà vệ sinh. Sau phòng khách kiêm phòng ăn là nhà bếp.

Vắn tắt, tôi thấy thoải mái trong cái nơi đáng lẽ sẽ làm tôi buồn khi nghĩ về tất cả những gì tôi đã trải qua từ trước đến lúc đó. Thật là tôi không ngờ có một chỗ ở tiện nghi trong cái nơi thật là khiêm nhường ấy.

Ở đây cũng vậy, tôi cũng còn phải ở một mình với các con tôi.

Nhà tôi phần lớn thời gian ở trong Dinh và chỉ bất chợt xuất hiện. Cũng như lần khi vào phút cuối cùng, anh đã cứu sống đứa con trai của chúng tôi mới được một tuổi, là một việc vượt khỏi sự tưởng tượng của mọi người.

Đó là một buổi chiều hết sức nóng bức. Tôi đặt em bé trên một tấm chiếu trải dưới sàn, để nó ngủ trưa, ngay dưới cửa sổ quầy rượu mở ra nhà bếp. Đó là chỗ mát nhất. Và tôi hoảng hồn khi bỗng nhiên thấy từ trong cái ống đường kính khoảng bốn ngón tay (rộng khoảng 8cm) bò ra một con rắn cũng to bằng cái ống!

Chậm rãi, nó bò tới phía em bé đang ngủ cách đó vài ba bước, vừa bò vừa khẻ khè. Nó bò ra khỏi cái ống, tôi thấy được cả chiều dài của nó. Tôi chưa từng thấy con rắn nào ấn tượng như thế, ngoại trừ trong sở thú hay trên hình ảnh. Tôi sợ đến tê liệt thân mình, không kêu nổi một tiếng. Đột nhiên tôi thấy con quái vật bị đâm ở đoạn giữa bằng một cây nhọn làm nó không bò đi được nữa, nằm kẹt dưới chân tường. Nửa đầu và nửa đuôi của nó quằn quại dữ dội.

Chính là nhà tôi đã giết con rắn ngay tại chỗ một cách thành thạo.

Bò tới chỗ em bé, nó chỉ làm một miếng là xong nếu nó tới được đích. Việc tiếp cứu quá là đột ngột! Và thật đáng phục cú đâm bậc sư trước con quái vật lớn cỡ đó.

Hình ảnh này từ đó đã in sâu trong ký ức của tôi như một nhắc nhở chồng tôi là người như thế nào. Người đó, đầy nét quý phái, đã không muốn đối xử giống như thế đối với những kẻ sau này sẽ tấn công vào anh, như những tên phản bội, một cách nham hiểm và lén lút như con rắn này.

Lại còn có buổi chiều ngày khác, tôi đang một mình ngủ trưa trong phòng tôi trên lối nối liền với nhà in của nhà tôi. Tôi đã kiếm được một bộ sa-lông cổ ở chợ bán đồ cũ mà không biết bày ra ở đâu, chỉ còn cách là để nó trong chính phòng ngủ của chúng tôi, vì không có chỗ. Tôi mặc nhiên đã biến phòng ngủ thành một phòng khách nhỏ có phong cách quý phái khiến tôi rất hài lòng.

Bỗng nhiên, tôi nghe thấy ngay bên cạnh phòng tôi, tức là trong nhà in của nhà tôi, những tiếng động liên tiếp như người ta muốn đập phá cái gì. Các con tôi cũng đang ngủ trưa trong phòng riêng của chúng cách với phòng tôi bởi phòng khách kiêm phòng ăn. Tò mò, tôi ngồi dậy để đi xem có chuyện gì. Không gây tiếng động, tôi lặng lẽ sang phòng kế bên vì nó thông ngay ra bên ngoài và mở ra cái sân của dưỡng đường.

Ngoài đó, tôi đã thấy gì?

Một chuyện không thể tưởng tượng !

Tám người ăn mặc chỉnh tề bằng hàng đũi trắng, thứ vải để may âu phục mùa hè cho nam giới ở Sài Gòn, tất cả đều đội mũ cói, cùng ra tay một lúc đánh liên tục một người đang nằm dưới đất, ở giữa bọn họ !

Tôi không biết đó là ai. Người đó có vẻ như bị đè bẹp dưới đất hay đang co quắp người lại.

Phẫn nộ, tôi nắm lấy chiếc guốc, thường hay để đi trong nhà nhất là trong cái nóng bức của Sài Gòn, và tôi đã nện thẳng cánh vào lưng những kẻ điên cuồng này, chúng không thấy tôi đến. Tôi la lớn: *"Mấy người có điên không? Mấy người đánh ai vậy?"*

Đương nhiên, tôi đã làm họ ngưng ngay hành vi bạo lực lạnh lùng và vô cảm của họ. Ngạc nhiên vì sự can thiệp bất ngờ này, họ ngừng tay ... nhưng chỉ là để nhìn về một hướng, nơi có một người cũng ăn mặc quần áo như họ đang đứng đó mà tôi không để ý.

Người đó chỉ làm một cử chỉ như ý muốn nói *"Thế đủ rồi."*

Thế là bọn người đó, người nọ đi sau người kia, bình thản rời chân về hướng từ đó họ đã tới.

Lúc đó tôi mới khám phá ra nạn nhân của họ không ai khác hơn là người trách nhiệm nhà in của nhà tôi. Ông đã bị đánh đập mà không có một lời phản đối hay một cử chỉ kháng cự nào.

Sững sờ, tôi hỏi anh ta đã xảy ra chuyện gì. Anh ta chỉ lau máu đang chảy trên mặt anh với cái nhún vai và tìm cách chỉnh đốn lại hình dáng bề ngoài, anh chỉ nói: *"Ồ! Chẳng có gì."*

Trước sự cương quyết rõ ràng của anh ta không muốn làm lớn chuyện, tôi cũng không miễn cưỡng mà yên lặng bỏ đi cũng như khi tôi tới, dĩ nhiên là trong lòng ngổn ngang những câu hỏi mà tôi không thể hỏi ai nên nhất quyết hỏi nhà tôi. Nhưng anh chỉ trả lời tôi rằng: *"Em đừng để ý!"*

Tôi đã phải trở về với thực tế. Tất cả chuyện này không liên quan đến tôi và nó làm tôi xa cách hơn nữa với những gì liên quan đến nhà in của nhà tôi. Hơn nữa cái anh chàng mà tôi giải cứu, dường như vẫn giữ chức vụ cũ.

Nhà tôi đã giao nhà in cho người khác khi anh dứt khoát rời các căn nhà dành cho chúng tôi trong lúc tôi đang hài lòng với những căn nhà này vì đã bỏ công ra trang hoàng mấy căn đó.

Tôi không còn bao giờ thấy lại những căn nhà này nữa kể từ khi phải rời nơi đây và đi xa đất nước trong vòng ba tháng sau cuộc biểu tình quần chúng đầu tiên của một triệu người di cư từ miền Bắc Việt Nam mà chỉ có tôi mới có thể động viên để ủng hộ bản tuyên ngôn của tôi lúc đó.

Câu chuyện này đáng được nhắc nhớ:

Sau khi Hiệp Định Genève được ký kết ngày 21/07/1954 và đất nước bị chia đôi ở vĩ tuyến 17, người di cư từ miền Bắc Việt Nam ồ ạt vào trong miền Nam. Không một ai dự trù về một làn sóng người lớn lao như vậy và cũng chẳng có sự chuẩn bị nào để đón nhận họ. Nhiều gia đình đã phải ở trong các ống cống lớn bằng xi-măng. Tôi đã thấy tận mắt khi tôi tới thăm họ.

Ngành Công An nằm trong tay Bình Xuyên (bọn cướp sông, cướp biển) không biết tí gì về tổ chức để đối phó với tình hình. Họ chỉ có thể đối phó một cách tệ hại với làn sóng người đáng thương chạy đến với chúng tôi, xanh xao, hốc hác, bị thu hút bởi nguồn tin là Tổng Thống Ngô-Đình Diệm đã nhận được từ Bảo Đại sự "toàn quyền". Nhưng tất cả mới còn trên giấy tờ.

Bảo Đại đã bỏ nước ra đi. Ông thường hay sống ở thành phố Cannes trên bờ biển Azur, phía Nam nước Pháp. Ông cư ngụ tại lâu đài Thorenc mà người Pháp đã để cho ông sử dụng. Khi ông Ngô-Đình Diệm đắc cử Tổng Thống Việt Nam Cộng Hòa, người Pháp chuyển Bảo Đại đến một căn hộ khiêm tốn ở Paris và họ không còn muốn dùng ông để chống bất cứ ai nữa.

Chúng tôi thật là bối rối trước tình trạng tuyệt vọng của tất cả những người di cư này. Tôi đã hiểu rằng nếu tôi mang đến cho họ một sự giúp đỡ nào đó thì khi đến lượt tôi, tôi sẽ có thể trông cậy nơi họ trong trường hợp cần thiết, vào đúng thời điểm.

Và thời điểm đó đã tới thật nhanh và một cách hết sức tình cờ.

Tôi và nhà tôi đã được mời đi ăn trong Chợ Lớn – thành phố Tàu nằm sát Sài Gòn – bởi một ông tướng học trường Bách Khoa Pháp: Nguyễn Văn Xuân, anh em bà con với ba tôi và lúc đó là Phó Thủ Tướng kiêm Bộ Trưởng Quốc Phòng trong chính phủ Ngô-Đình Diệm.

Tướng Xuân cũng mời thêm hai vị cố vấn của Đại Sứ Quán Pháp – các ông Wintrebert và Mourer – hai người mà ông biết là những người cởi mở nhất với Việt Nam và có thể ủng hộ.

Trong bữa ăn, tôi hỏi tướng Xuân tại sao ông không cách chức Tướng Nguyễn Văn Hinh, Tổng Tham Mưu Trưởng Quân Đội Miền Nam Việt Nam vì ông không ngừng "chơi" ông và mới đây lại còn cãi lệnh của Tướng Xuân khi hắn nói với ông Xuân rằng *"Đi theo Bảo Đại qua Pháp đi!"*

Tướng Xuân trả lời tôi: *"Hãy tìm cho tôi năm chữ ký chấp thuận sự từ chức này mà cháu đề nghị tôi!"*

Lúc đứng lên, tôi đã nói với ông: *"Ông sẽ có một triệu."*

Hai ông cố vấn người Pháp chỉ kịp thốt lên: "*Thưa bà, bà quả là quá nguy hiểm!*"

Đó là điểm khởi đầu của việc sẽ trở thành cuộc đời dấn thân của tôi.

Nó làm mọi người ngạc nhiên, kể cả chính tôi.

Sau bữa ăn, nhà tôi lại trở vào trong Dinh là nơi hầu hết các thành viên chính phủ đều cư ngụ, vì không ai tin tưởng được Cảnh Sát, bất lực trong việc duy trì trật tự trong thành phố và cũng không mang lại cho dân chúng một cảm tưởng ổn định nào. Về phần tôi, tôi về các căn hộ của dưỡng đường Saint Pierre.

Tới cửa căn hộ của tôi, tôi thấy hai người dáng vẻ ốm đói: Quang và Hồ. Họ đang chờ nhà tôi.

- Không, không thể gặp được ông ấy đâu, ông ấy đang ở trong Dinh – tôi giải thích cho họ.

Họ trình bày với tôi lý do sự có mặt của họ

- Chúng tôi đại diện cho một triệu dân di cư và có tin là Thủ Tướng Ngô-Đình Diệm đã được Bảo Đại giao toàn quyền. Nhưng tình hình ở đây thực ra không thể chịu nổi. Cảnh sát Bình Xuyên sách nhiễu chúng tôi để đuổi chúng tôi phải về Bắc. Điều này không thể được, dù chúng tôi có muốn cũng không thể được! Chúng tôi phải làm gì đây?

- Bây giờ đừng làm gì cả. Phải chịu đựng. Rồi sẽ xem sao.

Nhưng tôi thương tâm khi thấy sự thất vọng của họ, nên đã nói với họ :

- Trừ khi các anh nghe tôi là làm theo những gì tôi bảo.

- Chúng tôi sẵn lòng! – Đó là câu trả lời.

Từ lúc đó, khởi đầu hành động đầu tiên trong các hành động mà tôi đã đưa ra trên phạm vi toàn quốc, một mình, như được thúc đẩy bởi giác quan thứ sáu, một cách không lường được, mau lẹ, và dứt khoát nữa. Đáp lại, tôi đã thành công hoàn toàn, không có gì trong tay và cũng chẳng có ai phụ tá, ngoại trừ những người di cư với nhau thôi.

Tôi đã giới hạn vào việc bảo hai người đi về nói với đồng bào di cư dưới quyền họ là chỉ cần thực hiện với những gì đang có trong tay, các biểu ngữ với những cây gậy dài không quá 60cm. Họ chỉ cần căng ra khi có người đến chụp hình.

Các biểu ngữ này phải giấu trong giỏ đi chợ, để có thể căng ra vào lúc thuận tiện, phải vẽ bằng mực câu này: *"Chúng tôi ủng hộ kiến nghị của Bà Nhu..."* Chỉ có thế thôi!

- Ngày giờ và địa điểm tụ tập sẽ được thông báo cho mấy người đúng lúc! Mấy người không phải chờ lâu đâu! – Tôi khẳng định với họ.

Tôi còn dặn thêm họ điều cuối :

- Sự thành công của việc này cần giữ bí mật. Mấy người chỉ được nói ra với người khác khi thời cơ đã tới, tức là vài giờ trước đó thôi.

Tất cả vận hành như dự liệu.

Vào ngày N, tức là ngày 21/09/1954, tôi vẫn dùng người liên lạc cũ để thông báo giờ giấc, giờ chợ búa, và địa điểm tập trung là trước Nhà Thờ Đức Bà Sài Gòn.

Người liên lạc chạy về báo với tôi là Cảnh Sát trang bị súng tiểu liên đã được thông báo (bởi ai vậy?) và họ đang ở hiện trường chỗ gọi là Nhà Kiếng, nơi quy tụ đông đảo nhất đồng bào di cư trong thủ đô. Có hai chiếc xe bọc thép chặn các lối ra vào. Tôi leo ngay lên chiếc xe hơi Panhard mầu xanh lá mạ của tôi, cùng với người liên lạc để chỉ chỗ, thực ra cũng khá gần nhà chúng tôi. Tôi thấy Cảnh Sát mặc đồ trận, đeo súng tiểu liên, quả thật đang ở đó, cũng như là hai chiếc xe bọc thép. Tôi bước xuống xe mà không tắt máy, để người liên lạc ngồi lại. Không rời xa chiếc xe, tôi kêu người Cảnh Sát mang súng tiểu liên đang chĩa vào đồng bào di cư:

- Cớ gì các anh ngăn cấm người ta họp chợ?

- Chúng tôi có ngăn cản họ đâu! – Đó là câu trả lời của những người đối mặt với tôi trong lúc họ giấu khẩu súng của họ ra sau lưng.

Quay sang phía đồng bào di cư, tôi nói với họ:

- Đồng bào thấy đó, người ta không cấm đồng bào họp chợ. Đồng bào họp đi.

Khi mọi người giải tán hết khỏi chỗ đó, tôi mới trở lại chiếc xe của tôi và leo lên, bỗng nhiên, những người đeo súng chĩa vào phía tôi ra lệnh:

- Không! Bà không được đi!

- Tại sao?

Không ngần ngừ, tôi đạp ga vì xe còn nổ máy và vọt qua lối đi trước khi Cảnh Sát lấy lại tinh thần. Hoảng hốt, người liên lạc tính xuống xe và nửa người anh ta đã ra khỏi cửa xe, may mà còn đóng, nên đã không cản trở việc tôi phóng xe đi. Tôi chạy đến Nhà Thờ Đức Bà, nơi đó, trên công viên phía trước những người tới được đây đã tụ tập. Họ bình tĩnh mở các biểu ngữ trên đó họ đã ghi tên của tôi. Tôi là tác giả kiến nghị mà họ ủng hộ.

Tôi vội vàng gửi tờ báo tiếng Pháp duy nhất đăng bản kiến nghị của tôi đòi hỏi điều tôi muốn là Tướng Nguyễn Văn Hinh phải ra đi. Điều ngạc nhiên là bài báo nói về cuộc biểu tình trong ngày và bản kiến nghị của tôi đã bị kiểm duyệt bởi chính Bộ Thông Tin của chúng tôi. Bộ cho rằng không thể ủng hộ một cuộc biểu tình mà không có sự đồng ý của chính phủ.

Tôi là người duy nhất không tin tay bộ trưởng này. Và tôi có lý. Cho đến cuối cùng ông ta vẫn ở lại với những người tiếp nối chúng tôi mặc dù ông ta nổi tiếng là gián điệp của cộng sản. Đây cũng là đúng sự thật. Ông ta đã được cộng sản mời mọc ngay khi người Mỹ bỏ lại nơi này cho cộng sản. Tuy nhiên, ông ta đã chọn cách tự tử vì trong thời gian trước, ông ta đã theo phe đế quốc Mỹ. Ông ta không thể tưởng tượng là đế quốc Mỹ lại thua cho cộng sản sau khi hất cẳng thực dân.

Đó là số phận của một gián điệp nhị trùng và kể cả tam trùng, cuối cùng đã bỏ mạng sau khi nghĩ rằng có thể lừa gạt được mọi người cho đến lúc cuối.

Trường hợp này minh họa sự khôn khéo quỷ quyệt của con người đã thành công trong những âm mưu của mình cho đến phút chót.

Cuộc biểu tình đầu tiên mà tôi đã hướng dẫn ngày 21/9/1954 làm mọi người ngạc nhiên, vì tuyệt nhiên chỉ có mình tôi đã nghĩ ra và hướng dẫn thành công. Hơn nữa, có người chống tôi là ông Bộ Trưởng Thông Tin, một tên Việt cộng nằm vùng lợi dụng tôi không biết về chính phủ mà kiểm duyệt bản kiến nghị được cuộc biểu tình ủng hộ và rốt cuộc nó chỉ được đăng tải trên tờ nhật báo tiếng Pháp duy nhất ở Việt Nam. Thật là quá lắm.

Tôi đã vô tình tạo ra một làn sóng chấn động khiến cho Tướng Nguyễn Văn Xuân – lúc đó đương là Phó Thủ Tướng kiêm Bộ Trưởng Quốc Phòng – đã phải từ chức ba ngày sau cuộc biểu tình của quần chúng mà ông không biết trước và ông cho là mình có trách nhiệm. Quả vậy, theo hai cố vấn của Đại Sứ Quán Pháp, ông đã đánh giá thấp những điều tôi nói và coi đó chỉ là một "sự khiêu khích đơn giản".

Tướng Xuân không tự coi là đã "phản bội" thực dân khi không coi lời tôi nói là có giá trị. Dù vậy, ông cũng đã phải từ chức. Tôi chỉ biết sau đó khá lâu, trong lúc ông vẫn là người tôi có nhiều thiện cảm nhất trong các thành viên của chính phủ lúc ông còn ở trong đó.

Tướng Xuân được coi như là "nạn nhân đầu tiên" của tôi.

Là anh em bà con với ba tôi, đối với tôi, ông rất dễ thương cho dù cách nói tiếng Việt của ông không được rành lắm nên rất buồn cười. Chính vì thế mà trong bài diễn văn bằng tiếng Việt đầu tiên của ông, ông đã phải nín thở để hô to những lời cuối và yêu cầu cử tọa cùng hô với ông *"Việt Nam hòa bình muôn năm!"* Nhưng vì không rành tiếng Việt nên ông đã bỏ dấu sai bét, và khẩu hiệu đã biến thành *"Việt Nam hóa bịnh muốn nằm!"* Và lúc đó thiên hạ đã bật cười ồ. Biến cố này ám ảnh ông mãi, không bao giờ ông quên được. Nó cũng mang đầy ý nghĩa về cái kiểu "lựa chọn của thực dân" để tìm người cộng tác.

Sau cuộc biểu tình ngoạn mục ngày 21/9/1954, chính phủ đầu tiên của ông Ngô-Đình Diệm đã phải cải tổ. Người Pháp, lúc đó đã nhờ sự giúp đỡ của Mỹ, nhận được yêu cầu là gia đình họ phải rời khỏi Việt Nam trong ba tháng, thời gian mà chính phủ chưa được hoàn toàn "ổn định" sau lần cải tổ thứ nhất này.

Các cuộc tuyển cử sắp được tổ chức để bầu ra Quốc Hội Lập Hiến và Quốc Hội Lập Pháp sau đó. Cả Pháp lẫn Mỹ đều không muốn thấy tôi được bầu vào trong hai cơ quan này.

Phí công!

Chỉ cần tôi ghi tên ứng cử là tôi chắc chắn sẽ được trúng cử. Và điều này chắc chắn nhờ các cử tri của tôi là đồng bào miền Bắc di cư, chính những người đã tham gia cuộc biểu tình đầu tiên do tôi tổ chức ngày 21/9/1954.

Người ta biết rõ là từ nay, tôi sẽ không thể bị bẩy ra khỏi chiếc ghế của tôi.

Và đúng là như vậy.

Còn về việc tôi phải đi khỏi Sài Gòn, để cho có vẻ không phải là tôi bị "trừng phạt": tôi đã được phái đi tới chỗ ba tôi, lúc đó là Đại Sứ Việt Nam tại Hoa Kỳ.

Duy nhất chỉ có Thượng Nghị Sĩ J.F. Kennedy là nhân vật chính thức của Hoa Kỳ đã mời tôi đi ăn cùng với ba tôi tại Thượng Viện. Đây là đần đầu tiên tôi tiếp xúc với cái cơ chế trung ương này của chính quyền Hoa Kỳ. Tôi đã không giấu nổi sự ngạc nhiên của tôi khi thấy những người ở đây, tất cả đều ở một độ tuổi nào đó rồi, mà hành sử như những đứa trẻ giành chỗ với nhau. Ba tôi có vẻ ngượng ngùng về thái độ ngạc nhiên của tôi. J.F. Kennedy chỉ biết cười trong lúc tôi quên cả ngồi xuống cái ghế mà những người phụ tá đã để trống sẵn, tỏ vẻ ưu đãi người đàn bà ngoại quốc duy nhất là tôi trong ngày hôm đó.

Tôi cũng đã đi Hồng Kông trong chuyến này và tôi được gửi tới cư ngụ tại một nhà dòng Ý của các bà phước ở Canossa.

Tôi cảm thấy thoải mái trong thành phố rộng mênh mông này dù rằng tôi không nói được tiếng Hoa. Dân cư có vẻ coi tôi như một người Tàu và nhìn tôi với đôi mắt thiện cảm. Tôi có thói quen mỗi sáng đi dạo trong các khu phố quanh nhà dòng vốn được dân chúng trong vùng kính nể.

Hồng Kông làm tôi nhớ đến Chợ Lớn, thành phố Tàu sát cạnh Sài Gòn. Cũng nhộn nhịp sôi động như thế, khác biệt là người Hoa ở Việt Nam biết nói tiếng Việt, ăn uống các món Việt và dường như cảm thấy mình cũng là người Việt và đồng thời cũng là người Hoa. Sau này, tôi sẽ có dịp trở lại Hồng Kông để mua cẩm thạch đẹp cho tôi. Kỳ này, tôi ở cùng với các trẻ em người Tàu đang học tiếng Anh. Tôi có dịp hàng ngày luyện tập nói ngôn ngữ này với một cô giáo người Anh và củng cố nền tảng Anh văn học đường mà tôi đã học từ nhỏ trong trường trung học Pháp. Như vậy tôi đã qua thời gian nghỉ hè chăm chỉ để hoàn thiện một ngôn ngữ sẽ mở ra cho tôi một chân trời xa đến vô tận, chân trời của những cuộc tranh luận với cử tọa quen với những thói đấu đá bằng miệng.

Tôi chỉ quay trở lại Việt Nam sau các cuộc bầu cử đầu tiên của nền Cộng Hòa. Tôi gặp lại nhà tôi và các con tôi mà anh đã mang vào ở với anh trong Dinh Tổng Thống trong lúc tôi đi vắng. Tôi đã cảm thấy ngay là minh lại bị dìm vào trong cái bầu khí độc hại này mà bọn thực dân đang tìm mọi cách để ép buộc chúng tôi.

Thực dân điên tiết lên vì chính phủ mới mà ông Ngô-Đình Diệm đã cải tổ. Họ liều lĩnh muốn tấn công ông sau khi ông tới Dinh Toàn Quyền cũ, sau này trở thành Dinh Tổng Thống dưới cái tên Dinh Độc Lập.

Ông Ngô-Đình Diệm đã thành công thu phục những nhóm võ trang thuộc các giáo phái Cao Đài, Hòa Hảo, v.v... Ông chỉ còn dẹp yên Bình Xuyên mà Bảo Đại đã giao cho họ ngành Cảnh Sát ở Sài Gòn.

Ngày 26/4/1955, sau những khó khăn tột độ với bọn Cảnh Sát này, ông Ngô-Đình Diệm đã yêu cầu người đứng đầu của họ là Bảy Viễn phải từ chức. Hắn ta từ chối vì không có lệnh đặc biệt của Bảo Đại. Vì thế phải cách chức hắn. Hai ngày sau, trận chiến nổ ra trong Chợ Lớn giữa Quân Đội và Bình Xuyên. Họ phản công bằng cách pháo kích Dinh Thủ Tướng. Ông Ngô-Đình Diệm lúc đó đã ra lệnh tổng tấn công bọn họ.

Các cơ quan mật vụ Hoa Kỳ tập trung giúp quân đội Việt Nam, tình báo Pháp liên lạc với Bình Xuyên và họ rút ra khỏi Sài Gòn. Quả là một sự nhẹ nhõm cho dân chúng thành phố đã từ lâu bị chúng nhũng nhiễu, nhưng đối với chính phủ thì là một mối lo vì họ có thể lớn mạnh lên và lôi kéo những thành phần chống đối đi vào chiến khu.

Chính trong các cuộc giao tranh này mà Tướng Cao Đài Trình Minh Thế tử trận.

Khi Dinh Thủ Tướng bị bắn phá, đứa con thứ nhì của tôi, lúc đó gần ba tuổi, suýt chết vì bị tấm màn cửa cao hơn 3 thước rơi lên đầu nó. Tôi không biết cuộc chém giết này sẽ chấm dứt như thế nào, bởi vì sự điên cuồng không kiểm soát được của thực dân, và tôi cũng chẳng thiết tìm hiểu thêm.

Tôi đã hy vọng sẽ được trở lại chỗ tôi trú ngụ mà tôi đã cẩn thận sửa soạn, nghĩ bụng sẽ được ở đó. Nhưng không được, tôi đã được đưa thẳng tới Dinh Độc Lập và được dồn vào một căn phòng với cả nhà tôi ở phía sau Dinh. Nó dùng làm phòng ngủ của tôi và nhà tôi.

Đêm đến, chung quanh giường của vợ chồng tôi, chúng tôi dọn ba cái giường vải cho lũ trẻ trong khi bà Xẩm (vú em người Hoa) bế đứa con trai nhỏ nhất dọn một cái giường vải khác trong nhà tắm.

Tôi không biết cái cảnh này kéo dài bao lâu, nhưng cũng phải chờ cho cánh nhà bên kia, nơi có phòng ốc của chúng tôi bỏ trống vì hiện đang có những người trong chính phủ tới lánh nạn vì họ cảm thấy bị nguy hiểm nơi nhà riêng của họ.

Nêu lên điều này để cho thấy là thực dân nó bất nhẫn đến mức nào khi chúng duy trì sự "khủng bố" chung quanh gia đình chúng tôi đến nỗi phải rút vào trong Dinh mà chính chúng đã để cho chúng tôi sử dụng.

Tôi thực lòng luyến tiếc căn hộ nhỏ bé mà tôi đã tốn công sức sửa soạn trước khi phải rời đi nước ngoài. Niềm an ủi duy nhất của tôi lúc này là nhà tôi và các con tôi cuối cùng thì cũng được đoàn tụ, dù là trong bầu không khí bị thường xuyên đe dọa.

Ba tôi, lúc đó là Đại Sứ của Việt Nam tại Hoa Kỳ, đã về thăm chúng tôi. Quả thật, ông đã bực tức thấy tôi ở trong tình trạng tạm bợ như thế. Dường như ông tự hỏi có phải tôi đã mất trí sau khi trải qua những thử thách vượt quá sức tôi. Nhưng ông cũng phải nhận ra rằng, vẫn như thường lệ, tôi dường như không để ý đến điều làm ông thất vọng.

Với thời gian, đương nhiên tôi đã có thể mang lại những cải thiện cần có. Cánh phải của Dinh dành cho gia đình chúng tôi đã trở thành phía được bày biện sang trọng và đẹp đẽ hơn cả, trong lúc cánh trái, ở đối diện với chúng tôi dùng làm tư thất của Tổng Thống thì vẫn ảm đạm như nhà tu.

Dinh cơ của chúng tôi bao gồm hai phòng ngủ rất lớn ở phía trước và hai phòng khác có hai tầng. Trên bao lơn rất rộng nối liền với phòng tôi, tôi thiết lập thành bàn làm việc của tôi. Đứa con trai lớn cùng ở chung phòng với em trai nó. Nó có thể có một không gian riêng biệt. Con gái lớn của tôi lại muốn sang phía bên kia cầu thang và sắp xếp căn phòng của mình bên trên văn phòng của ba nó.

Chúng tôi sau cùng cũng yên nơi ấm chỗ, dù rằng tôi cũng tiếc rằng không còn chỗ cho tôi đặt một cái nhà bếp chỗ nào đó gần ở đây. Cái bếp của chúng tôi ở xa quá đến nỗi tôi chưa bao giờ xuống đó cả. Các món ăn dọn lên cho chúng tôi thường bị nguội và nhà tôi chẳng bao giờ được thưởng thức món anh ưa thích là bánh phó-mát đút lò. Đó chính là cái bất tiện của những ngôi nhà lớn. Nhưng mà phòng ăn của chúng tôi rồi cũng trở thành phòng ăn chính thức khi Tổng Thống tới để dự các buổi tiệc bán chính thức vào buổi tối. Thỉnh thoảng ông cũng sang ăn cơm chung với gia đình chúng tôi. Điều này nói lên sự nghiêm túc mà ông dành cho nơi ăn chốn ở của chúng tôi.

Ngày 23/10/1955, ông Ngô-Đình Diệm tổ chức một cuộc trưng cầu dân ý về việc thiết lập nền Cộng Hòa. Với tuyệt đại đa số 98% chống Bảo Đại, ông trở thành vị Tổng Thống đầu tiên của nền Cộng Hòa đầu tiên được đặt tên là Nước Việt Nam Cộng Hòa. Quân đội được gọi là Quân Đội Việt Nam Cộng Hòa.

Vị tân Tổng Thống đã yêu cầu em ông, tức nhà tôi, trở thành Cố Vấn Chính Trị. Với chức vị này và trong phận sự của mình, Ngô-Đình Nhu đã đề cao thuyết "Nhân Vị" như anh đã quan niệm: Tính Siêu Việt của Phẩm Giá Con Người, nghĩa là sự "Tái Sinh" của mình nhờ khả năng thực hành Nhân Đức, như Đức Kitô đã dạy chúng ta (Mt 19, 28).

Liền sau đó, Quốc Hội Lập Hiến đã được bầu lên. Nhà tôi đắc cử dân biểu. Tôi cũng ghi danh ứng cử ở xa và cũng được trúng cử.

Hiến Pháp được biểu quyết chung cuộc bởi Quốc Hội Lập Hiến và được công bố ngày 26 tháng 10 năm 1956. Ngày này đã trở thành Ngày Quốc Khánh. Quốc Hội Lập Hiến đã chuyển thành Quốc Hội Lập Pháp theo đúng những quy định của bản Hiến Pháp chúng ta.

Các cơ chế của chúng ta đã được thiết lập.

Tình hình trong nước trở lại yên tĩnh là nhờ vào hành động mạnh mẽ của Tổng Thống đối với các giáo phái và phe Bình Xuyên. Nhưng chúng tôi vẫn phải cảnh giác đối với những đe dọa từ bên ngoài đang còn đè nặng trên chúng tôi bởi những người chống đối. Bọn thực dân Pháp đã công khai biến nước Cao Miên thành căn cứ rút lui của chúng và thiết lập tại đó tất cả kho tàng "khủng bố" chống lại Việt Nam. Chính là từ Cao Miên đã xuất phát các cuộc tấn công tội ác của thực dân chống lại chúng ta, đặc biệt là tấn công từ trên không. Có thể nói sự vô liêm sỉ đã đến độ toàn diện. Cuộc tấn công đầu tiên có vẻ vô hại, như là một cú thử nghiệm.

Chuyện đó diễn ra trong năm 1957.

Một hội chợ kinh tế đã được tổ chức tại Ban Mê Thuột, thành phố quan trọng nhất trên vùng Cao Nguyên. Trong vùng này, đất đai màu mỡ và rất thích hợp để trồng cây công nghiệp. Các cơ sở khai thác lớn về trà và cà phê hầu hết thuộc quyền sở hữu của các công ty hay tư nhân người Pháp. Chính phủ muốn khuyến khích việc trồng cây bông để xuất cảng và phục vụ công nghệ địa phương. Nhân cuộc triển lãm này, với tham vọng trở thành gương mẫu, các dân biểu Quốc Hội đã được mời tham dự và lễ khai mạc được cử hành với sự hiện diện của chính Tổng Thống.

Trong lúc lễ khai mạc đang tiến hành, Tổng Thống là mục tiêu của một âm mưu ám sát do một tên cán bộ cộng sản trẻ tuổi ra tay. Tên này nhắm bắn Tổng Thống bằng một khẩu tiểu liên giấu trong áo. Một trong các bộ trưởng bị thương. Thủ phạm bị bắt, bị xét xử và kết án tử hình. Nhưng chắc là Tổng Thống đã ân xá cho hắn bởi vì hắn đã được phóng thích ra khỏi nhà tù sau cuộc đảo chánh năm 1963.

Hành động tội ác của tên này diễn ra trong cuộc triển lãm do Tướng Lê Văn Kim tổ chức, đã làm tổn hại thanh danh ông sĩ quan này vừa mới được thăng chức làm Chỉ Huy Trưởng Trường Võ Bị Sĩ Quan Đà Lạt.

Đưa ra một vài chi tiết về vị sĩ quan này để cho ta hiểu rõ hơn về giới hạn thao tác của chính phủ là không thể nghi kỵ tất cả các cộng sự viên chỉ vì họ đã từng hợp tác với người Pháp. Chính phủ bắt buộc phải dùng lại họ trong các chức vụ chỉ huy.

Đây là trường hợp của Tướng Lê Văn Kim, ông đã từng được tạm thời cắt cử làm sĩ quan tùy viên của Thủy Sư Đô Đốc Thierry d'Argenlieu[14] là người đã được Tướng De Gaulle cử làm Cao Ủy Pháp tại Việt Nam vào ngày 17/8/1945. Từ một sĩ quan tùy viên quèn, ông Kim đã trở thành Chỉ Huy Trưởng Trường Võ Bị Liên Quân của Quân Đội Việt Nam.

Lê Văn Kim còn là con rể của ông bác sĩ bạn của ba tôi và chúng tôi đã có dịp ở nhờ căn biệt thự của ông trong khi chờ biệt thự của chúng tôi được hoàn tất. Ba tôi đã đặt xây với một ông thầu khoán người Ý. Khi ngôi biệt thự này được hoàn tất thì tôi không còn ở Đà Lạt nữa mà đã vào Sài Gòn. Chính chị tôi đã thừa hưởng cho đến khi chị qua ở với ba mẹ chúng tôi bên Hoa Kỳ. Chị bắt đầu học lại mặc dù đã muộn, nhưng chị cũng đậu được những văn bằng đáng giá. Ngôi biệt thự và đất đai bị gia đình bên tôi bỏ hoang cho đến ngày tôi có được căn nhà riêng của tôi.

---

[14] Thierry d'Argenlieu đã từ bỏ cuộc sống tu viện của mình để phục vụ nước Pháp khi ông tham chiến vào năm 1939. Ông đã kết thúc cuộc đời của mình với tư cách là một nhà sư.

Ở Sài Gòn, chúng tôi dần dần bắt đầu sống một cuộc sống bình thường, tuy rằng lúc nào cũng có bầu không khí bất ổn và thù nghịch do bọn thực dân nuôi dưỡng vì chúng luôn bám lấy những tài sản và lợi nhuận của chúng. Tuy nhiên, chúng tôi cũng chẳng chờ đợi một trận ném bom nữa lên đầu chúng tôi trong Dinh Độc Lập.

Ngày 11/11/1960, vào lúc 1 giờ 30 sáng, ngay hôm sau ngày bầu J.F. Kennedy vào chức vụ Tổng Thống Hoa Kỳ, đã nổ ra một cuộc "đảo chánh" bởi các sĩ quan của Quân Đội Việt Nam mà người ta đều biết là những tay sai của thực dân và được xem như một sự phản bội của vệ binh của Tổng Thống. Được báo về cuộc tấn công này, hai người cháu của Tổng Thống chạy vội đến để giải thoát ông. Trong cơn hỗn loạn toàn diện, họ đã bị tử thương tại chỗ.

Một sĩ quan quen thuộc, Tướng Nguyễn Khánh sau đó đã tới trình diện trong Dinh như là phát ngôn nhân của các chiến hữu của ông.

Tôi biết rõ ông Khánh, sĩ quan tùy viên của người anh em bà con với ba tôi: Nguyễn Văn Xuân, học trường bách khoa Pháp và là thủ tướng đầu tiên của "chính phủ" mà thực dân dựng lên ở miền Nam Việt Nam vào năm 1954 sau khi họ thất trận ở Điện Biên Phủ.

Ông ta đã trình diện với tôi để biết khẩu vị của tôi cho cuộc dã ngoại mà ông chuẩn bị trong rừng. Trong các khách mời chính, có Hoàng Đế Bảo Đại, người anh em họ gần nhất của tôi về phía má tôi. Ông ta cho biết là ông chỉ đến nếu tôi sẽ là người khách chính kia.

Thành ra những người đã tổ chức những buổi dã ngoại yên lành ngoài rừng với Bảo Đại và Tướng Nguyễn Văn Xuân ngày đó, bây giờ lại là chỉ huy cuộc "đảo chánh" này sao? Tôi hiểu ngay ra rằng họ có thể đã bị ngoại bang sai khiến, và đó là bọn thực dân.

Tướng Khánh bình thản yêu cầu Tổng Thống vui lòng tiếp kiến một phái đoàn các chiến hữu của ông vì họ muốn đệ trình một bản "yêu sách" để chấm dứt sự "hiểu lầm" đã gây chết chóc cho nhiều binh sĩ trong hàng ngũ Quân Phòng Vệ Tổng Thống. Khi nằn nì để được Tổng Thống chấp nhận, họ biết là họ đã đánh vào điểm yếu của Tổng Thống, cái tính hiếu hòa của ông sẽ thúc đẩy ông tìm con đường hòa giải chứ không đối đầu.

Tối hôm đó, Tổng Thống và quân sĩ phòng vệ đều mặc đồ ngủ.

Nhà tôi để cho ông anh mình giải quyết tình thế. Về phần các con, chúng được đưa xuống hầm. Sau đó, tôi quyết định lên lại tầng trên.

Theo lệnh Tổng Thống, Tướng Khánh đã được dẫn tới gặp ông để trình bầy "yêu sách" do một nhóm sĩ quan chống đối thảo ra và đang tuyên đọc trên Đài Phát Thanh Quốc Gia.

Tổng Thống chỉ nghe bản "yêu sách" mà không nói lời nào. Mọi người đều biết là ông rất ghét sự việc sẽ biến thành bạo động. Khi ông nói, ông không muốn đổ máu, tôi đã can thiệp ngay:

- Tại sao Tổng Thống lại nói như thế? Phần tôi, tôi sẵn sàng đổ máu mình ra!

Trước sự im lặng của Tổng Thống, một binh sĩ Phòng Vệ Tổng Thống, vẫn còn mặc đồ ngủ không ai nhận ra, ra hiệu cho tôi là họ muốn nói chuyện với tôi.

- Bà đừng nói với thằng phản bội này, đuổi nó ra ngoài đi. Và họ chỉ cho tôi thấy xác mấy con vật bị đạn hai bên bắn chết còn nằm chổng bốn vó lên trời.

Tôi không muốn con người này cũng bị chết thảm như vậy và tôi đã đến bên nhà tôi để nói anh ấy can thiệp.

Anh hỏi tôi :

- Em muốn tôi làm gì?

- Trước hết, anh đưa Khánh ra để hắn không bị chết như những con vật ngoài vườn kia. Sau đó, anh đưa quân đến chiếm lại Đài Phát Thanh, chỉ để ở đây đủ người để phòng thủ Dinh này thôi.

Nhà tôi đồng ý liền. Nói rồi, làm liền. Chúng tôi đã tái chiếm Đài Phát Thanh.

Tướng Khánh còn đang nói điện thoại với các đồng phạm của hắn trong khi chúng đang bị bao vây. Họ tưởng là ông Khánh phản họ và cất tiếng chửi rủa ông này thậm tệ.

Hầu hết bọn họ trốn sang Cao Miên, nơi trú ngụ quen thuộc của những người chống đối chúng tôi.

Như thế, chấm dứt cuộc "đảo chánh" thứ nhất của thực dân. Họ trước đó đã biết được thái độ "trung lập" của Đại Sứ Quán Hoa Kỳ tại Việt Nam. Tôi khám phá điều này khi cùng đứng ngang hàng với Tổng Thống và nhà tôi, tôi đã cùng họ tiếp đón người đại diện cơ quan Tình Báo Hoa Kỳ.

Ông ta chủ yếu chú tâm chứng minh với tôi sự "trung lập" của họ.

Cũng lạ là tại sao Đại Sứ Quán lại cảm thấy cần thiết phải "thanh minh" về chuyện này.

Trước những chứng cớ của sự "trung lập" mà tôi thấy quá bỉ ổi, tôi liền nói ngay vào mặt hắn nhận xét này của tôi để hắn hiểu: *"Tôi không chờ đợi điều này đến từ các đồng minh, bạn hữu của chúng tôi!"*

Tổng Thống và nhà tôi, họ muốn giữ im lặng.

Dù sao chăng nữa, phản ứng của tôi đã được bên Hoa Kỳ biết ngay. Dường như đó là lý do của sự tò mò rất đặc biệt mà tôi đã tạo ra trong chuyến viếng thăm của Phó Tổng Thống Lyndon Baines Johnson khi ông này qua Việt Nam để gặp Tổng Thống ngày 12/5/1961.

Ông Johnson đến đây trong một buổi chiều êm dịu, cùng với bà vợ và cô em của Tổng Thống Kennedy – bà Jean Smith.

Tôi không biết đến danh tiếng của những người khách của chúng tôi và tôi cũng không mong đợi chuyện gì đặc biệt. Tuy nhiên, tôi để ý thấy các cửa sổ máy bay đều đóng kín cho đến lúc cửa máy bay mở ra. Và lạ lùng hơn nữa là sự xuất hiện của một người khổng lồ bước vụt ra cửa máy bay khi cánh cửa mới mở. Ông ta lao ra, bất chấp nghi lễ đang chờ đón ông ở chân cầu thang với người đồng chức với ông ở phía Việt Nam đang đứng đó mà ông dường như không thấy.

Một mạch, vị khách băng ngang địa điểm đón tiếp chính thức và đến thẳng trước mặt tôi, đang đứng sau, cùng hàng với phu nhân các vị quan chức, làm lơ như Phó Tổng Thống Việt Nam không hiện diện ở đó. Vì vậy ông này phải chạy theo vị khách danh dự của mình mà ông khách chẳng tỏ vẻ gì là bối rối. Rõ ràng là ông khách chỉ nhận ra tôi qua cửa sổ máy bay chỗ ông ngồi, mặc dù tôi đứng ở phía sau và cách xa chỗ đón tiếp.

Đó là sự bất ngờ to lớn đầu tiên. Nhưng lần đó chưa là gì cả so với những gì sau này sẽ còn gây nhiều phiền nhiễu cho vị khách quý của chúng ta.

Ông khách không biết gì về những cung cách thuần túy Việt Nam của Tổng Thống đối với phụ nữ, và như vậy, trước hết là đối với cô em dâu của ông. Không có vấn đề đứng lên khi tôi đến, trước sự hiện diện của Tổng Thống, làm như vậy đó thể bị hiểu là có ý dạy cho Tổng Thống một bài học về phép lịch sự. Thật là tiến thoái lưỡng nan. Tôi không còn nhớ ông L.B. Johnson đã đối phó với tình huống này như thế nào, nhưng tôi chỉ nhớ có một lần ông bị ngượng khiến tôi phải bật cười. Đáng lẽ tôi có thể điềm tĩnh nói với ông là đừng quá quan tâm đến sự khác biệt về nghi lễ đối với đàn bà. Nhưng tôi đã không làm vì sự kiện ngượng ngùng do ông gây ra làm tôi thích thú.

Trong chuyến viếng thăm chính thức này, tôi đã có nhiều dịp thấy mình có cảm tình với vị khách danh dự cho đến lúc xảy ra một biến cố khiến tất cả chúng tôi hết sức kinh ngạc.

Một biến cố gây kinh ngạc

Xin xét xem có đáng kinh ngạc hay ngơ ngác không. Đó là một bữa tiệc chính thức do Phó Tổng Thống Việt Nam thiết đãi người đồng cấp Hoa Kỳ của mình. Tất cả ngoại giao đoàn và thành viên chính phủ đều có mặt trên một chiếc bàn thật dài. Ở giữa và ngồi đối mặt nhau là hai Phó Tổng Thống hai nước. Tôi được xếp chỗ ngồi bên tay mặt của Phó Tổng Thống Mỹ trong lúc bà vợ ông thì ngồi bên mặt Phó Tổng Thống Việt Nam. Ngồi bên trái ông Mỹ là phu nhân Chủ Tịch Quốc Hội.

Trong bữa ăn, ông Mỹ nhất quyết bắt tôi phải nhận lời sang thăm trang trại chăn nuôi của ông ở Texas càng sớm càng tốt. Nhưng ông không được thỏa mãn vì chuyện đó không nằm trong dự trù của tôi.

Trước sự khẩn khoản của ông, tôi nói lửng lơ:

- Tôi sẽ tới khi ông lên làm Tổng Thống Hoa Kỳ!

Câu nói của tôi đã gây một phản ứng sét đánh nơi ông ta. Ông chồm đứng dậy, nắm lấy bàn tay trái của tôi. Với bước chân khổng lồ, ông kéo tôi theo và tôi chỉ kịp – trong lúc đi sau dãy ghế của chúng tôi – túm lấy tay bà ngồi bên trái ông Phó Tổng Thống Mỹ. Chúng tôi không thể nào cưỡng lại được cái đà của con người xứ Texas này.

Đôi mắt nhìn thẳng phía trước, ông bước những bước thật dài về phía bao lơn của phòng tiệc. Đến đây, trên bao lơn, ông mới nhận thấy rằng tôi đã kéo theo bà ngồi kế bên trái của ông. Lúc đó ông mới nhận thấy sự lôi thôi của tình hình và để chữa thẹn, ông đã đưa ra một lý do chắc là mới lóe ra trong đầu:

- Tôi muốn được bà chỉ cho tôi xem phong cảnh Sài Gòn từ chỗ này!

Bà ngồi cạnh mà tôi kéo theo rất xúc động và luôn miệng nói *"Kỳ cục quá!"* trong lúc tôi phá lên cười không sao nín được! Đáng cười lắm chứ! Quả vậy, thấy ông khách Mỹ của mình đứng lên, ông Phó Tổng Thống Việt Nam tưởng rằng ông ta muốn đọc diễn văn, vì thế ông đã mau mắn lấy chiếc muỗng gõ vào cái ly của mình để yêu cầu mọi người im lặng. Vì thế sự chú ý của mọi người lại tăng lên gấp ba, bốn lần khi chúng tôi chạy ra bao lơn, với bà ngồi cạnh bị kéo theo cái trò lạ lùng này, bà chỉ luôn miệng la lớn *"Kì cục quá!"*

Ông Johnson thấy mình đang bị chìm trong một hoàn cảnh rất lúng túng và chúng tôi không tài nào làm im miệng cái bà ngồi cạnh đang bị xáo trộn tinh thần và cứ lảm nhảm phản đối, càng lúc càng điên loạn hơn. Về phần tôi, tôi cảm thấy bằng lòng vì đã tỉnh trí không để một mình bị lôi kéo bên cạnh người ngồi cạnh khó lường này của tôi.

Trước cả cái bàn ăn dài mà mọi người đều quay mặt nhìn ngỡ ngàng về phía chúng tôi, tôi chỉ có lời giải thích là phá lên cười lớn. Nhưng tội nghiệp cho ông Johnson! Ông ta sẽ giải thích thế nào với vợ ông? Và rồi Tổng Thống Kennedy sẽ nói gì khi cô em ông kể lại cho ông câu chuyện bên lề này?

Ông ta trở về chỗ ngồi. Ông có vẻ choáng váng vì đã làm cái trò hề này và đã mất cả trí khôn chỉ với ý nghĩ sẽ trở thành Tổng Thống Hoa Kỳ. Ý nghĩ này đã đánh vào cái chuông thầm kín trong ông. Liệu ông có phải đã bị ám ảnh đến độ đó không? Và tất cả chuyện này đã diễn ra trước một cử tọa quan trọng và chính thức.

Nghĩ gì về lời nói lửng lơ của tôi, mà theo tôi chỉ là một lời nói đùa và có vẻ như linh ứng bởi vì sau đó Johnson đã thực sự trở thành Tổng Thống Hoa Kỳ.

Và nghĩ gì về những hoàn cảnh bi thảm chồng chất lên đất nước Việt Nam trong nhiệm kỳ tổng thống của ông ta?

Và ông ta, L.B. Johnson, vị Tổng Thống đã bị tê liệt toàn diện bởi sự trầm trọng của tình hình, không biết phải làm gì và ở trong tình trạng bất động hoàn toàn. Đúng vậy, thời điểm xấu nhất trong cuộc đời của ông.

Tại sao? Bởi vì ai cũng thấy ông ta không có một ý kiến rõ ràng nào về việc phải làm gì để đáp ứng lại tất cả các vấn đề đang dồn dập đổ về với ông liên quan đến đất nước chúng ta.

Thật tội nghiệp khi thấy ông không có một phương cách nào để đối phó với cộng sản.

Ông ta để chúng phá vỡ miền Trung Việt Nam vốn xưa nay vẫn biết tự bảo vệ, không cần đến ai và lúc đó được đặt dưới sự phòng thủ của người em chồng của tôi – Cẩn – người độc thân thứ nhì của gia đình.

Chỉ vì thực dân xúi giục, ông Cẩn đã bị bắt đi từ chỗ các cha Dòng Chúa Cứu Thế Canađa mà từ lâu ông đã là ân nhân của các Cha và ông đã bị đưa ra tòa trong một vụ xử án giả tạo. Một mưu đồ để làm cho người ta tin vào "tính đứng đắn" và làm nản lòng đế quốc không can thiệp và gán cho họ tội ác đã gây ra.

Ông Ngô-Đình Cẩn đã bị thẳng tay đưa ra xử bắn vào tháng 5/1964, không có phiên tòa đúng nghĩa của nó. Cùng với ông, người ta đã thủ tiêu người em cuối cùng của nhà Ngô-Đình trong nước.

Lá thư thống thiết gửi cho Johnson, tôi đã viết vì lương tâm đòi hỏi bởi vì tôi biết rõ là mưu đồ đã đang tiến hành.

Nhưng ở Việt Nam phải có phát súng ân huệ để rồi nước ta mới thoát ra được cái bẫy sập cuối cùng và kéo đế quốc Mỹ vào đó.

Thật là bi thảm và đau đớn.

Phát súng ân huệ này đến từ L.B. Johnson. Ông sẽ không bình phục lại được mặc dù ông hẳn là thiên tài biết đánh hơi chính trị.

Sau đó thế nào?

Chung cuộc.

Nước Việt Nam đã dẹp được những tên Pháp cuối cùng còn ở lại trong lúc L.B. Johnson bị kết liễu mà không hiểu gì những gì xảy ra cho mình trong khi báo chí đăng lại bản tự thú đáng thương về sự "hèn hạ" của mình.

Không thể thấy được một hoàn cảnh bi thương hơn thế được.

Lúc trước, tôi đã muốn tìm mọi cách để cho ông hiểu các vấn đề của Việt Nam, ngay trước cái lúc chúng phạm tội gây cảnh hãi hùng trên đất nước của tôi, trong cuộc viếng thăm Hoa Kỳ lần cuối cùng của tôi vào mùa Thu năm 1963, tôi đã nhận lời mời của một người hàng xóm của Johnson đi đến Texas. Điều này đề phòng trường hợp mà một cách tự nhiên ông ta có thể gọi điện cho tôi để nói: *"Tại sao không ghé bên nhà tôi. Như thế bà có thể thấy được trang trại của tôi!"*

Nhưng sau cái lần duy nhất bộc lộ bản chất sôi nổi của ông ở Việt Nam, ông đã bị vĩnh viễn tê liệt.

Từ đó, trên tất cả những tấm hình của ông, người ta chỉ còn thấy con người đông lạnh đang suy nghĩ phải làm hết sức mình để tự chủ lấy mình. Ông bộc lộ tình trạng này trong lá thư duy nhất mà tôi nhận được từ ông để trả lời lá thư của tôi hỏi ông tại sao ông có vẻ "sợ" tôi?

Ông viết: *"Làm sao tôi lại sợ một người phụ nữ dễ thương như bà?"*

Lá thư này, nằm trong đống thư tôi để lại khi rời Paris, cùng với những đồ đạc tôi gửi một người bạn học của nhà tôi khi tôi quyết định rời Paris để định cư tại Rôma. Nó không hề được trả lại cho tôi. Tôi cũng không hiểu lý do tại sao bức thư đã bị thất lạc, cũng như sự kiện lạ lùng khi một người có quan hệ thân tình với ông bạn nói trên đã yêu cầu ông báo cho con trai trưởng của tôi là ông ta muốn được gặp mặt trước khi chết. Ông ta không báo cho con tôi.

Trong một bài báo mà tôi đọc sau này, tôi thấy người bạn này của nhà tôi đã phủ nhận tin ông ta thuộc các cơ quan tình báo của Pháp. Tất cả chuyện này khiến tôi suy nghĩ. Chúng tôi có thể tin tưởng những người chung quanh đến mức độ nào kể từ khi chúng tôi phải rời đất nước ra đi?

Lại nói về Lyndon Baines Johnson thật là một thảm họa là sự thất bại của ông tại Việt Nam khi ông trở thành Tổng Thống Hoa Kỳ sau vụ ám sát J.F. Kennedy.

Tuy nhiên cũng may là ông đã có một chút lương tri, thực ra cũng chẳng chứng minh được điều gì vĩ đại, khi đã tỉnh táo đúng lúc để ra lệnh cấm Không Quân Mỹ ném bom xuống Hà Nội và như thế, Hồ Hoàn Kiếm ở giữa thành phố, một kỳ công nhỏ bé, đã từng chứng kiến biết bao thế kỷ lịch sử của thành phố đã không bị phá hủy.

Nhắc lại những điều xảy ra cho Việt Nam với Lyndon B. Johnson là một thí dụ lịch sử của một sự thất bại ê chề và thảm hại mà có thể khác hẳn, chỉ cần một chút thiên hứng kết hợp với lương tri.

Nhưng trước khi đi đến đây, chúng ta đã phải trải qua một cuộc "đảo chánh" mới do các sĩ quan của Quân Đội Việt Nam được biết đến như là những tay chân của thực dân. Cuộc "đảo chánh" đã nổ ra vào sáng sớm ngày 27/02/1962.

Một phi tuần máy bay cất cánh đi làm nhiệm vụ thả bom, bỗng hai chiếc với lý do trục trặc máy móc, đã xin quay lại căn cứ xuất phát. Trên đường trở về, chúng đã rẽ ra để bay vào không phận Sài Gòn. Chúng nhào xuống Dinh để thả bom. Một chiếc bị trúng đạn phòng không đã phải đáp khẩn cấp xuống sông Sài Gòn. Phi công bị bắt sống và bị xử án tử hình. Tổng Thống dù vậy vẫn muốn ân xá cho hắn và hắn đã ra khỏi nhà tù sau cuộc đảo chánh ngày 02/11/1963. Tên phi công kia bay thẳng sang Cao Miên tụ họp với những kẻ chống đối quen thuộc.

Một trái bom rơi trúng ngay trung tâm của Dinh. Trái bom này dự định sẽ phá sập toàn bộ dinh thự, nhưng nó không nổ. Phần bị nhắm tới là cánh phải Dinh là nơi gia đình chúng tôi cư ngụ. Tất cả cánh nhà bên này bị sập hoàn toàn đè lên phòng của bà Xẩm[15], bà chỉ kịp ẵm đứa con gái út của tôi – Lệ Quyên – lên tay trước khi bị kẹt dưới cái đà rơi từ trên bao lơn phòng con trai lớn của tôi, hôm đó đi vắng. Con gái đầu lòng của tôi đang ở cánh nhà sau đã chạy vội lên để đón lấy đứa em từ tay bà Xẩm và kéo cậu em 9 tuổi chạy theo. Bị kẹt bởi cái đà, không thể nào cứu bà Xẩm ra được. Con gái lớn của tôi chạy đi tìm người đến cứu. Nhưng vừa xuống đến cầu thang thì tất cả đã sập trong biển lửa, không còn đường trở lên lại nữa. Nhà tôi cũng bị lửa chặn đường không đến được với các con. Anh chạy theo dãy hành lang tắt ngang để tìm người cấp cứu. Riêng về phần tôi, vừa chạy vào phòng tắm và khoác lên người chiếc áo choàng thì đã bốn bề lửa cháy. Tôi tìm cách thoát. Bỗng tôi té xuống một cái lỗ hổng xuyên qua hai tầng lầu, rộng đến 10 thước, bên cạnh một trái bom không nổ.

Vừa kịp đứng lên và chạy ra ngoài với không khí trong lành, những phần giữa Dinh đã không còn nữa.

Nhiều nhánh xương sườn bị gãy, và thân mình bị phỏng nhiều chỗ, tôi lần mò trong đống đổ vỡ đi đến một sự hiện diện mà tôi vừa nhận thấy cách đó mấy bước. Nhưng trước khi đến được với người đó, tôi đã ngất xỉu. Đó là nhà tôi! Anh tưởng tôi đã chết trong cánh phải Dinh ngập trong biển lửa. Cánh trái không bị lửa cháy nhưng trơ vơ không bám víu vào đâu được cả, mọi chỗ đều rạn nứt. Vì đã mất hết trong đám cháy, tôi chỉ còn trông cậy vào vài bộ quần áo đang may ở tiệm may. Điều này cũng đủ dập tắt trong tôi mọi thú vui đi mua sắm thêm nữa.

---

[15] Bà vú em người Trung Hoa của Lệ Quyên (sinh ngày 26 tháng 7 năm 1959 tại Dinh Độc Lập).

Từ giờ phút đó, tôi đã nhìn thực dân với sự kinh tởm còn hơn trước nữa.

Về vụ phá hủy Dinh Độc Lập – Dinh Toàn Quyền Pháp ở Nam Kỳ trước đây – Lalouette, viên Đại Sứ Pháp tại Việt Nam, không đến nỗi tỏ ra hài lòng. Nhưng hắn nói rằng, điều hắn lấy làm tiếc trong vụ đánh phá này là sự mất đi của những tấm da hổ rất đẹp – tất cả do nhà tôi bắn hạ – được bày trang hoàng trên lối đi vào phòng ngủ chúng tôi.

Vì ngày đó tôi có khoe với bà Johnson và bà Smith – em của Tổng Thống Kennedy – nhân chuyến viếng thăm chính thức của họ, đã có chụp hình. Nhờ đó, kỷ niệm về những tấm da hổ này đã không bị mất hoàn toàn.

Phải công nhận nhà tôi là một tay săn hổ đáng nể. Nhiều khi anh đã được dân làng cầu cạnh mỗi khi có hổ về gần buôn làng của họ. Chỉ có một lần trong đời, nhà tôi hối tiếc đã để một con chạy thoát bởi vì anh không muốn bắn phát đạn thứ nhì vì sợ làm hư bộ da của nó.

Hình ảnh chứng minh cái lộng lẫy của các bộ da duy nhất trên đời. Nhà tôi biết nỗi vui mừng của tôi khi chàng mang về cho tôi những món quà mà chỉ có chàng mới có thể tặng cho tôi mà thôi.

Về vụ đánh phá Dinh Độc Lập bởi thực dân, tôi không biết chúng có niềm vui nào không để phá hủy nó. Nước Pháp có xu hướng gây ấn tượng với thế giới bằng những công trình xây cất nhưng không thấy được trong đó bất cứ một nét độc đáo nào. Những đường ống kinh hoàng dọc theo những hành lang trong Dinh cũng đủ làm cho chúng tôi lộn ruột lên vì ghê tởm, ấy thế mà chúng vẫn khiến cho những người trước đây đã ở chỗ này không mảy may khó chịu, chắc họ cũng đã quen với những cái này rồi. Vấn đề là sở thích của mỗi người. Dù sao thì cũng có hơi kỳ quặc.

Tôi không biết cái Dinh mới sau này nó như thế nào, hình như nó được "xây riêng cho tôi". Tôi chưa nhìn thấy tận mắt bao giờ, ngoại trừ trên hình ảnh mà có người hảo tâm đã gửi cho tôi.

Dù sao thì sự điên cuồng của Pháp chống Việt Nam mà chúng tôi là đại diện, sau khi được thể hiện bằng vụ phá hủy Dinh Độc Lập, không hạ nhiệt xuống. Chúng còn phải phá hủy nhiều hơn nữa. Huế cũng phải chịu đau đớn vì chuyện này. Ngôi tổ đường của gia tộc Ngô-Đình với cột kèo bằng gỗ trạm trổ tinh vi cũng đã bị phá hủy.

Nền độc lập của Việt Nam kéo dài được trong gần10 năm, từ tháng 7/1954 đến tháng 11/1963[16].

Nền Cộng Hòa tuyên bố ngày 26/10/1956 cũng chưa đúng với những gì chúng tôi mơ ước cho đất nước chúng tôi. Tuy nhiên, trong thời gian đó, mặc dù những thử thách đầy dẫy, Việt Nam đã ngoi lên được trên mặt nước. Việt Nam đã có thể chứng minh cho thế giới rằng Việt Nam là một quốc gia lấy Đức làm nền tảng, phải được nể trọng xứng đáng.

Còn những phê bình, chỉ trích nào mà Việt Nam chưa nghe với những giọng lưỡi từ Tây Phương tự nhận là "Đấng Cứu Thế" nhưng thực chất bao gồm bọn thực dân và đế quốc là chính. Những chỉ trích đó, sau cùng cũng lộ bản chất nực cười không đếm xỉa đến những điều cụ thể chúng tôi đã thực hiện mà chúng làm bộ không biết đến.

Chỉ cần xem những hình ảnh và phóng sự về những điều đã được hoàn tất ở Việt Nam và so sánh với những điều được thực hiện ở các nơi khác là thấy ngay.

Nhưng chẳng có gì, chẳng một lời khen ngợi. Chỉ có bao lời chỉ trích phù phiếm. Chẳng có gì hơn.

---

[16] Tháng 4 năm 1961, Ngô-Đình Diệm ra ứng cử tổng thống tranh với một số ứng cử viên khác. Ông chấp nhận chịu đựng những lời chỉ trích của những người này và của công chúng. Ông đích thân trình bày trước cử tri trong khi tiếp xúc với họ. Ông đã nhận được 60% phiếu bầu. (Xem "Trương Vĩnh Lễ: Việt Nam, Đâu Là Sự Thật?" Ed. Charles-Lavauzelle, 1989)

Về những gì thuộc về hoạt động của tôi trong suốt mười năm này, tôi không ngừng cải thiện với tư cách là người đứng đầu Phong Trào Liên Đới Phụ Nữ mà tôi đã dựng lên.

Phải làm với sự ngưỡng mộ những bổn phận trong mọi lãnh vực đang đè nặng lên vai người phụ nữ Việt Nam.

Tôi không gặp một trở ngại nào trong miền Nam, nhưng khi phải nghĩ đến miền Trung Việt Nam, bảo thủ hơn nhiều, tôi cảm thấy có điều khó nói nơi em chồng của tôi là Cẩn, từ trước tới nay vẫn một mình trách nhiệm vùng này và giữ được sự bình ổn toàn hảo mà không tốn kém gì cho miền Nam.

Tôi đã bắt đầu bước vào đời sống chính trị mà không nhận được một khái niệm căn bản nào về chính trị.

Tôi đã quan sát những người tự cho mình là biết tất cả với sự thông thái bẩm sinh cộng với bằng cấp cao trọng họ đã đạt được. Họ không thèm lắng tai với những điều họ nghe thấy.

Những người tội nghiệp rồi cũng chỉ nói cho mình nghe mà chẳng có ai thèm đoái hoài. Vì vậy phải có những "phe ta" để chuẩn bị phòng ốc, để nghe và vỗ tay lúc cần, làm bộ khinh bỉ khi mình bị chỉ trích. Và rồi sao nữa?

Lúc đầu, tôi đã phải không ngừng giải thích, theo kiểu của tôi, để được người ta nghe theo. Phải thế. Nếu không tôi đã chẳng bao giờ có thể một mình công khai tố cáo những điều mà cả thế giới đã chấp nhận nhằm củng cố sự khống chế không thể chấp nhận được đang đè nặng lên nước Việt Nam đang bị đặt dưới những đặc quyền của Đàn Ông.

Và như vậy Luật thuộc kẻ bề ngoài có vẻ mạnh hơn.

Nhưng trong mọi chuyện, tai họa là điều tốt

Tuy nhiên, ở Việt Nam đã đến lúc mà mọi chuyện đều phải thay đổi để ủng hộ điều mà ít khi được coi như cần thiết, Quyền Phụ Nữ từ lúc nó được cái Đức hỗ trợ.

Ở đất nước chúng tôi, "Đức" đã luôn được coi như nền tảng của mọi sự. Nó đã được nêu rõ trong Hiến Pháp Cộng Hòa của chúng tôi. Nó là chỗ dựa tự nhiên đối với tôi trong công cuộc Bảo Vệ Luật Pháp Kitô giáo. Nhưng, điều lạ là tôi đã bị chống đối bởi chính truyền thông Tây Phương Kitô giáo.

Từ khởi thủy, nền Cộng Hòa của chúng tôi đã ấn định các quyền bất khả xâm phạm của người Phụ Nữ và những quyền trong một xã hội cân bằng. Dù là những vị anh thư như Hai Bà Trưng hay những bà nội trợ gương mẫu gọi là "Nội Tướng".

Độc đáo là người Đàn Bà Việt Nam truyền thống đã trở thành một tấm gương đối với mọi người.

Chính Họ đã làm nên thắng lợi của Chính Quyền Chính Thống Sau Cùng của Việt-Nam-Nhân-Vị[17]!

Ngoài ra, tôi còn đòi hỏi cho người Phụ Nữ Việt Nam sự ủng hộ mạnh mẽ của quốc gia. Đó chính là bằng chứng không chối cãi được là quốc gia đã mang lại cho Phụ Nữ giá trị trọn vẹn của sự ủng hộ và đã mang lại cho Phụ Nữ hình ảnh từ trước đến giờ bị quên lãng. Im lặng hay làm bộ như không biết đều có nghĩa là phạm tội bất công quá đáng.

Một ngày kia đất nước này sẽ phải trả nợ cho tổ tiên mình đã mất đi và thuở ban đầu cái thời đại này, và trả cho người Phụ Nữ đã biết, hơn ai hết, tôn trọng những truyền thống tốt đẹp nhất của Việt Nam.

Về những gì liên quan đến việc "trình bày" về đất nước tôi, tôi chỉ cần nhớ cái thời mà giải phóng được sự chiếm đóng của thực dân, nước Việt Nam đã có thể tự do hơn để bộc lộ bản chất tâm hồn mình.

Vào tháng 5/1963, vụ Phật Giáo bắt đầu.

---

[17] Nhắc nhở: Quyền lực chính đáng tối thượng của Việt-Nam-Nhân-Vị.

Em chồng tôi Ngô-Đình Cẩn, đang cai quản miền Trung một cách hoàn hảo, đã tỏ vẻ lo âu khi thấy ông anh mình là Ngô-Đình Thục trở thành Tổng Giám Mục Huế, thủ phủ của Miền Trung.

Điều này mua vui cho bọn thực dân Công Giáo vốn được Vatican tin tưởng và muốn giữ Sài Gòn, sào huyệt quan trọng nhất của chúng ở Việt Nam, nhưng điều này gây ra thảm họa ở miền Trung, và như vậy là ở Huế nơi mà Tổng Giám Mục vốn có khuynh hướng xâm lấn, đã không biết dàn xếp với em mình.

Thảm họa này trở nên đáng sợ hơn khi Tổng Thống, với tâm hồn một nhà tu, hợp ý nhiều hơn với ông anh Tổng Giám Mục. Tổng Thống chẳng bao giờ thân với người em mình như thế.

Người Công Giáo và Phật Giáo tranh nhau phô trương những sinh hoạt nhân dịp các ngày lễ của tôn giáo mình.

Hành động kích thích của bọn thực dân cộng với ý định phục hồi kế tiếp của cộng sản đã khiến cho mọi chuyện bùng nổ.

Hai người anh lớn của gia đình Ngô-Đình không có một ý niệm nào về tình trạng không cứu vãn nổi đang xuất hiện. Nhà tôi vốn ở phe của ông em và tìm cách nâng đỡ chú ấy, nhưng vô ích. Đã quá trễ rồi và đấy là tai họa.

Không ai trong hai người anh cảm thấy cần phải có một sự thông cảm nhiều hơn với người em mình. Lưu ý họ và nói với họ về điều này có thể bị coi như là hỗn hào. Dù vậy, chỉ cần một chút chú tâm là đâu vào đấy cả. Tôi chỉ biết giữ im lặng.

Nhưng rồi cũng đến lượt tôi phải vãn hồi tình thế vào "phút chót" và với phương cách duy nhất do Chúa ban cho. Đến từ Ngài, giải pháp chỉ có thể là bất ngờ và dứt khoát.

Tổng Thống đã phải công nhận là nhờ ở tôi.

Cũng như mọi lần trước, ông lại nhắc lại câu nói quen thuộc *"Nhờ Bà."* Và chuyện không tiến triển xa hơn, và hai người anh – Diệm và Thục – tiếp tục hành xử theo lối "đàn anh" với người em mình theo cái quyền độc đoán cố hữu của họ.

Trở lại về vụ rối loạn "Phật Giáo", nó được coi như sự tấn công đầu tiên vào Uy Quyền Chính Thống Quốc Gia và đã làm rung động đến độ làm cho chính quyền sụp đổ.

Nhắc lại chuyện này là một bài học cần nhớ mãi đối với Việt Nam. Bởi sự ngắn gọn của việc nhắc nhở này, tượng trưng cho cái xấu đang nhiễm vào đất nước trong một số những truyền thống có từ ngàn năm, trong đó có quyền huynh trưởng áp dụng một cách hoàn toàn theo Khổng Giáo lên em mình. Nhưng làm sao thoát khỏi sự cung kính vâng phục mà không liều lĩnh tạo ra một cái xấu khác có thể là tai hại hơn.

Dù sao thì đây cũng là cơ hội do Bề Trên muốn để cho phép tôi giải quyết mọi chuyện theo ý Chúa muốn và điều này cho phép Sự Thật được mọi người công nhận mà không có vấn đề gì cho bất cứ ai.

Đây là giai đoạn cuối cùng của vụ Phật Giáo đang thành trò cười cho dư luận thế giới chống lại đất nước chúng tôi và những người lãnh đạo của chúng tôi.

Tổng Thống đã thiết lập một Ủy Ban hỗn hợp có nhiệm vụ giải quyết vấn đề Phật Giáo gai góc. Ủy Ban này quy tụ các đại diện chính phủ và các đại diện của Phật Giáo. Ủy Ban được đặt dưới sự chủ tọa của Phó Tổng Thống Nguyễn Ngọc Thơ, chính là người Phật Giáo.

Tôi đã đề nghị thêm lãnh tụ các chính đảng và xã hội vào thành phần của Ủy Ban. Làm như thế cũng có thể giúp tôi được tham gia vào ủy ban. Nhưng Tổng Thống quyết định sẽ đích thân theo dõi vụ này và nhất quyết không muốn tôi tham gia.

Chung cuộc, với Phật Giáo, tất cả mọi chuyện đã diễn ra như ý Tổng Thống muốn. Tất cả dẫn đến một đêm kia, nhà tôi đánh thức tôi dậy. Vẻ mặt mệt mỏi, anh đến nói với tôi: *"Xin lỗi em đã đánh thức em như vậy, nhưng Tổng Thống phải ký văn kiện này và ông muốn chỉ ký khi anh đồng ý. Ông đã theo dõi vụ này từ đầu cùng với chính phủ được đại diện bởi hai người*

Phật Giáo, Phó Tổng Thống và ông Bộ Trưởng Ngoại Giao, Vũ Văn Mẫu. Cả hai người đều khuyên ông ký văn kiện này cũng như vị lãnh đạo Phật Giáo đã ký, nhưng ông muốn anh đồng ý thì ông mới ký. Chỉ có hai trang giấy. Anh không theo dõi vụ này nên chẳng biết cái gì mà nói. Anh biết em để ý chuyện này và anh yêu cầu em nói cho anh biết, anh phải cố vấn như thế nào?"

Tôi chỉ biết nổi giận khi nghe anh yêu cầu điều này.

Tôi đã bị loại ra khỏi Ủy Ban trong lúc tôi muốn được tham dự những cuộc hội họp với tư cách là người đứng đầu Phong Trào Liên Đới. Nhưng khi nhìn ra vẻ mệt mỏi của nhà tôi, tôi thấy tội nghiệp. Tôi cầm lấy trên tay anh tấm giấy đã có chữ ký của phe bên kia, tôi đọc nhanh. Đây là để phản đối. Như mọi khi, họ đòi hỏi những điều đâu có cấm!

Nhà tôi ngạc nhiên, chỉ biết thốt ra :

- Làm thế nào? Họ đã ký trước rồi và họ nói nếu Tổng Thống không làm như họ, họ sẵn sàng phát động nổi loạn ngay tức khắc. Họ đang chờ bên ngoài Dinh.

- Thế thì Tổng Thống cứ ký đi, nhưng trước chữ ký nên viết rằng *"Tất cả những điều này không hề bị ngăn cấm."* Người ta sẽ tự hỏi rằng tại sao chính phủ lại mất quá nhiều thời giờ để cho một việc như vậy.

Đó là lời phê bình duy nhất của tôi.

Tôi hiểu rõ cái mặc cảm của Tổng Thống Công Giáo đối mặt với những rối loạn mang danh là "Phật Giáo" của những kẻ mà ông cho là tuyệt đại đa số[18] trong nước.

Chính má tôi cũng là "Chủ Tịch Hội Phật Giáo Hoa Kỳ", tôi biết là bà đã bị lợi dụng như thế nào cho những mục tiêu chính

---

[18] Vào thời điểm đó, có vô số tín ngưỡng đa dạng ở Việt Nam, với Công Giáo, Nho Giáo và những người theo đạo thờ Tổ Tiên, Phật tử, tín đồ Cao-Đài, tín đồ Hoà-Hảo, người Thượng, người theo đạo Hindu, Đạo Giáo, Hồi giáo,... Các Phật tử chỉ chiếm 30% dân số.

trị mà chẳng hiểu biết gì cả. Tôi không ngần ngại nói chuyện đó với bà bằng đủ mọi cách. Bà giận dữ và kêu ba tôi ra để cãi với tôi. Ba tôi can thiệp là để làm dịu hai chúng tôi, nhưng ông chỉ biết lắc đầu và buông ra câu nói ông quen dùng *"Con khéo lắm!"* trong lúc thực ra đối với ông bà, tôi chỉ muốn tỏ ra đơn giản và nói thẳng trong mọi chuyện. Sự kiện má tôi bị những người Phật Giáo lợi dụng tối đa không làm tôi ngạc nhiên. Những cố gắng của tôi nhằm tách bà ra đã trở thành vô ích, và tôi đã tránh đề cập vấn đề này trước mặt má tôi. Ba má tôi cũng làm như vậy vì ông bà muốn tránh những lời chế giễu của tôi. Thật là tôi không thể coi trọng một "tôn giáo" thoái hóa như thế.

Bực mình vì bị lôi kéo vào một chuyện không liên quan đến mình, nhà tôi chỉ mang trả lại tờ giấy đã được người lãnh đạo Phật Giáo ký trước. Anh thẩy ra giữa bàn họp và nói những điều tôi dặn để Tổng Thống ký.

Ông bộ trưởng người Phật Giáo của Bộ Ngoại Giao – Vũ Văn Mẫu – giữ im lặng và Phó Tổng Thống có vẻ ngượng ngùng, chỉ biết kết luận rằng: *"Các ngài đó uống trà sâm (loại trà chế từ một củ có chất tăng cường sức lực) và chúng ta uống trà thường. Việc này làm cho chúng ta thành người ngu."*

Trước lời bình luận mang tính đồng liêu, Bộ Trưởng Ngoại Giao cạo trọc đầu, hy vọng như vậy sẽ khiến người ta tin vào một mầu nhiệm mà ông không muốn tự giải thích. Nhưng rồi mọi người cũng biết hết.

Sau đó cũng ông Vũ Văn Mẫu này, tự tin là phải giữ đến cùng tư cách là người của thực dân, đã quay lại chống Mỹ. Họ sẽ hiểu họ bị lừa từ đầu đến cuối như thế nào, khi ngày 23/4/1975 (một tuần trước khi Sài Gòn thất thủ) Vũ Văn Mẫu đã ra lệnh cho Mỹ: *"Yêu cầu của chính phủ Việt Nam là phải cuốn gói rời khỏi Việt Nam trong vòng 48 giờ".*

Vũ Văn Mẫu lúc đó làm Phó cho ông Trần Văn Hương, người thay thế ông Nguyễn Văn Thiệu, người của Mỹ mà Pháp đã khiến phải bỏ chạy để thay thế bằng người của họ là Dương Văn Minh, thủ phạm giết hại anh em Ngô-Đình, được biết đến dưới cái tên "Big Minh".

Bọn thực dân tin rằng có thể đưa "Big Minh" lên!

Họ không thành công và người ta đã chứng kiến một đòn "ăn miếng trả miếng" kỳ lạ giữa Pháp và Mỹ. Cũng như trường hợp gần đây, khi Mỹ lấy cớ là chiến tranh đã xảy ra, lợi dụng để xua quân vào Iraq vốn trước đây là vùng "lãnh địa" của thực dân Tây phương.

Thật khó mà tưởng tượng có một cuộc khiêu khích nào tệ hại hơn thế nữa.

Có còn phải nhấn mạnh đến bối cảnh chính trị lúc đó nữa không? Tôi sẽ nhắc lại để nhớ:

Trong chuyến công du cuối cùng của tôi tại Hoa Kỳ năm 1963, xe hơi của tôi được bao quanh bởi một toán hộ vệ còn ấn tượng hơn cả toán của Tổng Thống Kennedy. Đoàn tùy tùng của ông đã phải dừng lại ở một ngã tư đường để nhường cho đoàn xe của tôi đi qua.

Tôi hỏi: *"Ai đó vậy?"*

Câu trả lời *"Tổng Thống Kennedy!"* đã khiến tôi sửng sốt: *"Ồ!"*

Sự ngạc nhiên có lẽ cũng của cả đôi bên.

Tôi còn nhớ có người nói với tôi lúc đó là cảnh sát bảo vệ an ninh cho tôi quá tốn kém trong chuyến thăm viếng chính thức của tôi ở Hoa Kỳ trước đảo chánh và vì thế Tổng Thống Việt Nam và nhà tôi đã thiệt mạng. Lý do là gì? Tôi không biết, nhưng tôi còn nhớ sự bồn chồn chung quanh những di chuyển của tôi tại Hoa Kỳ.

Sự náo động chung quanh sự hiện diện của tôi càng trở nên lớn mạnh hơn nữa lúc có tin thân nhân của tôi đã bị giết hại. Đại Sứ Quán Việt Nam không muốn làm gì để bảo đảm an ninh cho tôi. Con gái tôi – Lệ Thủy – và chính tôi đã được một cặp vợ chồng người Mỹ do một linh mục giới thiệu đã đón tiếp chúng tôi, và tình trạng này kéo dài đến lúc chúng tôi rời Hoa Kỳ đi Ý Đại Lợi.

Cuộc khởi hành của chúng tôi đã tạo ra một cảnh chen lấn không thể tưởng tượng được của giới truyền thông đến độ họ dựng lên những chướng ngại vật chặn đường chúng tôi để chụp hình hai mẹ con tôi.

Cũng lại có một luồng gió điên dại nổi lên khi chúng tôi tới Paris ngày 02/11/1963 sau cuộc đảo chánh. Viên Đại Sứ Hoa Kỳ tại Paris đến nỗi không biết trả lời thế nào cho những câu hỏi liên quan đến tôi. Ông ta chỉ biết nhắc đi nhắc lại câu nói: *"Làm thì bị đày xuống địa ngục mà không làm thì cũng xuống địa ngục luôn!"*

Nói vậy để cho thấy được cái bầu khí quá căng đang bao trùm lúc đó về chuyện chúng tôi.

Ít phóng viên dám nói sự thật liên quan đến tấn thảm kịch của Việt Nam. Dù sao thì tôi cũng kể tên Georges Mazoyer, là người đã có lập trường ủng hộ chúng tôi.

Vừa mới được thăng chức giám đốc một tờ nhật báo ra buổi chiều tại Paris, anh ta đã bị một chiếc xe hơi cán chết trong lúc anh đang đi bộ. Các nhà báo ủng hộ chúng tôi đều biến dần không thấy nữa.

Tôi cũng kể tên cô Suzanne Labin, tác giả một cuốn sách cuối cùng cũng khách quan: *"Việt Nam, Những Điều Tiết Lộ của Một Nhân Chứng"* và bà Marguerite Higgins chết ngày 03/01/1966, vì một bệnh nhiệt đới hiếm thấy. Đây là một phóng viên rất gần gũi với gia đình Kennedy[19]. Bà đã được giải thưởng cao quý Pulitzer và đã được gửi đi công tác tại Việt Nam. Cuộc điều tra của bà kết thúc, bà đã gửi một bản báo cáo cho Tổng Thống Kennedy. Bà báo cho ông là sau khi đi một vòng 42 ấp chiến lược do sáng kiến của ông Ngô-Đình Nhu, bà đã ghi nhận tại chỗ sự ủng hộ của các ấp này đối với Tổng Thống Ngô-Đình Diệm, trái với những gì truyền thông phổ biến. Trở về Hoa Kỳ vào tháng 9/1963, bà xin được yết kiến Tổng Thống. Sau thiên phóng sự của bà, bà đã xuất bản cuốn sách nổi tiếng "Cơn Ác Mộng Việt Nam của Chúng Ta"[20]. Trong tác phẩm này, bà nhận thấy rằng cuộc khủng hoảng Phật Giáo chỉ là một món mồi. Bà thêm rằng mục đích của những "người Phật Giáo" không phải là sự cải tổ tôn giáo mà là cái đầu của ông Diệm, không phải để trên một cái khay bằng bạc, như thủ cấp của Thánh Gioan Tiền Hô, nhưng được bọc trong lá cờ Mỹ. Bà đã ghi nhận là những cán bộ "Phật Giáo" biết rõ các phóng viên, và gọi họ bằng tên thân thiện (thay vì tên gia tộc) của họ.

Mặc dù không khí cấm kỵ và đóng cửa đối với một sự tìm kiếm sự thật đích thực, thỉnh thoảng tôi đã chấp thuận trả lời các cuộc phỏng vấn mà tôi được yêu cầu và vẫn tiếp tục vận động các nhân vật chính trị.

Sau cái chết của con gái lớn của tôi ngày 12/04/1967, tôi đã quyết định sẽ chống lại tất cả bằng sự im lặng. Nó kéo dài nửa thế kỷ.

Cho đến bây giờ sự im lặng mới được cuốn sách này làm gián đoạn nhờ sự khuyến khích của Lệ Quyên, con gái út của tôi, và việc này có thể được xem như một sự huyền bí đối với mọi người. Điều này có nghĩa là nếu nó được hiểu

---

[19] Bà là mẹ đỡ đầu của một trong những người con của Bob Kennedy.

[20] Sách được Harper & Row, New York xuất bản vào năm1965.

như đáng phải thế, thì đó chính là Chúa đã quyết định cho nó được xuất bản.

Theo những gì mà tôi nhận ra, chỉ có thực dân mới biết được cái gì đè nặng lên chúng. Về phần Giáo Hội, Đấng được bầu của Giáo Hội cũng chính là Đấng được bầu của tôi, vì tôi đã biết từ đầu.

Còn muốn gì hơn.

Trong khi chờ đợi, tôi làm điều tôi có thể làm, dọn mình cho điều phải đến, trông cậy tuyệt đối vào Đấng Yêu Thương của tôi vì Ngài chuẩn bị tất cả một cách tốt đẹp nhất cho những điều Ngài muốn.

Về cá nhân tôi sau khi đã nhớ lại những gì phải có về thời thơ ấu, thời niên thiếu và cuộc sống trưởng thành của tôi, tôi phải đồng ý rằng không có điều gì vui vẻ cần để nhớ.

Tất cả đã được bọc trong mùi vị cay đắng ngọt bùi vĩnh hằng làm nổi bật lên nỗi cô đơn của một người mẹ trẻ đã bị bỏ mặc trong một đất nước chiến tranh. Những tình huống lúc đó không hề mang lại cho nàng một sự nâng đỡ hay bảo vệ nào cả. Đến cả chồng nàng cũng đã là một mối đe dọa thay vì là người che chở cho nàng.

Từ đó người phụ nữ trẻ này chỉ còn lại sự giúp đỡ của Đức Lang Quân Trên Trời. Nàng cảm nghiệm sâu đậm dù rằng nàng không thể nói gì cả.

Thái độ tự nhiên trong sự cô đơn tuyệt đối của nàng đáng gây ngạc nhiên. Bây giờ, trong lúc tôi quay trở lại giai đoạn đó, tôi cảm thấy nỗi cô đơn còn đáng sợ này nhiều hơn nữa.

Lúc đó, tôi đã trơ trọi biết bao trong cái thế giới lạc lõng này, nơi tôi hoạt động như không đến nỗi cô đơn đến thế với hai đứa con thơ. Phải tự hỏi làm sao chúng không cảm nhận thấy sự cần thiết đi tìm một sự che chở khác hơn là của một bà mẹ lúc đó chỉ mới hai mươi tuổi đầu, không có một phương tiện cụ thể gì để sống còn.

Bà mẹ này không thiếu cơ hội để chứng minh sự vô tư của mình, như nhảy lên chiếc xe đạp giữa lúc trời mưa. Khi chồng hỏi đi đâu, nàng đã trả lời: *"Em đi xin Chúa cho em chiếc xe hơi."* Sau đó nàng chỉ còn biết kể lại bằng cách nào nàng có được điều gì nàng đã cầu xin.

Chính khi thuật lại cái quá khứ cô đơn này, mong manh dễ bể mà không hề làm ai ngạc nhiên, tôi đã phải âm thầm thán phục là mình không tìm cách phá vỡ sự cô đơn tuyệt đối này.

Ngay cả lúc tôi ở với bà cô tôi trên Đà Lạt, tôi đã không hỏi bà giải thích về những lần vắng nhà của nhà tôi. Tôi không tìm hiểu.

Chúa biết, thế là đủ rồi.

Bây giờ tôi hiểu Ngài đã thấu rõ đức tin tuyệt đối của tôi như thế nào trước mặt Ngài đến chừng nào và tự nhiên đến chừng nào. Ngài chỉ có thể cho tôi cái nhìn tự nhiên điều xảy ra mỗi khi Ngài cảm thấy là tôi đang rất cần thiết.

Chỉ một câu trả lời, nếu có thể nói như thế, cho điều không hề được hỏi nhưng vẫn phải có. Sự kiện tự nhiên đến nỗi, dường như chỉ cần một thời gian của nhu cầu nội tại để tôi có thể được lãnh nhận điều sẽ trở thành của tôi. Khi tôi chỉ cần có Chúa, sự cần thiết như người ta cảm thấy bị bệnh vì thiếu Ngài, điều này trầm trọng đến độ, công bằng mà nói, Ngài chỉ có thể can thiệp kịp thời.

Đó cũng như một mối nợ! Đúng vậy! Tôi đã nhận thấy điều này trong suốt khoảng thời gian cô đơn tuyệt đối này của cuộc đời tôi, luôn bị đe dọa tứ phía.

Làm thế nào một con người không có một sức tự vệ nào có thể sống sót và chịu đựng bất hạnh trong một bối cảnh khủng bố như thế đang đánh vào thân nhân mình? Và làm sao Chúa có thể để cho những tên thủ phạm gây ra hoàn cảnh này gánh lấy chút gì trách nhiệm đối với một đất nước, một dân tộc mà Lịch Sử, Duy Nhất, giải thích những điều vĩnh viễn dành cho mình.

Nhắc nhở những người có trách nhiệm thời đó cũng không làm nặng thêm trường hợp của họ bởi vì thời gian đã đến để họ tính sổ. Thà rằng báo trước cho họ kịp thời để họ không đến nỗi chịu đựng những hậu quả quá đau đớn.

Vì thế tôi chỉ có thể nổi dậy trong lòng để chống lại tình trạng sức khỏe của tôi đang đòi hỏi dĩ nhiên là một phép lạ được chữa khỏi tức khắc và bất ngờ chứ không phải là cái cảnh bình phục chậm rãi mà những mò mẫm đã nghiền nát tôi trong sự trì trệ.

Tôi đã có lúc nghĩ rằng, người ta tìm phương thức chữa bệnh cho tôi chứ không chú tâm tìm cách cho tôi lành bệnh. Đây là điều đã làm ngã lòng đối với một con người thiếu kiên nhẫn như tôi và không thể chịu đựng nổi điều đang đè nặng trên tôi từ nhiều tháng nay.

Chúa là Sự Thương Xót toàn năng. Tôi chỉ có thể nương tựa nơi Lòng Thương Xót và trên những gì Lòng Thương Xót tượng trưng cho tất cả mọi người cho dù tôi dường như bị cô lập trong thâm tâm của tôi.

Lòng Thương Xót của Ngài đối với chúng ta chỉ có thể là sự Trở Lại của Ngài.

Sự trở lại, cuối cùng rồi cũng đến! Trong thời gian vốn thuộc về Ngài và cũng là thời gian của mỗi một người trong chúng ta.

Tôi cảm thấy sự trở lại này biết bao và tôi chỉ có thể giật mình sững sờ khi tôi thấy chung quanh tôi, và nhất là nơi những người thân nhất của tôi, nỗi sợ hãi sẽ bị những ngón đòn hạ cấp khi tôi đã đi rồi.

Chúa đã bắt chúng ta chờ biết bao để theo công lý, đương nhiên là gánh nặng của sự chờ đợi này sẽ không rơi trên những người đã chịu đựng nó một cách oan uổng. Tuy nhiên, dù là một sự bất công mà không được đền trả rộng rãi trên đời này, rồi thì trước sau gì cũng phải trả.

Sự đền trả rộng rãi đối với tất cả mọi người chỉ có thể xảy ra khi sự tận cùng mọi sự sẽ tràn đầy những ân điển của Thiên Chúa cho mọi người.

Tin thì sẽ được, cuối cùng, đây là kết quả của Thánh Ý Chúa.

Dễ dàng viết ra những điều tôi chưa bao giờ nghĩ tới làm cho tôi hiểu được thời gian đã gần hơn tôi tưởng tượng.

Xin Chúa trong sự nhân lành vô biên của Ngài, khấn cho thời gian đi nhanh hơn, tôi không còn xin gì khác nữa.

Chớ gì Ngài chấm dứt khổ hình của "Đấng Kitô của các Quốc Gia" là nước Việt Nam và những người tượng trưng cho Chính Quyền Chính Thống Cuối Cùng của đất nước.

Từ lúc ban đầu, họ đã luôn tận tâm đại diện quốc gia và không đáng phải lãnh chịu cực hình thô bạo nhất đã kéo dài quá lâu.

Đã đến lúc Chúa đợi chờ kẻ tiền định "nhỏ bé" hăng hái hơn trong đức tin thay vì thấy nó ngã quỵ bởi đau đớn thể xác.

Kẻ tiền định "nhỏ bé" này chỉ còn biết khóc, dù lúc xưa không hề than khóc, kể cả trong những lúc khốn nạn nhất.

Kẻ này chẳng làm được gì, như bị đánh quỵ bởi sự đau đớn thể xác đang hành hạ trên cả thân thể của mình.

Những điều được cho phép ngày hôm nay, chắc chắn chỉ được chấp thuận để đánh thức một bản ngã được biết đến nhiều hơn qua tính năng động của mình .

Tôi đã không bao giờ mất đi những đặc tính của bản chất của tôi, đó là cái nhìn chính xác những điều tôi thấy để hiểu rõ hơn bối cảnh trong đó tôi hoạt động. Tôi chỉ có thể ngạc nhiên về sự bi quan của những thân nhân quanh tôi trước sự mệt mỏi của tôi vì tôi biết rằng sự mệt mỏi đó sẽ không thể nào cản trở những gì thuộc về nhiệm vụ của tôi.

Quả thật khóc vì đau đớn, mà không biết rằng đó là cái giá sau cùng, cũng có tất cả giá trị của nó, giá trị thâu ngắn tối đa thời gian chờ đợi cuối cùng.

Lạ là, nhiều người dường như không nhận ra điều đó.

Tại sao?

Chờ đợi đã không còn ý nghĩa nữa kể từ khi Giáo Hội dường như đã an vị thoải mái đến nỗi cho một cảm tưởng không đi tìm vấn đề nào khác ngoài vấn đề phù hợp nhất với mình. Giáo Hội dường như nghĩ rằng có thể đứng vững.

Con người có thể hiểu rằng một thời gian như thế có thể là quá dài dù rằng có nhiều kẻ khác muốn thấy nó còn dài hơn nữa để còn có thể hưởng thụ và lợi dụng. Đó chính là địa ngục đã chiếm phần lớn của nó và chính nhằm tới Chung Cuộc sau cùng mà con người có trách nhiệm phải tính sổ trong cái thời gian còn lại cho mình.

Tôi nói chuyện này một cách bình thản dù rằng tôi cũng ngạc nhiên về cái thời gian mới này đang mở ra cho tôi.

Trong cái đa dạng của những nơi chốn mà tôi đã cư ngụ trong cuộc đời của tôi, tôi luôn có sự nâng đỡ của sự chịu lễ hàng ngày. Tạ ơn Chúa, đã cho bằng chứng của Tình Yêu mãnh liệt của Ngài. Nhờ vào một sự hiệp thông, rất cần thiết cho tôi, tôi đã có thể tiếp tục hành trình của tôi với sự điềm tĩnh quen thuộc của bản chất mình.

Trong cảnh hung ác của một thế giới mà tôi hoàn toàn không biết, trong sự phức tạp khó tin của nó, và dù vậy, nó lại là cái thế giới của tôi, tôi có thể nhận được mỗi ngày những vẻ đẹp gì thuộc thế giới này, dành cho những ai biết thưởng thức.

Lại còn phải xứng đáng mỗi ngày nhận lãnh Bánh và Rượu Sự Sống mà Chúa luôn sẵn sàng ban cho mỗi người trong những người Chúa thương, với sự tắm gội ơn phúc hàng ngày để giữ mình trong tình trạng là con cái ruột thịt của Chúa.

Xứng đáng hàng ngày, đó đúng là điều người con của Tịnh Quang Lâu hiểu được và đang đợi chờ sự trở lại bất chợt của Chúa Đáng Mến của mình! Chờ biết bao! Như chính Ngài cũng chờ!

Trong sự hội tụ này, không gì thiếu được trong niềm vui khi Đấng Yêu Thương trở lại, với những người đã thuộc về Ngài từ muôn thuở đời đời!

CHO HẠNH PHÚC CỦA HẾT THẢY MỌI NGƯỜI!

CHƯƠNG 3
Cống Hiến của Việt Nam

Sau khi thua trận tại Điện Biên Phủ, làm sao mà thực dân lại có thể đòi rút quân vào miền Nam Việt Nam với đầy đủ súng ống, quân trang, quân dụng và hành xử y như là đất nước này thuộc quyền sở hữu của chúng vậy?

Phải chăng cái Tây phương gọi là "Kitô giáo" này đã mang lại thêm một bằng chứng của tính vô liêm sỉ của nó?

Tuy vậy mà từ hồi tháng 7/1954, Tổng Thống Ngô-Đình Diệm đã nhận lãnh trách nhiệm đất nước theo yêu cầu của Hoàng Đế Bảo Đại.

Người Pháp đã không còn trách nhiệm của họ, đáng lẽ phải ra đi và để cho chúng tôi xây dựng nền độc lập mà ngày đêm khao khát và đã giành được.

Nhưng chúng tôi bị ở trong một tình trạng bi thảm vì bọn thực dân với một đoàn ngũ sĩ quan Việt Nam và ngành Công An Bình Xuyên đã giữ nước Việt Nam trong một tình trạng lệ thuộc trá hình và một nạn tham nhũng toàn diện. Khi bọn đế quốc nhảy vào cuộc chơi, kẻ nào trả giá cao thì được.

Bọn thực dân chuyên tâm khủng bố người dân, chỉ cần những người này ho he tỏ ra ủng hộ Tổng Thống của mình.

Nước Pháp xâm lược và cũng là nước loan truyền Phúc Âm, qua sự can thiệp đầy chết chóc của nó đã thể hiện một cách không thể tưởng tượng nổi, đã lôi kéo Giáo Hội vượt quá mức có thể chấp nhận.

Trách nhiệm của Giáo Hội đã bị liên lụy đến độ Giáo Hội không có thể chịu đựng lâu hơn nữa gánh nặng đang đè lên Giáo Hội.

Không nhìn nhận điều này là làm bế tắc sự chuộc lỗi trong lúc vẫn còn thời gian.

Tôi biết đây là bổn phận tuyệt đối của tôi là phải nhắc nhở, không thể chờ đợi được nữa, để hỏi xem điều gì là chính đáng thuộc sứ vụ mà Hội Thánh đã ủy thác cho tôi qua vị Khâm Sứ ở Việt Nam: Đức Cha Astar.

Khi đến Dinh Tổng Thống, trong phẩm phục đại triều, Ngài đã truyền dạy cho tôi sứ vụ này là đi khắp thế giới để bảo vệ và rao giảng sự thật về đất nước chúng tôi.

Và sự thật vĩ đại! Đương nhiên là mang tính cứu độ nếu tôn trọng tính đó.

Đương nhiên là đã có sự chấp thuận của Tổng Thống trước khi quyết định ra đi cùng với con gái đầu lòng của tôi.

Tôi và con tôi khởi hành ngày 12/09/1963.

Thời gian đối với chúng tôi có hạn vì chúng tôi đã hoàn thành nhiệm vụ cho đất nước và bây giờ quan trọng là phải chứng minh việc đó.

Sứ mạng này như vậy được giao phó cho tôi bởi Giáo Hội đã tới quá trễ vào đúng cái thời điểm lịch sử của đất nước chúng tôi.

Lúc khởi đầu truyền bá Phúc Âm, Giáo Hội đã đi bên lề điều Chủ Yếu.

Khi Giáo Hội mang đến cho con người Việt Nam sự đăng quang của họ, nghĩa là sự cứu độ bởi Mình và Máu Đức Kitô, Sự Cứu Độ trong Thánh Thể, Giáo Hội đã làm hỏng một cách không thể tha thứ được qua sứ mạng của mình. Quả vậy, Giáo Hội đã bắt buộc nước Việt Nam đang được Phúc Âm hóa, trước hết phải chối bỏ điều làm nên giá trị đặc trưng của dân Việt, đó là việc Thờ Cúng Tổ Tiên, mà điều này được thực hiện ngay từ lúc đầu tiên.

Từ ngàn đời vì đã luôn tin vào phong tục Thờ Cúng Tổ Tiên như là nền móng nội tại của thiên tính Con Người bởi vì con người còn sống sau khi chết, Việt Nam đã nhận được sự chúc phúc trước mặt Thiên Chúa :

"Hẳn Chúa yêu thương Tổ Tiên,
Toàn dân thánh ở trong tay Chúa.
Và họ phục dưới chân Ngài,
Mỗi người nhận lấy lời Ngài phán."
(DT 33.3)

Với chúng tôi, phong tục Thờ Cúng Tổ Tiên quan trọng đến độ không thể tưởng tượng có ai dám phạm đến. Ngoài ra, gia đình bên chồng tôi – dòng họ Ngô-Đình – ở Huế mừng Tết Nguyên Đán và dành ngày mồng Ba – cũng là ngày chót của Tết – để tổ chức một Thánh Lễ trọng thể cầu cho người quá cố trong gia đình làm ngày giỗ kỵ. Như thế, họ đã cử hành trước mặt mọi người được mời – Công Giáo hay không – lễ nghi Thờ Cúng Tổ Tiên.

Sự tổng hợp tốt đẹp này do gia đình Ngô Đinh thực hiện, chúng tỏ họ không phải là "thờ cúng tượng thần của Tổ Tiên" họ, và cũng được chia sẻ bời nhiều người đồng đạo rất kinh ngưỡng ông Ngô-Đình Khả – cha chồng tôi – là người đã có thiên hứng về sự kết hợp này. Giá trị của cụ Ngô-Đình Khả được đích thân Hoàng Đế, vốn là học trò của cụ, đã sắc phong cụ chức Bộ Trưởng Bộ Lễ.

Sự tổng hợp này không hề chiếm ưu thế trong giáo huấn của Hội Thánh.

Phần lớn dân tộc Việt Nam đã tránh xa việc truyền bá Phúc Âm và như thế đã ở trong tình trạng bị mất đi sự đăng quang mà Đức Kitô, Đấng Cứu Chuộc của họ, đã muốn cho "Con Người".

Lỗi lầm của Giáo Hội càng tỏ ra bi thảm khi dân tộc này, trong sự chờ đợi Đấng Thượng Đế và trong phong tục Thờ Cúng Tổ Tiên của họ, đã được chuẩn bị cách chính đáng và đặc biệt bởi Thiên Chúa để đón nhận Con Yêu Dấu của Ngài, Đức Kitô.

Qua phong tục Thờ Cúng Tổ Tiên, được nâng lên từ những tử vong giản dị và vô ích người Việt Nam thờ như tổ tiên, đã dành cho Thượng Đế con Số Vừa Đủ cần thiết để cứu vớt con số đông[21].

Kể từ ngày đó không có gi con Số Vừa Đủ này không đem lại được cho chính Thượng Đế và cho cộng đồng bao la của Nhân Loại.

Sự thờ kính tự nhiên và hằng ngày này đối với tổ tiên được thể hiện một cách hiếu thảo và cảm động bằng những bữa cơm chia sẻ với các vị này, riêng đối với những người Việt Nam theo đạo Công Giáo, nó được thể hiện bằng Thánh Lễ và Hiệp Thông Kitô giáo hàng ngày.

Trên điểm này, phải công nhận rằng tất cả hạnh phúc trên đời này tùy thuộc, đầu tiên vào Hội Thánh.

---

[21] Xem sách Sáng Thế Ký, chương 18, câu 22 đến câu 33: Tổ phụ Áp-ra-ham cố gắng đạt được từ Chúa sự cứu rỗi của tội nhân bằng cách cầu xin một số lượng Người Công Chính có thể nhận được sự tha thứ cho tội nhân nhưng nhiều hơn họ. Con số này có thể cứu được số lượng lớn tội nhân.

Chớ gì Giáo Hội cảm nhận thấy nhiều hơn và thấm nhuần hạnh phúc này trong tất cả chân lý và Giáo Hội sẽ có ngay những gì thuộc về mình.

Không phải không có lý do mà sứ vụ này được đến tay tôi, sứ vụ phục vụ Giáo Hội trong cái mà chỉ Giáo Hội mới có: đó là hạnh phúc trên đời khi đi theo Chúa như ý Ngài muốn.

Sự oán hận của tôi đối với toàn thể thế giới đã làm tôi gần như quên đi rằng Hội Thánh nắm giữ Phép Lạ Vĩnh Cửu để canh tân các linh hồn mà chỉ cần con số vừa đủ các linh hồn cũng thoả mãn Giáo Hội.

Người ta có thể đạt con số vừa đủ này bằng cách mỗi người trở thành môn đệ của Đức Kitô và như thế là "con cái ruột thịt" của Ngài nhờ vào giáo môn "Tịnh Quang Lâu" mà Chúa đã soi sáng cho tôi.

Với sự hình thành con số vừa đủ này, kết cuộc hạnh phúc, thế giới khám phá ra Phép Lạ Vĩnh Cửu do Giáo Hội nắm giữ và có được, nhờ Giáo Hội, sự chấm dứt của Hỏa ngục, và như thế "Sự Giao Hòa giữa Trời và Đất" như ý Thiên Chúa muốn.

Với sự hình thành con số vừa đủ này, người Việt Nam mang lại sự cống hiến không đo lường được, sự cống hiến các linh hồn luôn còn sống động trong các vị Tổ Tiên mà họ tôn kính để dâng lên Thiên Chúa toàn năng mà họ có thể cảm nhận tuy rằng không biết đến Ngài nếu họ không được Phúc Âm hóa.

Điều này nói lên sự sai lầm không thể đo lường được của những Sứ Giả Thiên Chúa[22], các vị khi giới thiệu Thiên Chúa mà họ không hề quen biết và khi mang đến Mình và Máu Đấng Thiên Sai, Đấng Cứu Độ, đã bắt buộc họ trước tiên phải từ bỏ những lễ vật họ có thể mang đến dâng cho Chúa.

[22] Nhà truyền giáo.

Tôi không biết nhắc lại sao cho đủ bao lâu Hội Thánh còn chưa thừa nhận công khai và nhất là kịp thời, lỗi lầm to lớn này[23].

Chính do nước Pháp, vốn là "trưởng nữ của Giáo Hội" đã đi xâm lược mà đất nước tôi đã bắt đầu chịu sự giày xéo. Đã có cái thời điên loạn từ phía thực dân khi mà Việt Nam, cuối cùng, cũng đã có được một vị Tổng Thống đầu tiên. Chúng còn không biết cách quay về đâu để phá hoại chúng tôi để thu hồi được một chút những gì họ đã mất.

Sau đó nữa, trong lúc chúng tôi phải trình bày thành quả đã đạt được bởi nền Cộng Hòa non trẻ của chúng tôi, thì bọn đế quốc đã tìm mọi cách, với quân đội và chuyên gia của họ, chiếm đoạt quyền làm cha mẹ.

Để nhận vơ những điều mà họ chúng không thể có, khi đối diện với chúng tôi, trình bày như là "của họ", họ đã đi đến việc phạm vào cái tội xấu xa nhất trong các tội, đó là giết chết Tổng Thống nước Việt Nam và chồng tôi.

Sau cái ngày thảm họa 02/11/1963 khiến hai anh em nhà Ngô-Đình mất mạng, đất nước đã bị ném xuống địa ngục bởi các thế lực đế quốc và cộng sản.

Thực dân, về phía họ, vẫn kiên trì trong thú tính giết người. Chúng tấn công đến cả con cái và chính bản thân tôi. Con gái đầu lòng của tôi đã chết năm 1967, ở Pháp, gần Longjumeau, trong một tai nạn giao thông mà tình tiết không hề được đưa ra ánh sáng.

Tây phương cuối cùng đã thắng được tôi bởi vì họ đã thành công làm tôi im mồm để trao đổi với việc họ để tôi yên.

Im lặng gần như hoàn toàn, nếu không chỉ có một vài lời nguyền rủa ngắn gọn *"Ai chết mặc ai!"* nói lên rằng mọi chuyện đã trở nên dửng dưng đối với tôi.

---

[23] Xem Phụ lục 2: "Giáo Hội và Việt Nam"

Không có gì là quan trọng đối với tôi nữa và sự dửng dưng này đã kéo dài hơn nửa thế kỷ.

Để kết thúc chúng ta phải làm bản tổng kết để chuẩn bị cho một cuộc vùng lên cuối cùng.

"Sự liên kết của Trời và Đất" đã sẵn sàng cho những người luôn mong muốn nó miễn là họ không cho phép mình bị phân tâm.

Tôi không nghĩ rằng sự kết thúc của thời gian thể hiện qua một sự biến động lớn, mà nó sẽ là một sự kiện cực kỳ êm dịu.

Cái cũ tự hiện hữu như hiện tại, tinh thần sẽ được chuẩn bị để không làm phiền bất cứ ai.

CHƯƠNG 4
Không Gian của Sứ Mạng

Sự xảy ra của biến cố này làm tôi cảm thấy sự êm dịu to lớn đòi hỏi là tất cả phải san bằng những bất công không thể chấp nhận còn đang kéo dài chống lại "Đức Kitô của Các Quốc Gia" là Chính Quyền Chính Thống Sau Cùng – Nhân Vị nếu không muốn chúng tái diễn dưới một dạng khác.

Bắt buộc phải rời đất nước, tôi định cư ở nơi mà nhà tôi đã quyết định xây dựng nên, gần bên thành phố Rôma, một Trung Tâm Văn Hoá Tôn Giáo mở ra cho thanh niên sinh viên Việt Nam như đã từng có một trung tâm như vậy ở Paris.

Trên một ngọn đồi trồng cây ô-liu, có một nhà nguyện ở giữa Trung Tâm. Trần làm bằng kính và dưới đất trang hoàng một cách độc đáo bằng tranh vẽ những trận đá gà có màu sắc rực rỡ.

Trung Tâm là một khu nhà rộng lớn bao gồm các phòng khách – phòng họp và các phòng ngủ, chúng làm tôi lưu ý vì sàn được lót bằng những miếng đá hoa lớn có sắc màu khác nhau. Khu vườn cây thì có những cây mận, cây sung, cây ô-liu đủ mọi kích cỡ. Toàn cảnh tạo thành cái gì dó gợi hứng thú tạo ra một sự phát triển hài hòa mà tôi sẵn sàng sống thoải mái theo ý của tôi.

Tổng Giám Mục – anh chồng tôi – đã mua khu nhà này hồi tháng 8 năm 1963.

Tháng 10 năm 1963, trong chuyến qua Rôma lần thứ nhất của tôi, ông giới thiệu cho tôi khu nhà này như sau: *"Không hoàn toàn giống như ở Paris, mà ở đó có một căn nhà nguyện cho các sinh viên, một thư viện, một quán ăn và một chỗ hội họp. Ở đây, chỗ này không thể làm giống như thế được, như các kiến trúc sư đã nhận xét khi đi cùng với thím. Chồng thím đã nói với tôi là giao tất cả cho thím, vì thế thím có thể quyết định trang hoàng như ý thím muốn. Và thím cũng có thể làm nhiều hơn nữa nếu thím muốn."*

Sau tháng 11 năm 1963, tôi cần phải ấn định giới hạn mà tôi dành cho các con tôi và cho cả tôi nữa, và cần phải làm một hàng rào bằng sắt bao quanh khu vực. Tôi quyết định xây một bức tường dọc theo đường lộ. Từ nơi đó, tôi vừa bước vừa chú tâm để phân giới hạn khung cảnh cuộc sống riêng tư của chúng tôi. Còn phải có tấm biển "Đất bất khả xâm phạm" nữa. Và phải thêm chỗ cho "Khu nhà kiều dân" mà tôi sẽ đặt ở bên ngoài với chủ ý cho các con tôi được hưởng dụng sau này, khi chúng lớn lên và có gia đình.

Để có thể mua bán được thuận lợi nhà đất ở Ý, Đức Tổng Giám Mục Ngô-Đình Thục đã nhờ Giáo Triều Rôma cố vấn tìm một người đáng tin cậy. Họ giới thiệu ông Don Pietro Gelmini.

Ngay sau cái chết của con gái đầu lòng của tôi năm 1967, chúng tôi mới khám phá ra rằng ông Don Pietro Gelmini khi mua khu nhà này cho chúng tôi, đã không gỡ bỏ tình trạng thế chấp mặc dù ông anh chồng tôi đã đưa tiền cho ông ta.

Lâu lắm về sau, chúng tôi mới biết là ông Don Pietro Gelmini khi mua khu nhà chúng tôi, đã vay của ngân hàng một món nợ riêng. Đáng lẽ là để gỡ bỏ tình trạng thế chấp nhà đất chúng tôi với ngân hàng, Gelmini đã dùng tiền do anh chồng tôi đưa để làm bảo chứng với ngân hàng cho số tiền nợ ông vay riêng. Don Pietro Gelmini đã lao vào đầu tư địa ốc lớn đến độ ông không chi trả nổi. Khi nội vụ đổ bể và báo chí phanh phui, Đức Cha Ngô-Đình Thục – người bị hắn đục khoét – đã muốn gia nhập vào hội đoàn các tay chủ nợ. Giáo Hội phản đối. Giáo Hội không muốn có thêm tai tiếng với vụ một linh mục này kiện một linh mục khác đang bùng nổ. Chúng tôi không nhận được một khoản bồi hoàn nào để đền bù vào số tiền bị biển thủ để giúp chúng tôi gỡ bỏ tình trạng thế chấp khu nhà của chúng tôi với ngân hàng.

Để lấy lại vốn, ngân hàng trong vòng vài chục năm qua đã bán đấu giá khu nhà của chúng tôi, từng lô, từng lô một cho những ai đang nhòm ngó thèm thuồng. Khu nhà đã hao mòn dần dần. Trên 13 héc-ta thuộc quyền sở hữu của chúng tôi, chỉ giữ lại được 3 héc-ta. Đó là nhờ tôi phải thế chấp nữ trang của tôi. Lúc đó ngân hàng chấp nhận chừa ra một khu vực mà chính tôi đã khoanh vùng như là "khu đất bất khả xâm phạm" và đã trở thành "Tĩnh Quang Lâu".

Trong cái thế giới gọi là văn minh, tôi đã không nhận được sự giúp nào đỡ cho cuộc chiến cuối cùng mà tôi phải tiến hành để cứu vãn chút ít của cải vật chất còn lại của tôi. Không có gì được miễn trừ cho tôi cả.

Tôi đã trải qua nhiều lần các cuộc hỏa hoạn ác ý chụp xuống khu đất của chúng tôi. Tất cả những đám cháy này, nhờ Chúa quan phòng mà lửa đã dừng lại khi vừa lan tới sát khu nhà ở. Tôi nhớ đã từng chứng kiến ngọn lửa đã thiêu rụi mùa màng của người hàng xóm tham lam, nhưng lại ngưng thành một đường thẳng trước ruộng lúa mì của tôi, khiến cho những người bàng quan há hốc mồm ngạc nhiên.

Trong hai mươi năm sau đó, tôi đã phải đương đầu với những người bất lương khác không ngừng tấn công vào những người thân của tôi.

Có một tên chăn cừu người ở đảo Sardaigne, bị cấm cư ngụ trong vùng này mà tôi không biết. Tôi có cho phép hắn đưa đàn cừu của hắn đến ăn cỏ trên ngọn đồi nằm trong khu đất của tôi. Đây cũng là phương cách để cắt cỏ và khai quang trên cánh đồng của chúng tôi. Tới khi con trai tôi bắt đầu khai thác trồng trọt rất chu đáo như tính nết của nó, tôi yêu cầu người chăn cừu đảo Sardaigne này thôi không được đưa cừu đến nữa. Nhưng hắn ta không những từ chối ra đi mà còn lộ ra ý muốn chiếm đất để trồng trọt.

Tôi không biết rõ tính tình người đảo Sardaigne, nhất là một tên đã vào tù ra khám nhiều lần. Hắn còn hăm dọa giết tôi nữa, và ngay cả cảnh sát Ý cũng khuyên tôi nên nhượng bộ.

Con trai tôi có cái xe máy cày nhỏ để sử dụng trong việc trồng trọt trên đất chúng tôi. Trông dễ thương lắm. Tôi thích nhìn con trai tôi làm việc đồng áng, một cái nghề mà ông nội nó, cụ Ngô-Đình Khả rất mực tôn trọng.

Chuyện gì xảy ra?

Một hôm con trai tôi ra đồng trên chiếc máy cày của nó. Mải mê công việc, nó không lo nghĩ gì ngoài việc lái máy cày. Em gái nó và tôi xem nó làm việc. Mải nhìn theo xe nó, chúng tôi không thấy cách đó không xa, trên một chiếc máy cày lớn gấp ba lần chiếc máy cày của con tôi, đứng trên đó là tên chăn cừu người đảo Sardaigne, ngay trên khu đất trước đây tôi cho hắn đưa đàn cừu tới ăn cỏ. Hắn cũng đang quan sát nhưng có vẻ rất hằn học.

Bỗng nhiên, với chiếc máy cày khổng lồ, hắn chạy thẳng về phía con trai tôi mà không báo trước! Tôi rất lo và chạy vội đến trước con trai tôi và đứng chặn trên đường của tên kia. Lo lắng trong lòng đã biến thành quyết tâm toàn diện. Tôi đứng như một chướng ngại vật trên đường và tôi sẵn sàng đứng giữa hai người cho đến lúc xe đụng vào. Và tên đó cứ lao tới trước mặt tôi, nhưng tôi không lùi nửa bước. Tôi thấy có sự bối rối trong mắt hắn khi hắn lắc tay lái sang một bên để tránh tôi. Tôi hầu như biến mất trong đám bụi đất do chiếc máy cày của hắn hất lên. Hắn tưởng hắn đã chôn sống tôi khi tôi nhìn thấy hắn bỏ chạy trên chiếc máy cày mà không nói năng gì cả. Không ngoái cổ nhìn ra phía sau, có lẽ hắn hết hồn vì chuyện hắn vừa làm.

Con trai tôi chẳng biết gì cả. Con gái tôi, trái lại, đã thấy cảnh tượng từ đầu đến cuối và chạy vội ra để cứu tôi.

Ngay lúc đó, trong thâm tâm, tôi tin chắc là hắn sẽ không bao giờ trở lại nữa và tôi báo cho các con tôi biết. Ngày hôm sau, chuông điện thoại reo. Đó là ông cảnh sát trưởng gọi chúng tôi để nói rằng: "*Mấy người làm gì vậy? Có người ở trên đảo Sardaigne vừa rời đây xong sau khi nói với tôi rằng hắn sẽ không bao giờ trở lại trên đất của mấy người nữa.*"

Chấm dứt một mối lo lớn.

Ở đây hay trong các tình huống khác của cuộc đời tôi, tôi chỉ làm theo những gì bản năng của mình hướng dẫn. Cái bản năng này, cái giác quan thứ sáu này, người Mỹ rất khiếp sợ đến độ họ luôn phải tìm cách tách xa tôi ra khỏi phạm vi hoạt động của họ.

Để kết thúc tốt đẹp câu chuyện kinh khủng này, nhân Lễ Phục Sinh sau đó, tôi đã kêu một trong mấy đứa con trai tôi qua nhà hắn mua một con cừu non, như một dấu hiệu làm hòa. Hắn có vẻ cảm động.

Sau đó khá lâu, tôi được tin hắn đã tự tử trong chiếc xe của hắn sau một đêm uống rượu một mình.

Chuyện xảy ra cho hắn cũng như cho cái tên anh em bà con bất lương kia ở Đà Lạt, bị hộc máu ra chết trên đường sau khi biển thủ số tiền mà tôi giao cho hắn để mua cái ga-ra sửa xe mà hắn muốn[24]. Tên người đảo Sardaigne này cũng vậy, hắn đã lợi dụng một cách xấu xa sự giúp đỡ vô tư mà Tịnh Quang Lâu đã mang đến cho hắn.

Từ đó, tôi đã biết là nhờ Ơn Trên, mà cho dù không biết, tôi cũng đã chứng minh cho Chúa thấy là tôi rất xứng đáng để chọn mảnh đất này là không gian Ngài Chọn Lựa trên trái đất này, cho các môn đệ muốn trở thành con cái ruột thịt của Ngài. Những người chỉ muốn làm theo Thánh Ý Cha.

Những năm vừa qua này, nhờ sự hiện diện của tôi, tôi đã phải luôn có mặt để ngăn chặn những kẻ luôn muốn cướp đi tài sản của chúng tôi.

Tôi còn nhớ những lúc căng thẳng đó khi đối diện với các luật sư của tôi và những chồng hồ sơ mà tôi chẳng hiểu lấy một chữ. Nghĩ tới đó là tôi đã nổi da gà lên rồi.

Tôi vẫn còn may mắn là đã giữ được chủ quyền khu nhà đất của chúng tôi. Nó vẫn còn ở đó, nằm trong ranh giới mà tôi đã vạch ra với những bước chân do tôi quyết định. Chính nhờ Chúa mà nó được trải ra theo Thánh Ý ngài cho sứ mạng Ngài muốn trao gửi cho các con cái ruột thịt của Ngài.

Ý muốn Thiên Chúa về sứ vụ duy nhất do Thánh Ý Chúa đã trở thành ý muốn của tôi.

Ngài thu nạp tôi, trong sự "Hòa Đồng Trời Đất" theo Thánh Ý của Ngài.

Nếu chẳng có gì là diễm tình cả, thì tất cả đối với tôi có vẻ như tự nhiên bởi vì món nợ được trả lại cho tôi cũng là do chính ý Chúa.

---

[24] Xem câu chuyện được kể ở trang 57 - 58

Các con tôi và chính tôi, trong lúc chúng tôi cúi đầu, chúng ta phải hiểu là cái thời canh tân đã tới và chỉ còn biết sẵn sàng, không nên chậm trễ.

Tôi còn phải đối đầu với những sự lợi dụng sơ đẳng mà bây giờ bắt buộc tôi phải giải quyết. Các cháu bên nhà chồng tôi, lợi dụng sự rối loạn tâm trí của Tổng Giám Mục Ngô-Đình Thục – là bác của chúng và là anh chồng tôi – mà sự rối loạn đó đã gây ra đến hai lần tuyệt giao khi chúng đã dám dựa vào bản di chúc do ông viết để tìm cách đoạt lấy tài sản của chúng tôi.

Trong sự rối loạn tâm trí, ông anh chồng tôi – Ngô-Đình Thục – vì quên là đã giao cho gia đình tôi các tài sản mà chúng tôi đã giữ từ năm 1963, nên đã thiết lập một bản di chúc dành cho Giáo Hội có quyền hưởng thụ những tài sản chúng tôi đang quản thủ mà ông đứng tên.

Không có gì tai hại xảy ra, vì hiểu rõ những gì đã xảy ra, Giáo Hội đã mau mắn gửi lại cho tôi bản di chúc có lợi cho họ. Tôi chỉ biết cảm ơn Giáo Hội. Nhưng có điều là Tổng Giám Mục cũng đã làm một tờ di chúc khác dành cho ba đứa con tôi và 13 người con của người em út ông – Ngô-Đình Luyện – được chỉ định là người thi hành di chúc. Ông này lại không bao giờ muốn thi hành một bản di chúc vô căn cứ như thế và chỉ sau khi ông chết, các con ông mới trình ra cho chúng tôi xem bản di chúc của Tổng Giám Mục.

Dựa trên bản di chúc này – đáng lẽ không bao giờ có – các cháu tôi muốn lấy đi giá trị vật chất của khu đất này, thay vì đó là giá trị thiêng liêng, một món Nợ đến tay chúng tôi từ Thiên Chúa và tài sản đó vốn thuộc về Ngài.

Món nợ mang tính hàng đầu đó đến nỗi mà tôi phải trả lời với con gái tôi – Lệ Quyên – khi nó quyết định kết hôn và muốn giới thiệu người yêu của nó với tôi, rằng: *"Không cần phải giới thiệu, má chấp nhận sự lựa chọn của con, miễn là cả hai đứa tụi con, suốt đời, phải theo những gì vẫn là giáo môn của chính chúng ta, giáo môn của Tịnh Quang Lâu."*

Phải như vậy thôi và tôi nhận thấy điều này Bề Trên đã soi sáng cho tôi, chính vì thế mà tôi viết ra ở đây.

Sự thực hành tục lệ này của những môn đệ đích thực của Chúa đã phát triển sự hài hòa toàn hảo ở giữa họ với chúng tôi, điều này giúp cho sự trường tồn của Tịnh Quang Lâu.

Các tài sản đều thuộc về Tịnh Quang Lâu. Ngày hôm nay các tài sản này đang được đặt dưới quyền và trách nhiệm của tôi. Khi tôi không còn nữa, chúng sẽ thuộc trách nhiệm của con gái tôi Ngô-Đình Lệ Quyên và chồng nó là Olindo Borsoi.

Sau các con tôi, những người có trách nhiệm ở Tịnh Quang Lâu cũng sẽ quyết định như thế, với điều kiện không bao giờ rời xa nguyên tắc cơ bản do Chúa ấn định để cho những người ở trong Tịnh Quang Lâu là những môn đệ đích thực của Ngài, và như vậy, là con cái ruột thịt của Ngài.

Luật pháp bên ngoài cộng đồng chúng tôi không quan trọng hơn nó được.

Không có luật pháp về quyền tư hữu nào được phép phân chia các tài sản này.

Những đứa nào trong các con tôi mà quyến luyến các tài sản này, thì sẽ phải sống trong Tịnh Quang Lâu như khi tôi còn sống. Chúng tiếp tục hưởng thụ các tài sản trong đó, không có gì được rời đi mà không có sự đồng ý của những người trách nhiệm. Chúng đừng hòng nhờ cậy người ngoài can thiệp. Sự can thiệp này chỉ có thể bị Bề Trên loại ra thay vì được hưởng thụ sự hài hòa của các mối quan hệ anh em dù rằng tất cả chưa tuân theo hoàn toàn các quy định của "các con cái ruột thịt", các quy định này đã được những người trung thành với khu nhà này tôn trọng.

Tôi nghĩ là mình đã nói rõ ràng về trách nhiệm tối thượng mà tôi phải đảm nhận và truyền lại. Phản đối tôi, có thể sẽ bị những gì tôi không cam đoan trước. Tôn trọng nó, tức là bảo đảm được hưởng điều Chúa muốn, thánh ý đầu tiên cũng như cuối cùng của Ngài, để cho sự trở lại của Ngài trong "Sự Hòa Hợp Trời Đất" như Ngài muốn cho thế hệ cuối cùng này.

Còn muốn gì hơn nữa.

Phải. Còn muốn gì hơn cho cộng đồng Tịnh Quang Lâu mà Đức Kitô đã hằng mong muốn, và sau cùng Ngài đã có, cho đến tận thế và quá đơn giản, với kẻ tiền định "nhỏ bé" của ngài.

Quả là lạ lùng khi chỉ có một chuyện mà mỗi người cảm nhận một cách khác nhau. Tôi nói về sự trở lại sắp đến của Chúa.

Thời gian yêu cầu là thời gian cần thiết để cho tất cả các sự Sáng Tạo hoạt động.

Nhưng lạy Chúa, Ngài đã có thời gian suy nghĩ, xin Ngài nghĩ đến sự chờ đợi của chúng con.

CHƯƠNG 5
Đấng Kitô của Các Quốc Gia

Ngươi sẽ được điều gì cho sự Chờ Đợi lâu dài của ngươi? Công Lý muốn, trước hết, sự Đền Bù Công Bằng. Thiên Chúa biết nhiều hơn nữa.

Ngài không chờ đợi, nhất là khi sự đau khổ ở đó và không buông tha cho kẻ còn hơi thở, vì Chúa của người đó cũng không buông kẻ thuộc về Ngài. Hơn lúc nào hết.

Nhưng tôi càng tự nâng đỡ và tự khuyến khích mình nhiều thì tôi lại càng ít cảm thấy tôi bám víu vào đâu.

Vào đâu? Phải, vào đâu?

Và nói gì, nếu Ngài hiện ra, trong khi người ta không còn trông đợi Ngài nữa, sự chờ đợi đã vượt quá khả năng con người?

Nhưng tại sao nghĩ về những gì chỉ liên quan đến Tình Yêu?

Lạy Chúa, xin thương xót cho những ai chỉ biết sống vì Tình Yêu và như vậy là vì Ngài, Tình Yêu.

Con biết rõ không còn có con đường nào khác.

Và như thế, sau một thời gian dài, ở chỗ này hay chỗ kia, không quá chú ý đến bất cứ cái gì, tôi lại một mình đơn độc trong phần thời gian lớn ở Tịnh Quang Lâu – giống như hơn nửa thế kỷ trước – trong lúc tất cả mấy đứa con của tôi đều đi làm việc.

Thỉnh thoảng, trong những lần đi dạo, tôi không còn thấy những sườn đồi thoai thoải với những con cừu đang gặm cỏ.

Nhiều làng xóm đã mọc lên. Nhân danh cái gì? Tôi chẳng biết. Bị thâu hẹp trong một không gian nhỏ bé mà tôi đã chọn, không biết làm sao nó lại là của mình, tôi ở bên trong để ngắm phong cảnh. Điều này đủ cho tôi choán hết sự chờ đợi mà tôi không biết thời gian là bao lâu, nhưng nó sẽ mở ra cho tôi tất cả những gì còn lại, mở ra thế giới bên kia, thế giới bên kia của mỗi con người.

Chúa biết là vào Phút Cuối, chỉ cần cho tôi chút ít, rất ít, thật ít, cho sự chờ đợi cái Tất Cả của tôi.

Liệu sự dè sẻn này có đủ cho Ngài không?

Sau khi tôi đã Không còn tha thiết điều gì. Phải, KHÔNG điều gì. Nếu không là gặp lại những thân nhân của tôi mà tôi đã bỏ lại quá sớm.

Làm sao có thể, Ngài là Đấng biết hết mọi sự, và có thể làm được hết mọi việc, Ngài lại bằng lòng với quá ít ỏi từ "đứa nhỏ" định mệnh của Ngài?

Có phải chính Ngài đã thu nhỏ nó lại thành chút xíu chuyện nó có thể hiến dâng cho Ngài?

Và có phải đó là để cho phép vào Đúng Thời Điểm, sự bùng nổ của những gì thuộc về nó?

Dù sao, cuối cùng cũng đã đến lúc để tôi nghĩ tới điều Chúa muốn về tôi, trên đời này, liên quan đến Ngài. Tôi muốn nói đến cái sứ mạng độc nhất của tôi. Đành vậy.

Ngài sẽ có được điều Ngài muốn, từ thuở ban đầu: các môn đệ là con cái ruột thịt của Ngài chứ không phải là những đứa con nuôi, nhờ vào giáo môn mà chính Ngài đã muốn từ thuở đời đời và Ngài không nhắc lại.

Và làm sao?

Đơn giản là bởi họ đã theo đúng những điều Ngài đã bỏ công truyền dạy cho tôi rất rõ ràng: Dự Thánh Lễ và Rước Mình Thánh hàng ngày, tắm rửa sạch sẽ và mỗi ngày chỉ ăn một bữa cơm thôi.

Cũng như chính Chúa đã thực hành điều này.

"Đấng Kitô của Các Quốc Gia" mà tôi đại diện nhân danh Việt Nam, không có giải pháp nào ngoài giải pháp được Bề Trên cho phép, chờ đợi.

Còn gì để lại cho tôi?

Cần nhớ lại rằng tôi chỉ được giải thoát ra khỏi hoàn cảnh tưởng không thể chịu đựng nổi (vụ ám sát con gái đầu lòng của tôi, bốn năm sau khi chồng tôi bị ám sát) bởi vì tôi đã chấp nhận, sau sự đề kháng mạnh mẽ "Thị Trường Thần Thánh" với cái giá là sự hy sinh của con gái tôi, sau sự hy sinh của cha nó.

Và cái giá đó như thế nào? Nếu không phải là sự kết thúc mà tôi đã thấy như một đòi hỏi quá lớn, nhưng sau cùng tôi đã chấp nhận, bằng một tiếng kêu thua trận trước mặt Chúa: *"Vâng! Trời Đất Hòa Hợp."*

Và cuộc đời tôi như thế nào từ đó, nếu không phải là tồi tệ nhất.

Tôi bị rơi vào cùng quẫn hết sức, bị chuyển từ bệnh viện này qua bệnh viện khác, để trong đêm tối, bị sa vào tay những kẻ mà tôi không phân biệt được họ là thật hay họ là kết quả những cơn ác mộng của tôi và chỉ còn những chấn song giường mới giữ được tôi không để người ta mang tôi đi đến đâu mà tôi cũng chẳng biết.

Và sau cùng tôi trở về nhà tôi, ở một mình suốt cả ngày, nhưng nhìn thấy qua bao lơn và cửa sổ phong cảnh mà Tịnh Quang Lâu đã hiến cho tôi và hiểu được cái khung cảnh trong đó Chúa tôi sẽ đến ban cho tôi "Trời và Đất" đang đợi chờ tôi.

Nhưng đến bao giờ?

Liệu tôi có sẽ được gỡ bỏ ra khỏi những đau đớn đã biến tôi trở thành không hơn một cái giẻ rách phải mất rất nhiều thời giờ để làm một việc thật nhỏ và lê lết trong đó.

Tại sao tôi lại bị bắt buộc ở vào một tình trạng ngao ngán thế?

Lòng nhân hậu quyền phép là gì mà chấp nhận một cái giá ghê rợn như thế, cái nỗi đau trong thân xác tôi mà đến nay tôi vẫn được miễn trừ?

Và tại sao phải nhắc nhở tôi tất cả những gì tôi phải trả giá?

Tôi có thể quên nó được không?

Có lúc nào tôi sẽ quên nó được?

Đó có phải là cái giá của điều gì sẽ đến? Đành vậy !

Nhắc chuyện này, có phải là một giải pháp cho ai không hề thấy cái gì như thế trong hư vô. Và chỉ tha thiết với điều sẽ đến bởi vì người đó không thể phó mặc cho số phận. Hắn tha thiết chờ đợi Ngài đến từ rất lâu. Phải, từ rất lâu.

Cái thời đó, dù đẹp đến đâu, cũng sẽ làm tôi đau khổ nếu nó không cho tôi thấy được điều tôi mong chờ.

Cái gì chưa bao giờ được hé lộ thì cuối cùng hãy hé lộ ra đi.

Ước gì việc đó sẽ lộ ra rõ ràng.

Chúa ơi, điều đó Chúa nợ chúng con, chúng con không muốn gì khác ngoại trừ sự việc mang tính quyết định mà chúng con đang chờ từ rất lâu rồi. Cái "Trời và Đất" hòa hợp mà Ngài muốn con kêu nài với cái giá mà con phải gánh chịu.

Thời gian ngắn nhất của nó đã gắn vào đó.

Lạy Chúa, xin Chúa thương xót, Chúa trước hết là sự Thương Xót.

Xin thương xót kẻ chỉ biết trông cậy vào Chúa, trong tất cả mọi chuyện, và bây giờ hơn lúc nào hết, vì hắn chỉ còn trông đợi vào Chúa thôi.

Lời cầu xin này đã trải ra dưới mắt tôi, dưới những tia sáng mặt trời đang chuẩn bị cho sự đón nhận đang được trông chờ nhiều nhất của sự hòa hợp đã hứa của "Trời và Đất".

Nhưng chẳng thấy động tĩnh gì cả? Như từ xưa đến nay, tôi đành chờ đợi.

Mà chờ gì đây?

Tôi đã thấy nối tiếp nhau điều mà tôi không quên được : kẻ "nhỏ bé" tiền định của Chúa mà Ngài dắt tay, hay đang đi theo Ngài, để quỳ gối dưới chân Ngài, hai tay chắp lại ngoan ngoãn trên đầu gối Ngài, khi Ngài ngồi xuống một thân cây ở khu rừng trống họ đi ngang qua.

Ngài không nói gì, con bé cũng vậy, họ nhìn nhau. Con bé mềm nhũn dưới ánh mắt của Ngài, nó sẽ phải hứng chịu, vào đúng lúc mà nhục hình đóng đinh trong nội tâm sẽ làm tất cả nảy nở.

Đành vậy.

Tất cả đều phải được hiểu như Thánh Ý Thiên Chúa để tất cả phải là như thế. Vì thế, không có lợi gì mà đợi chờ sự thay đổi diễn ra khi chúng ta không biết và chúng ta tham gia vào, hay là bản tính muốn chúng ta phải đơn giản và điềm tĩnh chuẩn bị.

Có phải đó là sự giải thích mà mọi người đều phải tuân theo vì nó êm ái nhất và đáp ứng tốt nhất những đòi hỏi đa dạng của mỗi người trong chúng ta không muốn bị xô đẩy chút nào.

Mọi sự xảy đến như phải đến.

Thiên Chúa - Tình Yêu và Tốt Lành thể hiện ra như thế.

Dù Ngài có bắt chờ đợi Ngài, ai thuộc về Ngài sẽ không bị thiệt hại gì.

Trái lại, bởi mọi sự là để cho mọi người được hạnh phúc.

Người ta có thể cho là Chúa bắt người ta chờ đợi.

Mặc dù Ngài bắt chờ đợi, ai đã thuộc về Ngài sẽ không bị mất mát gì.

Nhưng đó là gì để hữu ích cho chúng ta?

Có cần gì phải vội vã nếu mọi việc đều tốt lành.

Tôi tin chắc trước bất cứ ai.

Tin tưởng vào Ngài là câu trả lời duy nhất phải nói.

Chỉ biết đợi chờ, "con bé" định mệnh sẽ không làm Ngài thất vọng vì Ngài nắm giữ trong sự tiền định duy nhất của nó là điều giúp nó đứng vững.

Khi "con bé" định mệnh của Chúa đã nhận cho mọi người sứ mạng chúc mừng (Tv 44) đó là để đưa trở lại với sự thờ phụng Chúa Toàn Năng cho những kẻ đã biết, tuyệt đối tự nguyện chứ không phải vâng lời ai, không bao giờ coi tổ tiên mình là người đã chết mà chỉ cần đem đi chôn.

Qua phong tục Thờ Cúng Tổ Tiên và đem lại vô vàn linh hồn – con số vừa đủ qua đó Chúa Toàn Năng cứu rỗi số đông, toàn thể Nhân Loại, Việt Nam tham gia vào sứ mạng cứu độ của Đức Kitô Cứu Thế.

Gánh nặng to lớn những đau khổ của Việt Nam trong quá khứ trong lúc nó đã nhận được cái khả năng hợp nhất với Nhân Loại, đã chuẩn bị cho nó mang tin mừng đến cho thế giới.

Những đau đớn do chính những Sứ Giả Chúa Cứu Thế[25] của Giáo Hội khi các vị này tố cáo sai lầm là nó, truyền giáo hẹphòi đã so sánh thờ phượng tổ tiên với lạy bụt thần trong lúc tín đồ muốn đưa thờ phượng tổ tiên lên cúng giống như nó thờ phượng Đấng Toàn Năng.

Những đau khổ do Giáo Hội gây ra[26].

Thay vì đất nước chúng tôi được Giáo Hội ủng hộ, nó đã bị đập vỡ bởi Giáo Hội trong cái trực giác sâu thẳm mà nó đã nhận lãnh để làm việc cho Chúa Toàn Năng bằng cách chuẩn bị cho Ngài con số các linh hồn không đếm được. Chính như thế, nó đã bị đóng đinh trong niềm tin của nó trong khi nếu được hiểu rõ hơn, niềm tin này có thể giúp cho sự phát triển thiêng liêng mà nó đã sẵn sàng từ bao thế kỷ nay.

Những đau khổ mà đất nước tôi, thân nhân tôi và đích thân tôi đã phải hứng chịu từ rất lâu, không thể được tồn tại hơn nữa.

Tây Phương "Cứu Thế" cũng phải giải thích về những vụ ám sát chính trị mà họ đã gây ra đối với những người đại diện hợp pháp của chính quyền Việt Nam nếu họ muốn tránh cho mình những hậu quả những điều mà họ phạm phải ở Việt Nam cũng như những hậu quả của sự im lặng không thể chấp nhận của họ trên các phương tiện truyền thông trong tay họ.

Về đề tài này, có thể ghi nhận ở phía Hoa Kỳ một hành động đáng khen mà họ đã thực hiện ngày 21/8/2009, ở vĩ tuyến 17 giữa miền Bắc và miền Trung Việt Nam, khi họ đọc kinh này:

---

[25] Các nhà truyền giáo.

[26] Xin xem Phụ lục 2: "Giáo Hội và Việt Nam" trang 255.

"Cầu xin Đức Mẹ La Vang[27] *cũng là Đức Mẹ của nước chúng con (Hoa Kỳ) và của cộng đồng Kitô Giáo của chúng con."*

Sau khi thăm viếng thánh địa, vị tân Tổng Giám Mục Hoa Kỳ đã đến Phú Cam, nơi gốc gác của gia đình Ngô-Đình, trong thành phố Huế, miền Trung Việt Nam.

Cộng đoàn Công Giáo Hoa Kỳ như thế đã tỏ ra sự tôn kính điều tiêu biểu của Chính Quyền Chính Thống Sau Cùng của Việt Nam – UPLV[28], nơi mà thực dân vẫn luôn gây chú ý bằng sự im lặng vô liêm sỉ.

Về phần Hội Thánh, không thể tỏ ra là tòng phạm bởi sự im lặng như thế được nữa.

Chính trên Giáo Hội mà sự cứu độ thế gian đã được đặt để. Vì thế, Giáo Hội chỉ có thể đứng hàng đầu để đền tạ.

Vì vậy yêu cầu Giáo Hội làm rõ hơn những lý do đã khiến Giáo Hội quyết định, trong Công Đồng Vaticanô II (ở phiên khoáng đại thứ 79, ngày 02/12/1963), là Thánh Lễ khai mạc Đại Hội để kính nhớ Tổng Thống nước Việt Nam – Ngô-Đình Diệm – và bào đệ của ông và cũng là cố vấn – Ngô-Đình Nhu – bị giết hại vào ngày 02 tháng 11 cùng năm trong cuộc đảo chánh lật đổ Chính Quyền Chính Thống Cuối Cùng của Việt Nam.

---

[27] Chính tại La Vang, trong một vùng hẻo lánh thuộc tỉnh Quảng Trị đã có một ngôi thánh đường nhỏ được xây cất ngay tại nơi Đức Mẹ đã hiện ra vào thế kỷ thứ XIX, khi Mẹ muốn che chở cho người Công Giáo đang bị bách hại vì Đức Tin của họ. Thánh địa "Lộ Đức" này của Việt Nam từ đó đã trở thành nơi hành hương hàng năm của người Công Giáo. Đức Cha Ngô-Đình Thục – bào huynh của Tổng Thống – đã xin được Vatican nâng ngôi nhà thờ này lên hàng Vương Cung Thánh Đường. Ngài đã trang hoàng đẹp hơn lên và cơi nới rộng ra. Trong lễ khánh thành Vương Cung Thánh Đường vào năm 1960, Tổng Thống Ngô-Đình Diệm đã đến đây dâng nước Việt Nam cho Đức Mẹ. Nơi đây đã bị đổ nát trong chiến tranh, việc tái xây dựng Vương Cung Thánh Đường đã được khởi sự trở lại vào năm 2012.

[28] Chữ viết tắt tiếng Pháp: *L'Ultime Pouvoir Légitime du Viet-Nam,*

Đó là Thánh Lễ theo "Tinh thần trong tháng", vì thế các nghị phụ đã được yêu cầu hiệp lòng, hiệp trí cầu nguyện cho hai vị này được yên nghỉ đời đời.

Tây phương tội phạm đã giết hại chồng tôi và anh ông. Chúa đòi hỏi trước hết phải đền trả cho đất nước của họ, dân tộc của họ cũng như chính họ, và Giáo Hội phải làm sáng tỏ động cơ của mình, sau nửa thế kỷ qua, nếu Giáo Hội không muốn gánh chịu những thiếu sót đau buồn của mình.

Về đòi hỏi của Công Lý mà Giáo Hội có bổn phận với chính mình, Giáo Hội không thể thiếu sót mà không tác hại đến Tình Yêu được đặt để trên Tinh Thần Công lý và cho phép Giáo Hội nắm giữ phép lạ vĩnh hằng: chấm dứt hỏa ngục và cuối cùng, thực hiện Sự hòa đồng "Trời Đất" như ý Chúa muốn.

Nước Việt Nam, về phần mình, từ lâu vẫn sẵn sàng giúp đỡ những ai phải đền trả cho mình.

Bà Ngô-Đình Nhu
Tịnh Quang Lâu, ngày 22 tháng 8 năm 2010
Nhân dịp Lễ Đức Mẹ Nữ Vương

PHỤ LỤC
Hình Ảnh Dòng Họ Ngô-Đình

Cụ Ngô-Đình Khả, thân sinh Tổng thống Ngô Đình Diệm

Theo thứ tự năm sinh, sáu người con trai của Cụ Ngô-Đình Khả gồm có:

- Bà Cụ ở bên phải
- Tổng Thống Diệm ở giữa
- Bên trái và bên phải Tổng Thống là Tổng Giám Mục Ngô-Đình Thục và Ông Ngô-Đình Nhu

Hình ảnh gia đình ở Huế, dưới di ảnh Cụ Ngô-Đình Khả:

- *Hàng đứng phía sau từ trái:* Ông Nhu, Tổng Thống Diệm, Tổng Giám Mục Thục, Bà Ấm (Ngô Thị Hiệp), Bà Nhu (Trần Lệ Xuân), Ông Cẩn, Ông Luyện, Con rể Nguyễn Văn Ấm
- *Hàng ngồi phía trước từ trái:* Trác (14 tuổi), Quỳnh (9 tuổi), Cụ Bà Ngô-Đình Khả, Lệ Quyên (2 tuổi), và Lệ Thủy (16 tuổi)

(Hình chụp năm 1961)

Tổng Thống Việt Nam Cộng Hòa Ngô-Đình Diệm

Tổng Thống Việt Nam Cộng Hòa Ngô-Đình Diệm

Tổng Thống Ngô-Đình Diệm tham dự hội nghị

Ông Ngô-Đình Nhu, bào đệ của Tổng Thống

Ông Ngô-Đình Nhu vào năm 1962 hoặc 1963

Bà Ngô-Đình Nhu, em dâu của Tổng Thống

Bà Ngô-Đình Nhu đến thăm xã Tân An, tỉnh Long An
với Phong Trào Phụ Nữ Liên Đới (23-3-1961)

Bà Ngô-Đình Nhu chủ tọa một phiên họp của Phong Trào Phụ Nữ Liên Đới

Bà Ngô-Đình Nhu viếng thăm một nhà trẻ
của Phong Trào Phụ Nữ Liên Đới (25-3-1961)

Hình chụp Đại Hội Phong Trào Phụ Nữ Liên Đới, Bà Ngô-Đình Nhu ở hàng đầu

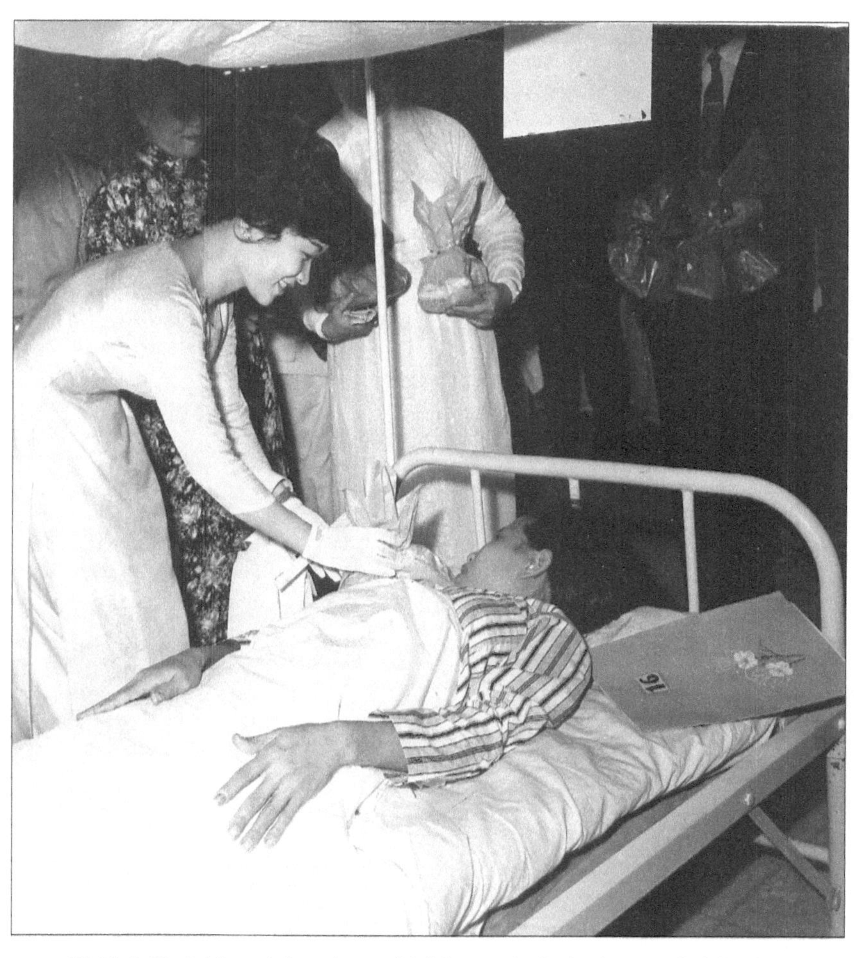

Bà Ngô-Đình Nhu phát quà tại nhà bảo sanh dành cho gia đình binh sĩ Nhảy Dù dưới sự bảo trợ của Phong Trào Phụ Nữ Liên Đới (25-7-1961)

Bà Ngô-Đình Nhu viếng thăm nhà hàng Bình Dân
của Phong Trào Phụ Nữ Liên Đới (23-3-1961)

Bà Ngô-Đình Nhu đi với phái đoàn đại biểu

Cuộc tuần hành của Phong Trào Phụ Nữ Liên Đới (25-3-1961)

Bà Ngô-Đình Nhu đọc diên văn ở nghĩa trang các thanh nữ
bị Việt cộng sát hại (27-3-1961)

Bà Ngô-Đình Nhu ở Quảng trường Mê Linh Sài Gòn
phía sau là tượng đài Hai Bà Trưng (đã bị phá bỏ sau biến cố 1-11-1963)

Bà Ngô-Đình Nhu đưa quí Bà Phu nhân Johnson (cầm túi xách tay lớn thêu hoa) và em của Tổng Thống John Kennedy (bên trái Bà Johnson) đến xem các da cọp do Ông Ngô-Đình Nhu săn bắn, đặt ở trước phòng của Bà trong Dinh Độc Lập (năm 1961)

L.B. Johnson, người sẽ thay thế Tổng Thống Kennedy,
chào Bà Ngô-Đình Nhu và các quan chức Việt Nam (năm 1961)

Bà Ngô-Đình Nhu và Tướng Lam Sơn quan sát sự đổ vỡ
sau cuộc đảo chánh năm 1962

Ông Bà Ngô-Đình Nhu ở Đà Lạt năm 1950

Ông Bà Ngô-Đình Nhu đứng trước ngôi nhà nghỉ mát ở Đà Lại (1950)

Gia đình Ngô-Đình Nhu ở Huế (1961)

Tổng Thống Ngô-Đình Diệm chụp hình Lệ Quyên,
con gái út của ông Ngô-Đình Nhu (1961)

Lệ Quyên và Ông Ngô-Đình Nhu (1961)

Lệ Quyên đội mũ sĩ quan (1962)

Gia đình Ngô-Đình Nhu ở Dinh Gia Long với các con (1962):
Lệ Thủy 17 tuổi, Trác 15 tuổi, Quỳnh 10 tuổi và Lệ Quyên 3 tuổi

Hình gia đình Ngô-Đình (1962)

Hàng sau từ trái: Lệ Thủy 17 tuổi, Bà Ngô-Đình Nhu, Tổng Giám Mục Ngô-Đình Thục, Ông Ngô-Đình Nhu, Tổng Thống Ngô-Đình Diệm, Trác 15 tuổi

Hàng trước từ trái: Quỳnh 10 tuổi, Lệ Quyên 3 tuổi

Hàng ghế đầu từ trái: Quỳnh, Bà và Ông Ngô-Đình Nhu, Trác xem buổi văn nghệ của Thanh Niên Chiến Đấu mà Lệ Thủy là thành viên (Sài Gòn, 1963)

Bà Ngô-Đình Nhu bên cạnh chồng chào Đoàn Thanh Nữ Chiến Đấu
(Sài Gòn, 1963)

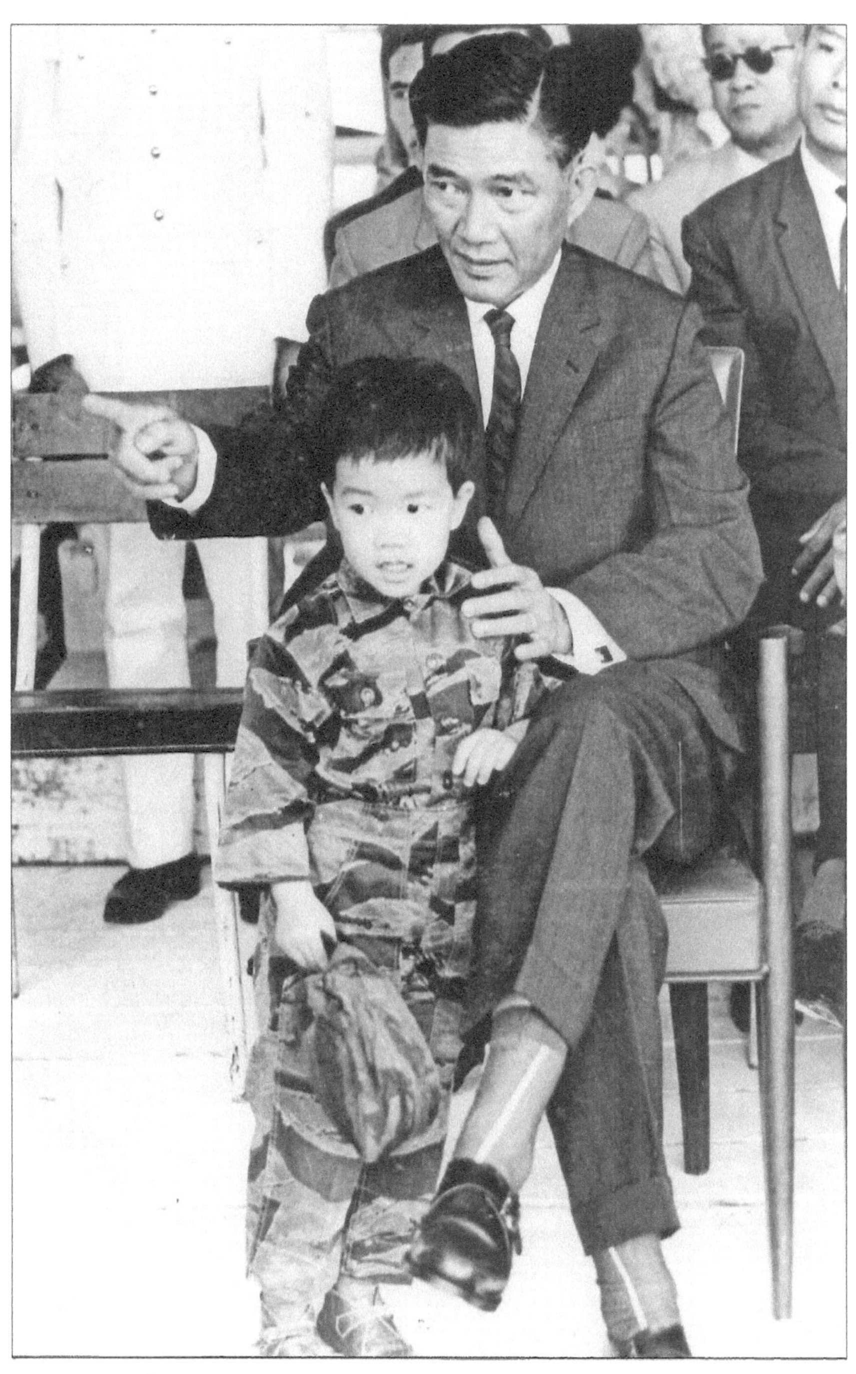

Ông Ngô-Đình Nhu và Lệ Quyên trong quân phục (1963)

Lệ Thủy trong trang phục nhà binh đứng bên cha cô Ngô Đình Nhu ngồi bên phải (1962 - 1963)

Bà Ngô-Đình Nhu và Lệ Thủy ở La Mã (tháng 10 năm 1963)

Bà Ngô-Đình Nhu và Lệ Thủy ở La Mã (tháng 10 năm 1963)

Lệ Thủy ở La Mã (tháng 10 năm 1963)

Bà Ngô-Đình Nhu (1963)

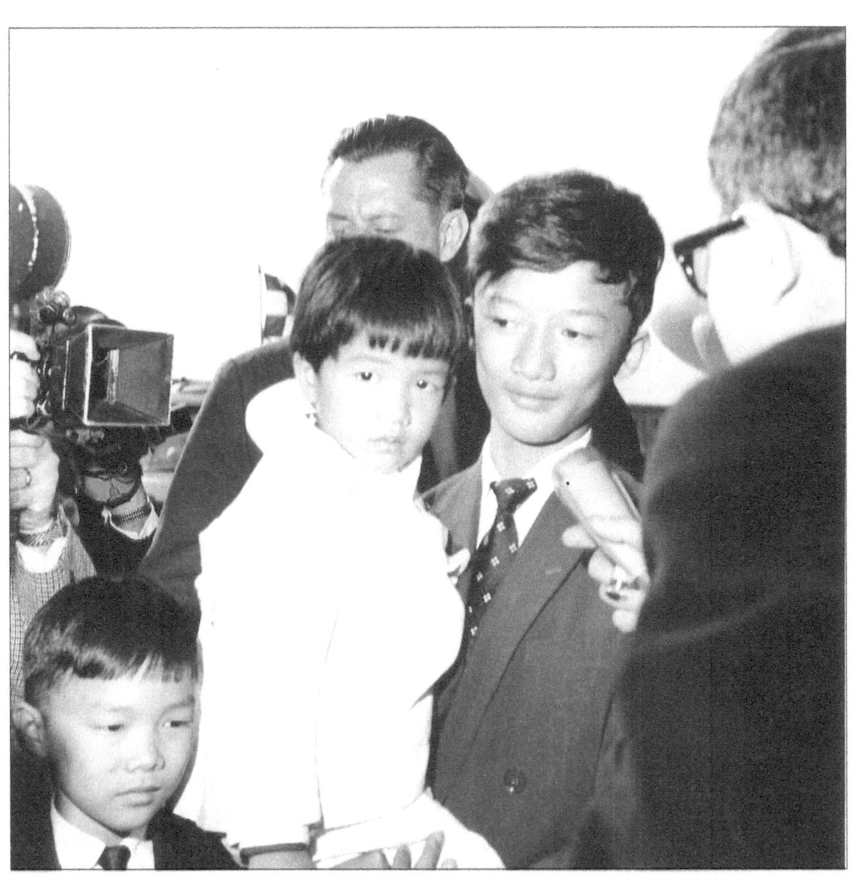

Sau biến cố 2 tháng 11 năm 1963, ở phi trường Fiumicino (La Mã):
Ngô-Đình Trác bồng Lệ Quyên, tay dẫn Ngô-Đình Quỳnh (tháng 11/1963)

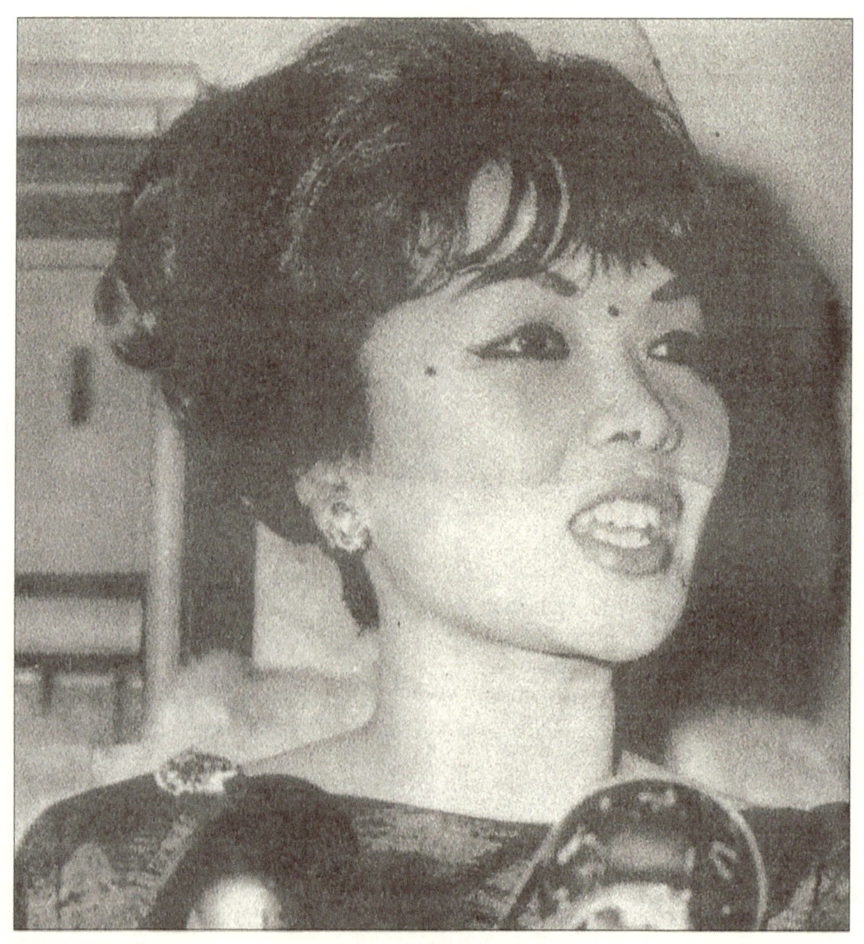

Bà Ngô-Đình Nhu (1963)

Sáng Dội
MIỀN NAM
Loại V — Số 9 (51) Tháng 9-1963
TẬP SAN VĂN HÓA XÃ HỘI XUẤT BẢN HÀNG THÁNG

Sáng Dội
MIỀN NAM
Loại V — Số 7 (49) Tháng 7-1963
SỐ ĐẶC BIỆT KIẾN TRÚC II
TẬP SAN VĂN HÓA XÃ HỘI XUẤT BẢN HÀNG THÁNG

PHẦN HAI

Tiểu luận của
Ngô Đình Lệ Quyên,
Ngô Đình Quỳnh,
& Jacqueline Willemetz

VIỆT NAM CỘNG HÒA VÀ DÒNG HỌ NGÔ-ĐÌNH

LỜI GIỚI THIỆU

Jacqueline Willemetz

Với sự hỗ trợ của cuốn Di Cảo của Bà Ngô-Đình Nhu, được công bố trong Phần Một của cuốn sách này, chúng tôi quyết định mở kho lưu trữ của gia đình chúng tôi để trình bày trong Phần Hai của cuốn sách này về lòng thương yêu mà hai anh em dòng họ Ngô-Đình đã hiến dâng cho đất nước, vả công lao chấp nhận gian khổ trong niềm tự hào là hai ông đã giành lại độc lập cho dân tộc và đất nước Việt Nam.

Thật vậy, ông Ngô-Đình Diệm, với sự hỗ trợ của bào đệ là ông Ngô-Đình Nhu, như đã được định mệnh giao phó, đã hoàn tất trách nhiệm trong công cuộc thực hiện và xây dựng nền dân chủ cho Việt Nam Cộng Hòa, thể hiện bởi Hiến Pháp và chính sách ban hành ngày 26 Tháng Mười 1956 tại Thủ Đô Sài Gòn.

Lịch sử đã ghi rằng họ đã bị sát hại vào ngày 02 tháng 11 năm 1963, trong khi đang là lãnh đạo tối cao của đất nước và tìm mọi cách chấm dứt sự xâm nhập và bành trướng của cộng sản từ phía Bắc Việt Nam.

Ngày 02 tháng 11 năm 2013, rất nhiều người Việt Nam và nhiều người ủng hộ trên toàn thế giới đã làm lễ kỷ niệm năm mươi năm sự hy sinh cao cả và hùng tráng của hai ông.

Nhiều năm tháng đã trôi qua.

Những sự thật về Việt Nam và anh em dòng họ Ngô-Đình, hai người đã hy sinh cuộc sống của chính mình cho đất nước, vẫn chưa được ánh sáng của Chân Lý rọi tới. Cho nên, với lòng biết ơn sâu sắc, chúng tôi cảm ơn nhà xuất bản L' Harmattan đã mở cửa để cho ánh sáng của Công Lý chiếu vào.

Chúng tôi xin thành thật cảm ơn.

Jacqueline Willemetz

CHƯƠNG 1
Dòng Họ Ngô-Đình

Sau đây là một số dữ liệu căn bản được thu thập về gia đình của dòng họ Ngô-Đình. Tổ tiên của dòng họ Ngô-Đình có thể đã phát triển ở đất Việt trong thời Hoàng Đế Ngô Quyền, vị hoàng đế đầu tiên của Việt Nam.

Vào thế kỷ thứ 10, năm 939, trong một bối cảnh mà Trung Hoa phải đối mặt với những thay đổi nội bộ nghiêm trọng, Ngô Quyền đã đạt được nhiều chiến thắng quân sự, đuổi quân Trung Hoa về nước, và thiết lập triều đại đầu tiên tại Việt Nam.

Sự lên ngôi của Ngô Quyền khai trương nền độc lập của nước An Nam.

Ngô Quyền rời kinh đô Đại La – ngày nay là một phần của Hà Nội – là một thành phố được thành lập thời Bắc thuộc, và chuyển về thành Cổ Loa, thủ đô huyền thoại xa xưa trước khi đất nước chịu ách cai trị của Trung Quốc.

Ngô Quyền thống nhất đất nước bằng cách đưa người dân ở miền Nam Trung Hoa đi tị nạn xuống phía nam của đất nước để thoát khỏi cuộc xâm lược của người du mục và hoà nhập với dân bản xứ có nguồn gốc Polynesia và Indonesia.

Tiếp theo cái chết của Ngô Quyền là một thời kỳ hỗn loạn đã xảy ra cho đất nước, và chỉ kết thúc năm 1010 khi Lý Thái Tổ thiết lập triều đại nhà Lý. Tiếp theo là nhà Trần đã tiếp nối trị vì từ năm 1225 đến năm 1414.

Đời vua Trần Nhơn Tôn là một triều đại vinh quang hiển hách, đề kháng đại binh của Hốt Tất Liệt. Bằng cách kiên cường chống trả, dân ta đã đánh bại và chấm dứt cuộc xâm lăng của đội quân Mông Cổ.

Sau triều đại nhà Trần, tiếp đến là nhà triều đại nhà Lê 1428 - 1793.

Trong thế kỷ thứ 14, dòng họ Ngô-Đình đã là một trong những gia đình đầu tiên theo đạo Công Giáo sau khi nhận được giáo dục và truyền đạt từ Linh Mục truyền giáo dòng Thánh Phanxicô: Cha Odorico, một người gốc Pordenone nước Ý. Là một nhà truyền giáo vào khoảng năm 1320, ông đến Việt Nam sau khi đi du lịch về phía Đông, từ Ấn Độ đến Trung Quốc[1].

Dòng họ Ngô-Đình đem vào Việt Nam lòng sùng bái Thánh Antôn Padua , một linh mục cùng thuộc dòng Phanxicô, và bền lòng trông cậy tận đáy lòng của họ.

Sau một thời gian dài truyền đạo Thiên Chúa, việc cấm không được thờ cúng tổ tiên của Giáo Hội Công Giáo trong thế kỷ XVIII đã được ban hành, đánh dấu giai đoạn cuối của cao trào Kitô giáo mà còn mở ra một kỷ nguyên của các cuộc đàn áp khủng khiếp[2]. Khi cho rằng việc thờ cúng tổ tiên như thể tôn thờ ngẫu

---

[1] Cha Odorico sinh ra ở Pordenone, Ý vào khoảng năm 1286. Chúng ta có thể suy ra từ lời ông tường thuật về chuyến đi rằng ông đã đến Ấn Độ ngay sau năm 1321 và ông dành khoảng ba năm ở Viễn Đông trong khoảng thời gian giữa đầu năm 1323 và cuối năm 1328, khi ông trở lại Ý. Ông chết trong tu viện dòng Phanxicô ở Udine, thủ đô Friuli, vào ngày 14 tháng 1 năm 1331. Sau này ông sẽ được phong chức.

[2] Xem Phụ lục 2: "Giáo hội và Việt Nam"

tượng, Giáo Hội đã phạm một sai lầm hết sức bi thảm vì việc thờ cúng tổ tiên là cột trụ của truyền thống Nho Giáo tại Việt Nam[3].

Khoảng năm 1870, dòng họ Ngô-Đình đã trả giá cho đức tin bằng máu khi nhiều người trong gia tộc đã thiệt mạng trong vụ tấn công đốt phá nhà thờ giáo xứ Huế là kinh đô của triều đình và cũng là quê hương của dòng họ Ngô-Đình .

May mắn thay, ông Ngô-Đình Khả (1857 - 1923 hoặc 1850 - 1925) lúc đó đi xa không có mặt khi xảy ra vụ thảm sát. Ông được song thân gửi đi học và tiếp tục công việc nghiên cứu của mình ở Trung Quốc và Malaysia. Sau khi hoàn tất các công trình nghiên cứu, ông trở về nước lập gia đình và là thân phụ của hai ông Ngô-Đình Diệm và Ngô-Đình Nhu.

Sau cuộc đàn áp, một số các thành viên còn lại của dòng họ Ngô-Đình đã lựa chọn để đảm bảo sự tồn tại của mình bằng cách thay tên, thay vì là "Ngô-Đình" chỉ giữ lại họ "Ngô" gần dân gian hơn, và từ bỏ tên lót "Đình" có nghĩa là "sự công chính".

Chỉ còn một nhánh duy nhất đã quyết giữ trọn vẹn tên họ của gia tộc là dòng họ Ngô-Đình.

Dòng họ Ngô-Đình ngày nay rất hiếm trong trăm họ Việt tộc. Do đó, chúng ta dễ nhận biết nguồn gốc của dòng họ này.

Ông Ngô-Đình Khả là người có trí tuệ cao, thông hiểu văn hóa và đầy tính trung thực. Ông sáng lập ra một trường tư thục trước khi tham gia vào triều đình Huế như một gia sư của nhà vua. Sau đó, ông trở thành Thượng Thư Bộ Lễ và cố vấn cho Hoàng Đế Thành Thái. Đối với nhà vua, ông luôn luôn tận trung.

Ở Châu Á, vài trò của bậc thầy rất được tôn trọng, có khi trên cả bậc cha trong tôn ti xã hội.

Là Đại Quan nhất phẩm của triều đình Huế, ông Ngô-Đình Khả chống lại ý đồ của thực dân Pháp vào năm 1907 khi họ

---

[3] Truyền thông cho rằng Khổng Tử là người Trung Quốc, trong khi người Việt Nam xem ông như là của riêng của mình. Điều này là do Khổng Tử sinh ra trong phần lãnh thổ cũ của Việt Nam.

truất phế vua Thành Thái và lưu đày Ngài đến Algeria, nơi Ngài kết thúc cuộc đời ở đó.

Ông Ngô-Đình Khả giũ áo từ quan mà không chấp nhận bất cứ một hưu bổng nào. Ông trở về ngôi nhà của tổ tiên, sống một cuộc sống ẩn dật và thanh đạm.

Ông lại trở thành nông dân vì ông coi nông nghiệp là nền tảng của việc xây dựng con người và ông tập trung vào việc giáo dục con cái của mình, đặc biệt là sáu người con trai. Ông truyền lý tưởng độc lập dân tộc với một kỷ luật nghiêm khắc trong cuộc sống và một tình yêu tuyệt vời cho văn hóa.

Là Kitô giáo trong lòng cũng như thể hiện trong đời sống, ông Ngô-Đình Khả vốn không phủ nhận việc thờ cúng tổ tiên là một trong những nguồn gốc sâu xa nhất của tâm linh người Việt Nam.

Mỗi năm, ông mời gọi các người không theo Công Giáo của thành phố đến tham dự Thánh Lễ dành cho những người quá cố trong mỗi gia đình vào ngày mùng ba Tết. Vào cuối buổi lễ long trọng của gia tộc này, luôn luôn được nối tiếp bằng một bữa tiệc lớn, mở cửa rộng đón tất cả mọi người, không phân biệt giàu nghèo trong vùng.

Thông lệ này của gia đình phù hợp với ngày lễ các Thánh, dành cho tất cả những người đã khuất mà Giáo Hội đã định trong niên lịch phụng vụ vào ngày 02 tháng 11 dương lịch, sau ngày lễ Các Thánh theo truyền thống được tổ chức vào ngày 1 tháng 11.

Tấm gương toàn vẹn trung thành với các giá trị tôn giáo cũng như các giá trị văn hóa truyền thống của Việt Nam đã làm cho ông Ngô-Đình Khả trở thành một nhân vật rất nổi tiếng và được tôn trọng. Điều này cho chúng ta thấy rằng chúng ta vẫn có thể được công nhận là một người yêu nước chân chính và đồng thời vẫn là người Công Giáo.

Không như những trường hợp của những người đồng tôn giáo làm "cộng tác viên" cho thực dân Pháp: ở miền Nam, người dân lục tỉnh cũ, có nhiều người Công Giáo Việt Nam đã thỏa hiệp như là trong kinh doanh khi phải thoả thuận với giặc. Đã một thời dân chúng địa phương gọi những người này một cách khinh miệt: *"da mihi terram"* (có nghĩa là: "Hãy cho tôi đất"). Thật vậy, nấp dưới lý do rằng họ cùng là người Công Giáo với nhau, thực dân Pháp ủng hộ bằng cách cho họ đất đai màu mỡ hơn.

***

Các con trai của ông Ngô-Đình Khả mỗi người đều đóng góp một vài trò đấu tranh mang lại độc lập cho đất nước, trong thế kỷ XX.

Dân Việt hy vọng được độc lập do người Pháp trả lại. Albert Sarraut được bổ nhiệm vào chức vụ Toàn Quyền vào năm 1911, đã mang lại hy vọng theo bài phát biểu chính thức. Sau Thế Chiến Thứ Nhất năm 1914, tinh thần dân Việt Nam biểu lộ mong muốn được tham gia tích cực các vấn đề của đất nước, nhưng họ đã thất vọng .

Rồi đến cuộc khủng hoảng năm 1929, các nước phương Tây suy yếu về kinh tế, xã hội và chính trị, đã gặp phải những khó khăn nghiêm trọng, và không còn đủ sức để hỗ trợ các thuộc địa của họ.Tình hình Việt Nam rơi vào tăm tối của sự nghèo đói. Các cuộc biểu tình đòi độc lập gia tăng càng lúc càng quyết liệt hơn.

Trong năm 1931[4], các phong trào thành lập liên minh "Việt Minh" (hợp lại từ cụm từ "Việt Nam Độc Lập Đồng Minh" có ý nghĩa: đấu tranh đòi độc lập cho Việt Nam) là tập hợp của nhiều đảng phái quốc gia dân tộc. Hoạt động đa dạng nhất là

---

[4] Đúng ra là năm 1941. (Chú thích của Vũ Tường)

Đảng Cộng sản Đông Dương mà Nguyễn Ái Quốc (Hồ Chí Minh) là một thành viên sáng lập vào năm 1925[5].

Chính trong bối cảnh dầu sôi lửa bỏng này, vào tháng 8 năm 1945, ông Ngô-Đình Khôi, con trai cả của ông Ngô-Đình Khả đồng thời là Tổng Đốc tỉnh Quảng Nam, cùng với người con trai duy nhất là Ngô-Đình Huân, đã tham gia vào một cuộc hội họp chính trị được tổ chức bởi những nhóm người Quốc Gia và nhóm Cộng Sản của Hồ Chí Minh[6]. Cả hai cha con đã ra đi và không bao giờ trở lại. Cộng Sản đã bắt và giết hại cha con bằng cách đem chôn sống. Cho đến nhiều năm sau đó, những gì còn lại là hài cốt của hai cha con mới được mang về.

***

Con trai thứ hai của ông Ngô-Đình Khả là ông Ngô-Đình Thục, sinh ngày 6 tháng 10 năm 1897. Ông nhận được Ơn Trên kêu gọi và đã dâng hiến cuộc đời mình cho Thiên Chúa. Sau nhiều năm học tập tại chủng viện, ông được thụ phong Linh Mục. Đức Giáo Hoàng Piô XI bổ nhiệm ông làm Giám Mục của Địa Phận Vĩnh Long trong năm 1938. Năm 1960, Đức Giáo Hoàng Gioan XXIII bổ nhiệm ông làm Tổng Giám Mục Địa Phận Huế.

Là Linh Mục Trưởng của Giáo Hội Việt Nam, ông là đại diện cho đất nước Việt Nam Cộng Hòa tại Hội Nghị Công Đồng Vatican II ở Roma (1962 - 1965). Vắng mặt trong cuộc đảo chánh ngày 1 tháng 11 năm 1963, Đức Tổng Giám Mục Ngô-Đình Thục không nguôi lòng vì không được ở bên cạnh hai người em của mình trong ngày định mệnh. Sau nhiều năm sống lưu vong tại Ý, Pháp và Tây Ban Nha, ông qua đời tại Hoa Kỳ ngày 13 tháng 12 năm 1984.

***

[5] Đúng ra là năm 1930. (Chú thích của Vũ Tường)

[6] Đúng ra là họ bị chính quyền Việt Minh bắt đi thủ tiêu. (Chú thích của Vũ Tường)

Ông Ngô-Đình Diệm, sinh ngày 03 tháng 1 năm 1901, là con trai thứ ba. Ông là một sinh viên xuất sắc tại Trường Luật và Hành Chính của Hà Nội. Ông đỗ thủ khoa Trường Luật và Hành Chính năm 1921. Ông làm việc trong thư viện triều đình ở Hà Nội trước khi trở thành công chức, cũng như anh trai mình.

Dù thận trọng đặt mình trong tình thế sống còn với nhà cầm quyền thực dân, gia đình ông đã thuyết phục được ông sử dụng khả năng đặc biệt của mình trong nghệ thuật quản lý, và những trách nhiệm mà ông đã đảm nhận khác, giám sát bảy mươi làng vòng đai Kinh thành Huế, tiếp đến đảm nhận chức vụ Tỉnh Trưởng Phan Rang là một tỉnh quan trọng của miền Trung, bao gồm khoảng ba trăm làng.

Để đi lại trong địa hình gồ ghề của khu vực, Ngô-Đình Diệm di chuyển hoặc bằng ngựa hoặc đi bộ. Ông hiểu biết thấu triệt về đời sống ở nông thôn, ông thích tìm giải pháp và giải quyết cụ thể các vấn đề bằng cách tiếp xúc trực tiếp với nông dân. Sau này, khi ông trở thành Tổng Thống của Việt Nam, ông dành một phần lớn thời gian của mình đi thăm viếng bốn mươi tỉnh thành đất nước.

Các đại sứ và quan chức khác từng đi cùng ông trong những chuyến thăm viếng kéo dài từ sáng sớm đến tận đêm khuya luôn là bằng chứng hùng hồn cho mối quan hệ mạnh mẽ và lòng tôn trọng của người dân dành cho ông.

Lãnh đạo tốt tỉnh hạt Phan Rang, thân thiện với các dân tộc thiểu số và đông đảo giáo phái, Ngô-Đình Diệm được Đức Vua Bảo Đại[7] lựa chọn vào năm 1933 ở tuổi 32, đảm nhiệm chức vụ Bộ Trưởng Bộ Nội Vụ. Việc ông Diệm được bổ nhiệm khi còn trẻ tuổi chứng tỏ ông có đủ tài năng và có uy tín. Vì ở Châu Á, những chức vụ quan trọng thông thường dành cho những người đứng tuổi.

[7] Bảo Đại, sinh năm 1913 tại Huế, kế vị cha mình là Hoàng Đế Khải Định.

Sau vài tháng, ông Diệm – người chiến sĩ độc lập thuần túy – hiểu rõ rằng Bảo Đại không có ý định từ bỏ ách thống trị của Pháp. Ông từ chức và công khai tố cáo việc thiếu thực quyền thực sự để có thể thi hành nhiệm vụ của mình.

Nhà chức trách Pháp phải đối mặt với môt phe đối lập rõ rệt và công khai. Đứng trước mối đe dọa bị bắt và bị trục xuất, ông Diệm buộc phải hạn chế tất cả mọi hoạt động trong quần chúng. Là một người có đức tin lớn, sống khổ hạnh và yêu thiên nhiên, ông tự xét mình cần chờ ơn kêu gọi để có thể trở thành tu sĩ.

Vào tháng 9 năm 1945, một năm sau cái chết của anh trai mình, ông đã bị cộng sản bắt và giam giữ nhiều tháng ở vùng núi Bắc Bộ, gần biên giới Trung Quốc. Sống giữa những điều kiện khó khăn ông lâm bệnh nặng và hấp hối. Hồ Chí Minh, nhận thức rõ giá trị của ông Diệm, đã cố gắng thuyết phục ông cùng hợp tác cuộc đấu tranh của họ chống lại người Pháp.

Ông nhất định từ chối bất kỳ sự hợp tác nào. Ông lên án hành động ám sát dã man người anh trai yêu quý của ông là ông Ngô-Đình Khôi và người cháu trai la Ngô-Đình Huân, cũng như tất cả những vu khống mị dân mà cộng sản đã loan truyền về gia đình của ông.

Đề trả lời cho Hồ Chí Minh, ông nói: *"Tôi có phải là người khiếp sợ không?"*

Sau câu trả lời này, ông Ngô-Đình Diệm kết thúc cuộc đối thoại với Hồ Chí Minh.

Ngày hôm sau, ông thấy cánh cửa nhà tù mở toang. Ông được trả tự do.

Một vài năm sau đó, Hồ Chí Minh nhận ra lòng yêu nước chân chính của một người dũng cảm, và sau này sẽ trở thành Tổng Thống Việt Nam Cộng Hoà. Ông đã xác nhận trong một cuộc họp với Ram Chundur Goburdhun, Đại Sứ Ấn Độ là Chủ Tịch Uỷ Ban Giám Sát Đình Chiến do Hiệp Định Genève chỉ định.

Vì biết tính mạng mình bị đe dọa, ông Ngô-Đình Diệm thường xuyên đi thăm viếng nước ngoài. Ông đến khu vực Châu Á, Châu Âu hay Hoa Kỳ và duy trì liên lạc với những người Việt Nam ở nước ngoài. Ông đã thiết lập nên một một hệ thống liên lạc, đặc biệt ở Nhật Bản, một mạng lưới hoạt động của đồng bào chống thực dân.

Ông dừng lại tại Rome cho Năm Thánh vào năm 1950 và đến Bỉ. Sau đó, ông đến Hoa Kỳ, nơi ông đã trải qua một thời gian dài sống trong chủng viện Lakewood ở tiểu bang New Jersey. Ông dày công nghiên cứu Lịch Sử, Thần Học và Triết Học; luôn sẵn sàng tiếp đón nghĩa sĩ thập phương tìm đến gặp ông.

***

Ông Ngô-Đình Nhu, chào đời ở Kinh Đô Huế ngày 7 tháng 10 năm 1910, là con trai thứ tư của ông Ngô-Đình Khả. Khi cha ông qua đời, ông còn là một thiếu niên. Ham học tiếng Latin, ông đi tìm linh mục có khả năng làm thầy truyền dạy cho ông. Ông sang Pháp sống ở Paris vào năm 1930 để nghiên cứu tại Đại Học Văn Khoa Sorbonne. Ông thi vào trường lớn École des Chartes và tốt nghiệp ngành Lưu Trữ Văn Khố Cổ Sinh Vật Học *(Paleontology Archivist)* vào năm 1938.

Các tạp chí của thời đó loan tin ông là người Việt Nam đầu tiên đã đỗ đạt ngành khoa học này. Khi về nước, ông nhận chức vụ Quản Thủ Lưu Trữ Hoàng Triều và tiếp theo là chức vụ Phó Giám Đốc Thư Viện Hà Nội. Là một nhà sử học vừa là học giả, ông có một mong ước mãnh liệt viết trang lịch sử của đất nước mình xoá bỏ xu hướng thực dân.

Ông buộc phải từ bỏ kế hoạch của mình vào năm 1946 khi những người Cộng Sản đã đốt Văn Khố Hoàng Gia ở Huế, làm mất đi những lưu trữ quý giá của đất nước.

Các sách sử cổ đại bị thiêu hủy, những cuốn sách quý còn sót lại sau vụ hỏa hoạn gặp phải những người lạm dụng dùng làm giấy gói. Trải qua vụ bạo động khủng khiếp này, chồng chất trên những tội ác khác của cộng sản, ông Nhu tức giận, đi đến quyết định tham gia vào các tổ chức chính trị đối kháng đòi Độc Lập. Dù chỉ mới kết hôn và sắp có con, ông Nhu bỏ nhà cửa ra đi thoát ly, sống ẩn dật trong nhiều năm.

Từ năm 1946 đến 1954, tự hiến mình cho việc thành lập một mạng lưới kháng chiến cho phép thành lập một chính phủ độc lập với chủ nghĩa quốc gia dân tộc chờ một thời điểm khi các sự kiện đã chín muồi. Ông Nhu khai triển nhận thức địa phương sâu rộng để về sau giúp ông xây dựng chính sách "Ấp Chiến Lược" mà ông vừa là tác giả vừa là người thi hành.

***

Hai người em trai – Ngô-Đình Cẩn và Ngô-Đình Luyện – cũng có công góp phần xây dựng nền Cộng Hòa tương lai.

Ông Cẩn, người đầu tiên chịu trách nhiệm cho khu vực miền Trung, là một trong những nhà lãnh đạo của Đảng "Cần Lao Nhân Vị" do ông Nhu thành lập.

Còn ông Luyện, là út của sáu anh em, được trao cho chức vụ Đại Sứ Thiện Chí của Việt Nam ở Châu Âu. Vì đang đảm nhiệm vụ ở ngoài nước khi có cuộc đảo chính, nên ông với ông Ngô-Đình Thục là hai người duy nhất còn sống sót.

***

Trần Lê Xuân, vợ tương lai của Ngô-Đình Nhu, sinh ra tại Hà Nội ngày 22 tháng 8 năm 1924 trong một gia đình quý tộc giàu có, chăm học văn hóa, âm nhạc và nghệ thuật .

Về phía gia đình bên ngoại, bà là hậu duệ của gia đình hoàng tộc nhà Nguyễn khởi thủy từ vua Gia Long. Vua Minh Mạng (1820 - 1840) và vua Thiệu Trị (1840 - 1847) lần lượt là ông nội và cha của Vua Tự Đức (1847 - 1883), có chị gái là bà cố của Trần Lệ Xuân. Hơn nữa, cụ bà này còn là phu nhân của vị Ngự Sử Đài đầu tiên và duy nhất trong lịch sử Việt Nam. Từ cuộc hôn nhân này đã hạ sinh ra ba nhà vua: Kiến Phước, Hàm Nghi và Đồng Khánh.

Cha của Lệ Xuân là ông Trần Văn Chương, con trai cả của Thống Đốc tỉnh Nam Định, một tỉnh lớn nhất ở miền Bắc. Ông là một luật sư thành công và thường được mời gọi để giữ các vài trò quan trọng. Đặc biệt ông được bổ nhiệm làm Bộ Trưởng Ngoại Giao của Bảo Đại trong nỗ lực xây dựng một nhà nước Việt Nam độc lập vào năm 1945.

Ông nhận lãnh chức vụ Bộ Trưởng Bộ Ngoại Giao sau khi từ chối chức vụ thủ tướng đứng đầu chính phủ do vua Bảo Đại đề nghị, vì ông còn quá trẻ cho một chức vụ như vậy.

Gia đình ông cũng đã trả giá bằng máu khi người chú của ông là Bùi Quang Chiêu – anh trai của bà ngoại – bị Việt Minh giết với sáu đứa con gồm cả đứa con nhỏ nhất chỉ mới lên sáu tuổi.

Sinh ra trong một gia đình Nho Giáo và mẹ là Phật Giáo, Lệ Xuân đã chuyển vào đạo Công Giáo khi kết hôn với Ngô-Đình Nhu vào ngày 30 tháng 4 năm 1943 tại Hà Nội. Sau đó bà theo chồng về Huế. Trong Thế Chiến Thứ Hai, Trần Lệ Xuân – lúc bấy giờ là bà Ngô-Đình Nhu – đã bị những người Cộng Sản bắt rời khỏi nhà ở Huế để về một khu vực hẻo lánh. Nhưng bà đã trốn thoát được về Sài Gòn trên tay bồng cô con gái đầu lòng của mình là Lệ Thủy mới 3 tuổi.

Từ năm 1947 đến năm 1954, bà sống ở Đà Lạt là nơi bà đã hạ sinh ra hai người con trai: Trác và Quỳnh. Bà luôn tìm hiểu học hỏi và khám phá khắp nơi: miền Trung và phía Nam của đất nước, sau miền Bắc là quê hương bà. Bà hiểu được ra cách phát âm khác nhau của dân chúng trong mỗi vùng.

***

Năm 1954, sau khi Pháp thất trận tại Điện Biên Phủ ngày 7 tháng 5, ba cuộc sống được hội tụ lại, đó là ông Ngô-Đình Diệm và ông Ngô-Đình Nhu, cùng với vợ là bà Trần Lệ Xuân. Sự kết hợp được hàn gắn bằng lòng yêu nước thiết tha, đánh dấu sự ra đời của nước Việt Nam Cộng Hòa và họ đã chung vai gánh vác việc phát triển đất nước.

CHƯƠNG 2
Sáng Lập và Phát Triển Việt Nam Cộng Hòa

Tại Hội Nghị Geneva sau thất bại của Pháp ở Điện Biên Phủ, vua Bảo Đại được khuyến khích – đặc biệt là phía người Mỹ – phát triển một đội ngũ lãnh đạo cho phép nhà vua tiếp cận với công việc của đất nước. Việt Nam đã sang một trang lịch sử mới và điều quan trọng là đội ngũ phải được thành hình từ những người có thực tài được công nhận. Đức vua nhớ tới Ngô-Đình Diệm. Trong khi ông không được người Pháp đánh giá cao vì đã chống lại họ, ngược lại người Mỹ xem ông là nhân vật có cảm tình và có thể chấm dứt được chủ nghĩa thực dân, mà trên nguyên tắc người Mỹ chống đối chủ nghĩa này. Hơn nữa, lúc đó ông đang sống trên lãnh thổ Hoa Kỳ, nên họ nghĩ rằng họ biết rõ về ông.

Người Pháp buộc lòng và không nghi ngờ chút nào vào lòng trung thành của Bảo Đại đã dành cho họ. Ngày 16 tháng 6 năm 1954, Hoàng Đế Bảo Đại bổ nhiệm Ngô-Đình Diệm làm Thủ Tướng. Ông trở về Việt Nam vào tháng 7 năm 1954, chỉ mấy ngày trước khi kết thúc Hội Nghị Geneva.

Bảo Đại biết khả năng, giá trị đạo đức toàn vẹn và lòng yêu nước của Ngô-Đình Diệm để bổ nhiệm ông vào vị trí cao nhất, với tiềm năng sẽ trở thành thành viên chính phủ đại diện cho sự thống nhất của đất nước trước cuộc khủng hoảng nghiêm trọng sau cuộc thất bại của Pháp.

Ông Ngô-Đình Diệm đã chấp nhận chức vụ này. Ông và ông Ngô-Đình Nhu – người em trai – đã trưởng thành trong tình yêu đất nước với ý thức lời truyền tụng: "Quốc Gia Hưng Vong, Thất Phu Hữu Trách".

Là một người Quốc Gia, ông Diệm muốn đất nước được độc lập trên hết tất cả, trong khi ông Nhu khao khát hòa giải với phương Tây, mà ông đánh giá cao nền văn hóa thông qua các nghiên cứu học thuật ở Pháp tại trường Sorbonne và tại trường Ecole des Chartes.

Trong tình thần tin cậy để duy trì quan hệ ở những mức độ khác nhau, họ hy vọng sẽ có thể đối thoại xây dựng với Pháp. Đất nước Pháp đâu còn nhớ những lý tưởng nhân văn mở đầu của Hiến Pháp mới năm 1946 khi thành lập nền Đệ Tứ Cộng Hòa? Với mong muốn trong sự tự do và cởi mở đối với các thuộc địa cũ, Pháp sẽ giúp đỡ Việt Nam để xây dựng tương lai của đất nước họ sau khi lật qua trang cuối cùng của chủ nghĩa thực dân lạc hậu.

Sau khi ký kết Hiệp Định Geneva vào ngày 21 tháng 7 năm 1954, mới lộ diện ra việc Pháp không phát huy quyền tự chủ của các thuộc địa và không giúp được gì trong việc định hướng. Thực tế, họ tăng cường nhấn mạnh việc duy trì sự hiện diện của họ bất chấp chi phí, ngay cả đối với những người có liên quan đã được thông báo, như trong trường hợp của Việt Nam gồm các nhà lãnh đạo có trách nhiệm với một mức độ hiểu biết cao. Cái nhìn thiển cận này của Pháp đưa đến hậu quả bi thảm. Thất vọng, anh em Ngô-Đình đánh dấu sự mất lòng tin vào phía người Pháp. Nếu Tướng De Gaulle được bầu làm Tổng Thống Pháp vào năm 1959, dường như ông đã chọn cho một chính sách trung lập về tương lai của vùng cựu Đông Dương, nhưng người Pháp đã để lại phía sau với sự thờ ơ. Lợi ích của họ tại chỗ quan trọng hơn lý tưởng. Trong tình thế này, chính phủ Việt Nam không thể nghỉ ngơi hay ngồi yên. Khi vở kịch đã được trình diễn, tương lai của đất nước này dần dần chìm vào quên lãng từ phía người Pháp.

Trong lúc thi hành nhiệm vụ, ông Ngô-Đình Diệm cảm thấy ngay sự giả dối và mị dân ở địa vị của mình. Bị ngăn chặn bởi người Pháp, ông không được sự hỗ trợ của vị vua đang tiếp tục hưởng thụ lợi ích cá nhân. Thậm chí có vẻ mất ý thức đến tương lai của đất nước đến độ thường xuyên sống trong một biệt thự sang trọng ở Cannes nơi mà chính phủ Pháp dành riêng cho ông.

Sau khi phân tích tình hình, lo lắng làm sao nhổ neo để đưa đất nước đến nền độc lập quốc gia dân tộc thực sự, ông Ngô-Đình Diệm quyết định chấm dứt trò hề này của chính phủ lúc đó. Và vì ông có chiếu chỉ chính thức "Toàn Quyền", cho nên ông thiên về phía người dân Việt Nam và để người dân quyết định. Ông cho tổ chức cuộc trưng cầu dân ý để dân lựa chọn giữa ông và Bảo Đại, ai là người sẽ dẫn dân đến nền độc lập như đã hứa.

Cuộc trưng cầu dân ý diễn ra vào ngày 23 tháng 10 năm 1955, và ông Ngô-Đình Diệm nhận được hỗ trợ rất lớn từ đồng bào. Số phiếu bầu tín nhiệm ông chiếm 98%. Toàn thắng rõ ràng và dứt khoát. Cử tri nhận biết người quốc gia yêu nước mà họ đã chọn, đồng thời nhận biết cựu hoàng chỉ là người ưa thích tận hưởng cuộc sống yên bình và an lành, lánh xa quê hương đất nước vừa ra khỏi chiến tranh.

Ngô-Đình Diệm tận hiến nhiều thời gian để thiết lập nên một nước Cộng Hòa, dân chủ.

Các cuộc bầu cử Quốc Hội Lập Hiến được diễn ra vào ngày 4 tháng 3 năm 1956.

Tổng Thống cần có một cánh tay phải tin tưởng được, một người yêu nước tuyệt đối, trung thực và dũng cảm như ông. Nhân vật mà ông tìm thấy là em của mình: Ngô-Đình Nhu. Tổng Thống đã yêu cầu ông Nhu trở thành Cố Vấn. Và cả hai gánh vác giải quyết những nỗ lực mạnh mẽ cho sự phát triển của nền độc lập của đất nước vừa giành lại được.

Nhưng trước tiên họ phải đối mặt với mối nguy hiểm nghiêm trọng. Giáo phái tôn giáo và Đảng Cướp Sông Bình Xuyên khi họ bày tỏ thái độ thù địch.

Một lá thư ông Ngô-Đình Nhu gửi một người bạn học đồng môn trường Chartes, đề ngày 20 tháng 4 năm 1956 cho thấy sự phức tạp chính trị mà hai anh em của ông phải đối phó, giữa giặc chủ nghĩa thực dân vẫn muốn chiếm thượng phong và sự giúp đỡ của người Mỹ lại ra vẻ như không quan tâm, và thiếu kinh nghiệm:

"Ngày 20 tháng 4

"Benet thân mến,

"Cảm ơn bạn rất nhiều vì lá thư dài của bạn viết hôm ngày 8. Thật phấn khởi vì sự thống nhất giữa chúng ta đối với tất cả các khía cạnh vấn đề mà chúng ta quan tâm, vì nó ảnh hưởng đến thực tế chính trị hoặc đến những người liên quan, bao gồm các anh em của tôi, ông Khiêm hoặc đồng hương xứ của bạn. Như thế là chúng ta đã không còn cách biệt từ năm 1949 và chúng ta vẫn như đang làm việc cạnh nhau trong cùng một văn phòng dưới sự tinh tế của nàng Simone[8] người bạn đời nhân từ của bạn. Tôi muốn nói với bạn niềm hạnh phúc mà tôi xem như một sự hiệp thông những ý tưởng và cảm xúc giữa bạn và tôi, tuy cách xa nhau hàng ngàn dặm.

---

[8] Tên người vợ của ông Benet.

"Thật vậy sau khi vượt qua cuộc khủng hoảng do Tướng Hinh[9] *gây ra, chúng tôi chuẩn bị đối đầu với trường hợp các giáo phái mà thời điểm này không thể thuận lợi hơn.*

"Thật không may, chúng tôi đang bị mắc kẹt giữa sự cố chấp từ phía người Pháp và sự thiếu kinh nghiệm từ phía người Mỹ: Sự khác biệt quan điểm về việc có nên phá vỡ một cách mạnh mẽ và dứt khoát những rào cản của nền phong kiến để giải phóng dân Việt Nam cho họ cùng kết hợp với chúng tôi.

"Kể từ khi Tổng Thống chấp chính, tư tưởng lớn của Tổng thống là phá vỡ hai rào cản, vành sắt ngăn cách người Việt Nam và chính phủ... (nhiều chữ không đọc được). *Hai rào cản đó là Quân Đội Quốc Gia và "các giáo phái". Chúng tôi đã thắng vòng đầu, và chúng tôi hy vọng giành được chiến thắng thứ hai, nhưng hấp dẫn nhất sẽ là cuộc bầu cử mà chúng ta chắc chắn sẽ giành chiến thắng. Thêm vào đó là "thời gian quấy rối" không cho phép chúng tôi đi lang thang trên đường và thực hành chính sách của thỏa hiệp cũ. Đây là lúc duy nhất và quyết định. Nếu chúng ta không thể thuyết phục các nhà lãnh đạo của Thế Giới Tự Do giúp chúng ta vô hiệu hóa thực dân trợ giúp nền phong kiến chống lại chính phủ Quốc Gia, chúng ta sẽ đi thẳng đến thảm họa. Dân Việt Nam sẽ rời bỏ chúng ta vì thất vọng.*

---

[9] Nguyễn Văn Hinh: Tham Mưu Trưởng Quân Đội Nam Việt Nam, là người của Bảo Đại, đã từ chối thẩm quyền của chính phủ mới. Sau đó Tổng Thống Diệm phải ra lệnh buộc ông ta phải rời khỏi xứ, nhưng ông ta phớt lờ lệnh, và thậm chí còn đi xa hơn đến mức leo lên xe máy dầu của mình để rêu rao trên đường phố Sài Gòn khi vẫy giấy thông báo trục xuất một cách giễu cợt. Sự bất phục tùng trầm trọng công khai này có thể gây ra một cuộc đụng độ đẫm máu giữa quân đội (thân Pháp) mà ông ta chỉ huy với các lực lượng ủng hộ Tổng Thống Diệm. Sau đó, Nguyễn Văn Hinh bị vô hiệu hóa nên không có cuộc chiến huynh đệ tương tàn, nhờ áp lực của chính phủ Mỹ đã can thiệp hiệu quả với chính phủ Pháp vốn chống lại Tổng Thống Diệm và ủng hộ các lực lượng bất đồng chính kiến. Cuối cùng, Bảo Đại phải triệu hồi Nguyễn Văn Hinh về Pháp.

Châu Á và khu vực Châu Á – mà chúng tôi đã làm việc trong những tháng gần đây, bắt đầu thông cảm với chúng tôi – sẽ quay lưng bỏ mặc chúng tôi bị cô lập trong khu vực Châu Á và để mặc tình Việt Minh thao túng .

"Đừng để phải lặp lại kinh nghiệm của 1945 - 1954. Nếu chỉ có được sự hỗ trợ của Tây Phương, chúng tôi chắc chắn sẽ bị đánh bại bởi chủ nghĩa cộng sản ở Châu Á. Chúng ta phải có sự hỗ trợ của nhân dân Việt Nam và sự đồng cảm của Châu Á để nguồn viện trợ từ phương Tây có thể hữu ích. Những nhân vật thông minh và am tường các vấn đề địa phương hiện tại, như ông Roux (ngoại giao) và Risterucci (các quốc gia liên kết) cũng hiểu khái niệm này. Chúng ta phải làm việc để hướng dẫn cho hiệu ứng này, đó là ... (chữ không đọc được), đã được chuẩn bị, được khẩn cấp gửi đến Sài Gòn. Tướng Ely là người trung thực, không may là ông ta có tánh lo lắng và bi quan (xem trường hợp tướng Hinh = cắt làm hai Quân Đội , nội chiến, v.v... nếu Tổng Thống đụng đến Hinh...) Ông tướng này thuộc loại "bác sĩ mặc kệ", thấy tất cả đều màu đen, hay đúng hơn là tất cả màu đỏ. Hãy nhớ lại khi các nỗ lực của cộng sản Pháp tìm cách để dựng nên một nhà nước độc lập tại Pháp vào thời điểm giải phóng và chính phủ Pháp đã không ngần ngại để dìm trong bể máu. Chúng ta phải hy sinh một vài cá nhân vì lợi ích của tất cả.

"Nước Pháp cho đến này chưa có chính sách ở Đông Dương. Vấn đề là cần có một chính sách hoặc ngay lúc này hay không bao giờ.

"Chào tạm biệt, người bạn thân mến, và cảm ơn lời khuyên và khuyến khích của bạn. Tôi vẫn như ngày nào, ngoại trừ mái tóc của tôi đã bắt đầu điểm trắng là vì có lý do."[10]

---

[10] Lá thư được sao chép lại trong Phụ lục 3.

Chống lại lực lượng quân đội của các giáo phái[11], lực lượng thuộc Tổng Thống đều được huấn luyện và lãnh đạo bởi các giảng viên người Pháp, đó không phải là một lợi điểm. Họ muốn người Pháp và vua Bảo Đại trở lại.

Ngô-Đình Diệm dấn thân và đối mặt với những nguy hiểm cản trở tiến trình tiến tới thống nhất, chấp nhận nếp sống vào sinh ra tử vì tình hình khẩn thiết. Một vị tướng năng động và giàu kinh nghiệm – Trịnh Minh Thế – về đầu phục và cương quyết phục vụ cho Tổng thống hợp pháp của nước Cộng Hòa mới. Là một vì tướng ly khai nhưng chống Cộng và trung thành, ông đã được phong quân hàm trong hàng ngũ quân đội Nhật Bản. Ông biết rõ tinh thần quốc gia dân tộc của Tổng Thống và mong muốn hỗ trợ để giành chiến thắng.

Một rối loạn nghiêm trọng khác hiện diện giữa Sài Gòn là đám "Cướp Sông"[12] Bình Xuyên. Được Bảo Đại trao nhiệm vụ làm Cảnh Sát Đô Thành Sài Gòn, chúng khủng bố thành phố thay vì đảm bảo an ninh. Chúng tống tiền trắng trợn, mở các sòng bài cờ bạc và câu lạc bộ hộp đêm dựng lên như dưới thời Pháp thuộc. Thủ đô của đất nước đặt trong hệ thống thanh toán sắt máu. Vì tình trạng thiếu an ninh mà ông Ngô-Đình Nhu phải giữ gia đình mình – gồm vợ và ba con nhỏ – trong một căn phòng của Dinh Độc Lập. Người bị giết tràn lan hàng ngày trên đường phố giữa thủ đô, và ngay cả phát ngôn viên của Tổng Thống cũng bị bọn cướp sông giết chết rồi bị chặt lấy đầu gửi

---

[11] Phái Hoà Hảo (khoảng 8 ngàn người) trấn giữ các tỉnh Long Xuyên, Châu Đốc, Cần Thơ và Gia Định, và hệ phái Cao Đài (khoảng 16 ngàn người) giữ tỉnh Tây Ninh.

[12] Lực lượng Bình Xuyên làm bá chủ ở Sài Gòn, Vũng Tàu, và các tỉnh Gia Định, Phước Tuy. Họ đã gia nhập quân đội Pháp để giúp quân đội này trong cuộc chiến chống lại Việt Minh. Họ muốn duy trì tình trạng vô chính phủ và giữ đặc quyền chống lại chính phủ mới. Hầu hết người Pháp ở Sài Gòn, binh lính hoặc dân thường, kỹ sư, chủ đồn điền hoặc quan chức, vẫn là tù nhân của quá khứ, sẽ liên tục nuôi dưỡng sự thù địch với chính quyền. Họ chưa bao giờ hiểu được khát vọng độc lập từ Việt Nam. Khi buộc phải rời khỏi Sài Gòn, quân Bình Xuyên rút vào trong bưng.

cho Tổng Thống để thách thức. Phải khẩn cấp phục hồi trật tự trước một tình hình rối rắm.

Sau khi thu nạp được các lực lượng vũ trang của các giáo phái Cao Đài, Hòa Hảo, ông Ngô-Đình Diệm phải đối mặt với Bình Xuyên.

Ngày 26 tháng 4 năm 1956, sau những khó khăn cuối cùng với lực lượng Cảnh Sát loại này, Ngô-Đình Diệm yêu cầu Bảy Viễn, thủ lãnh Bình Xuyên, phải từ chức. Hắn từ chối vì không có chiếu chỉ của Bảo Đại. Vậy chỉ còn giải pháp phải loại bỏ hắn ta ra. Hai ngày sau đó, một trận chiến nổ ra trong Chợ Lớn giữa Quân Đội Quốc Gia và Bình Xuyên, chúng trả đũa bằng cách ném bom vào Dinh Tổng Thống mới được đặt tên lại là "Dinh Độc Lập".

Tổng Thống ra lệnh cho tổng tấn công để chống lại bọn chúng. Không may là trong trận giao chiến này, Tướng Trịnh Minh Thế, một người Cao Đài tài đức, bị bắn từ phía sau và hy sinh vào giai đoạn cuối của cuộc giao tranh. Một số nhận định cho rằng việc thực hiện đòn thấp hèn này là tác giả tương lai của cuộc đảo chính năm 1963. Đó là Tướng Dương Văn Minh, người phụ tá chỉ huy dưới quyền Trịnh Minh Thế lúc đó. Sau khi Tướng Thế bị bắn, ông Minh nhận được tất cả các danh hiệu của người anh hùng chiến thắng.

Vào lúc cao điểm của trận chiến, phía tình báo Mỹ đã tham khảo ý kiến của quân đội Việt Nam, trong khi mật vụ Pháp thiết lập mối quan hệ với Bình Xuyên và đảm bảo đám quân này rút khỏi Sài Gòn. Đó là một sự giải thoát lớn cho cư dân thành phố, những người trong một thời gian dài đã phải chịu sự đàn áp khắt khe của Bình Xuyên, nhưng sự tồn tại của họ vẫn là gánh nặng cho chính phủ khi giờ đây họ tham gia vào quân nổi dậy trong bưng biền để chống chính phủ.

Bất chấp sự ủng hộ ít ỏi từ những người dân thành phố, những người luôn thận trọng giữ khoảng cách trước khi nhảy lên mừng chiến thắng, Tổng Thống đã thành công trong việc lập lại trật tự và giải tỏa thủ đô khỏi những tên cướp lộng hành làm nhiệm vụ duy trì trật tự công cộng.

Theo tài liệu chính thức, chính quyền Mỹ của Tổng thống Eisenhower chỉ ủng hộ nửa vời Tổng Thống Ngô-Đình Diệm. Họ chờ đợi xem Tổng Thống có thể lãnh đạo đất nước ra khỏi sự hỗn loạn sau trận Điện Biên Phủ hay không.

Những người sau này cáo buộc chính phủ của Tổng Thống Ngô-Đình Diệm là "gia đình trị" cần phải có sự trung thực trí tuệ để nhận ra rằng vào thời điểm đó không mấy ai là người nhận lời hợp tác với Tổng Thống. Có nhiều người trong số những người mong mỏi được nhận trách nhiệm còn theo dõi xem tình hình có thuận lợi chưa trước khi dấn thân.

Vào ngày 27 tháng 9 năm 1956, cuối cùng quân đoàn viễn chinh của Tướng Ély của Pháp đã rút hết khỏi Việt Nam theo yêu cầu của Tổng Thống. Và như vậy, để đạt được nền độc lập quốc gia bền vững, Tổng Thống có thể tập trung sức lực vào việc xây dựng lại tất cả những điều cơ bản để quản lý đất nước sau một thế kỷ dưới ách cai trị của thực dân. Trong tình thế tạm thời này, ông luôn chú ý tới những gì đang xảy ra ở vùng nông thôn, nơi vẫn còn sinh sôi những ổ Việt Minh. Cộng sản duy trì sự hiện diện của họ là vi phạm trắng trợn Hiệp Định Genève. Trong khi đó, các đối thủ thân Pháp thì thường ở những thành phố.

Vào ngày 26 tháng 10 năm 1956, một năm sau cuộc trưng cầu dân ý, Hiến Pháp được ban hành và chính thể Việt Nam Cộng Hòa (VNCH) được công bố.

Ngô-Đình Diệm chính là người sáng lập một nước Cộng Hòa, Dân Chủ, kết thúc chế độ quân chủ và cũng kết thúc chế độ thực dân. Nhằm tránh những đố kỵ và giữ đối thoại cởi mở, chính thể Cộng Hòa tìm mọi cách thể hiện kỷ cương một quốc gia pháp quyền. Nhổ tận gốc chế độ thực dân trong cuộc xung đột toàn cầu, từ chủ nghĩa thực dân già nua đến sự xuất hiện của chế độ cộng sản.

Ách cai trị của Pháp đã gây ra sự đổ vỡ trong hệ thống Nho Giáo vốn rất coi trọng giáo dục. Tất cả các trường học tốt nhất được tập trung ở các thành phố, trong khi vùng nông thôn nơi người dân sống chủ yếu thì bị bỏ quên và không có trường học. Tổng Thống phải tìm cách giải quyết cho được nạn mù chữ nghiêm trọng. Trong xã hội Nho Giáo, giới sĩ phu đứng trên người nông dân, binh sĩ và doanh nhân. Chính phủ phải đầu tư nhiều để mở trường mới, tuyển dụng và đào tạo giáo viên gửi về các tỉnh và miền xa xôi nhất.

Năm 1900, chính quyền thuộc địa Đông Dương bắt dùng chữ Quốc Ngữ thay vì chữ Nôm. Việc thay đổi chữ viết tạm thời làm mất phương hướng của người Việt Nam. Trong nhiều thập niên họ gặp khó khăn trong việc tiếp cận các văn bản truyền thống được lưu trữ của họ. Sự giảm sút số lượng học giả truyền thống cho thấy sự mất mát của nền văn hoá cũ trong nền giáo dục Việt Nam. Đến bây giờ thế hệ mới đã nhận ra những lợi ích của cải cách này giúp thoát ly chữ tượng hình Trung Quốc và tiếp cận dễ dàng với nhiều ngôn ngữ khác.

Tổng Thống Ngô-Đình Diệm xúc tiến cải cách ruộng đất, chấm dứt mọi lạm dụng thế quyền phong kiến. Những diện tích canh tác rộng hơn một trăm mẫu thuộc cá nhân không còn được chấp nhận. Công cuộc cải cách làm mích lòng nhiều hoàng thân quý tộc trong đó có cả những thành phần thuộc chính gia tộc Ngô-Đình.

Cơ sở hạ tầng mới được dựng nên. Những cơ sở bị tàn phá qua cuộc chiến tranh giữa Pháp và Việt Minh được sửa chữa dần dần. Công việc được thực hiện trong khó khăn vì đất nước luôn bị những người cộng sản Việt Minh tấn công liên tục. Nếu các thành viên của tổ chức Việt Minh trước đây có xu hướng ly khai vì những lý đó khác nhau hoặc vì bảo hoàng hay lý do nào khác đi nữa thì nay họ bỏ hàng ngũ này để trở về cùng tham gia xây dựng nền Cộng Hòa còn non trẻ; lúc này chỉ còn lại những người cộng sản Việt Minh. Họ được huấn luyện tốt hơn để gây ra cuộc chiến tranh du kích quấy phá. Họ sách động bằng truyền đơn phát cho người dân, dùng khủng bố và trấn áp bằng bạo lực để vô hiệu hóa mọi tinh thần phòng vệ.

Mặc dù gặp những khó khăn nhưng công cuộc cải cách vẫn thành công tốt đẹp.

Bernard Newman, trong cuốn sách *"Background to Vietnam"* xuất bản vào năm 1966, lưu ý rằng Bộ Luật Lao động nước ta được đánh giá tiến độ hơn mức độ trong vùng. Các công đoàn đã được thành lập cũng như các tòa án trọng tài. An sinh xã hội bắt đầu phát triển. Dịch vụ y tế được coi là tốt nhất ở Đông Á.

Đây cũng là lý do mà Phó Tổng Thống của chính quyền Mỹ vào thời điểm đó – Lyndon B. Johnson – khi tuyên bố về các thành quả nói trên, đã làm nổi bật những giá trị của Tổng Thống Ngô-Đình Diệm. Trong tháng 5 năm 1961, ông đã vinh danh Tổng Thống Ngô-Đình Diệm bằng cách coi ông như một Winston Churchill mới của Việt Nam.

Nhiều chính phủ khác ở Châu Á còn xem Tổng Thống Ngô-Đình Diệm như là "nhân vật thần thánh của Việt Nam".

Các giáo sư John Norton Moore và Robert F. Turner của Trường Đại Học Luật Virginia trong cuốn sách "Pháp Lý và Chính Sách Các Vấn Đề của Chiến Tranh Đông Dương" *(Legal and Policy Issues of the Indochina War)* của họ, dẫn ra một số liệu cụ thể hóa những tiến bộ đạt được ở Cộng hòa Việt-Nam từ năm 1954 đến 1959:

Số lượng học sinh trong các trường tiểu học tăng từ 400.000 lên đến 1.243.918.

Số lượng học sinh trong các trường trung học tăng gần 400%.

Tuyển sinh đại học tăng gấp 3.

Chỉ tiêu y tế công cộng được tăng 40%.

Sản xuất dệt may tăng 325%.

Xuất khẩu gạo tăng hơn 500%.

***

Ông Ngô-Đình Nhu, góp phần mạnh mẽ cùng với anh mình, đã đạt được kết quả tích cực của nước Cộng Hòa mới.

Là dân biểu và cố vấn chính trị cho Tổng Thống, ông thành lập một đảng chính trị bao gồm các giá trị truyền thống Việt Nam: Cần Lao Nhân Vị (có nghĩa là lao động và phẩm giá con người). Dành cho các thế hệ mai sau, ông thành lập một phong trào "Thanh Niên Cộng Hòa".

Trên hai dòng tư tưởng và hành động, ông muốn đặt cơ cấu tổ chức động lực cần thiết và cải cách sâu rộng nhanh chóng mà chính phủ phải thực hiện. Ông tìm cách cung cấp giáo viên cho mỗi thôn bản và nhân viên y tế cần thiết. Từ đó, làm sống lại truyền thống cổ xưa của chính quyền tự quản ở các làng quê Việt Nam.

Kề cận anh của mình, ông Ngô-Đình Nhu chia sẻ cuộc sống cho đến cuối đời, thể hiện bản sắc một quốc gia đang tìm cách phát triển hiện đại đồng thời bảo vệ truyền thống Nho Giáo. Nhà Nho là người trung thực từ suy nghĩ, từ lời nói đến hành động, tôn trọng trong các đối xử với nhau, và lấy sự hài hòa giữa căn bản cuộc sống con người và môi trường tự nhiên. Điều này được xem như là nhiệm vụ cao cả đối với cộng đồng nhân loại. Con đường này được mở cửa cho mọi người để hoàn thành cuộc sống hữu dụng, chính là Nhân Đạo.

Trước thời Pháp thuộc, hệ thống Nho Giáo tạo điều kiện để nhân tài tham gia vào việc điều hành đất nước một cách dân chủ. Các kỳ thi tuyển công khai ba năm một lần mở cửa cho mọi người Việt, cho phép tất cả mọi người dân đến ứng thi tài năng để đóng góp vào việc phát triển đất nước theo khả năng từng người.Ứng cử viên vượt qua các kỳ thi tuyển chọn đó sẽ trở thành một vị quan và có thể khao khát được kết hôn với một thiếu nữ quý tộc thuộc triều đình Huế. Tính chất đặc biệt của quá trình cởi mở và trọng dụng nhân tài này đã không thoát khỏi sự chú ý của phương Tây.

Sự chú ý đến nguồn gốc Nho Giáo chứa đựng trong Nhân Vị, lấy phẩm giá con người làm gốc mà ông Ngô-Đình Nhu lấy làm nguyên tắc tổ chức chính trị, giúp cho chính phủ hiểu và tôn trọng người dân nông thôn vừa ra khỏi một thế kỷ dưới ách cai trị của thực dân và phải gánh chịu cuộc chiến tranh giữa người Pháp và Việt Minh từ 1946 đến 1954. Chính ông Ngô-Đình Nhu, là người yêu cầu và được chấp nhận chương mở đầu của Hiến Pháp đề cập đến chủ nghĩa nhân bản thiêng liêng mà ông mong ước hiến dâng cho đất nước của mình, và trên tinh thần đó ông đã sáng lập Đảng "Cần Lao Nhân Vị".

Ông cũng thành lập một phong trào gọi là "Phong Trào Cách Mạng Quốc Gia" mà ông sẽ thúc đẩy và hình thành một cơ quan quản lý hành chánh của người Việt Nam chứ không phải là người Pháp. Phong trào đào tạo đặc biệt của Việt Nam này, được thiết kế trên một chế độ kỷ luật, nhằm hỗ trợ mọi người chiến đấu chống lại ba loại trở ngại quan trọng làm lụn bại đất nước là: chậm tiến, chia rẽ và cộng sản.

Đó là vấn đề thích nghi với đời sống cộng đồng với các giá trị truyền thống của tổ tiên. Sự cảm thông lẫn nhau là thuốc giải độc tốt nhất để trị chứng bệnh cộng sản, cuối cùng nó sẽ biến mất. Chừng đó chiến sự sẽ kết thúc.

Chính sách Nhân Vị là con đường của sự siêu việt trong đó hai anh em Ngô-Đình dẫn đạo Việt Nam Cộng Hòa, được khai thác trên nhiều lãnh vực:

- Một chiều cao tâm linh:

Đối với hai anh em, chủ nghĩa tư bản cũng vô thần như chủ nghĩa cộng sản. Con người không thể tự mãn vì sự sống không phải chỉ là vật chất mà còn có tinh thần. Người siêu việt không thể hoàn thành mục đích sống của mình chỉ bằng sự thỏa mãn về vật chất. Nhân phẩm không ngừng phát triển trong không gian, thời gian của mình, nó là trung tâm và mục đích của Nhân Vị, trí tuệ chỉ lối cho con người là Nhân Đạo. Chỉ đạo phong cách xử sự của mình, cao trọng đến cội nguồn của Đấng Tạo Hóa, thông qua việc tìm kiếm tự thực hiện điều thánh thiện, thông qua tình yêu và sự cảm thông tha nhân.

◆ Một chiều ngang xã hội:

Sự chối bỏ gia đình mà những người cộng sản rao giảng là một thủ đoạn tàn ác và xảo trá, nhằm phơi bày con người *trần* trụi và bất lực trước guồng máy cộng sản toàn trị. Sự cai trị đó sẽ biến con người thành sinh vật của chính nó. Tuyến bảo vệ đầu tiên của con người là gia đình: cần phải khỏe mạnh, hạnh phúc và thịnh vượng vì cả quốc gia phụ thuộc vào tế bào cơ bản này.

◆ Một chiều sâu chính trị:

Chính sách Nhân Vị đảm bảo cá nhân tất cả các chiều hướng liên quan đến lối thoát của con người là Nhân Đạo với các quyền tự do được có từ nguyên thủy.

◆ Một khía cạnh kinh tế:

Công việc cộng đồng là một giải pháp để sản xuất hàng hóa hữu ích cho cả nước. Nhưng con người không phải làm việc như một con thú gánh nặng, và công việc sản xuất trong nỗ lực cộng đồng này phải là lợi ích trước mắt của người lao động, và không bị tịch thu bởi một nhà nước độc đoán. Đây là ý nghĩa của phong trào mà ông Ngô-Đình Nhu sáng lập "Cần Lao Nhân Vị".

Các nhà bình luận nông cạn hay ác ý, không muốn nỗ lực để hiểu được đường lối cao xa này, đưa ra nhận định là chính sách này phỏng theo cái gọi là triết lý "Nhân Vị"[13]. Nhận định hời hợt này giúp họ khỏi phải đối phó với tư tưởng của hai anh em họ Ngô.

---

[13] Dịch từ chữ "personalism" chỉ một triết lý của triết gia Pháp Emmanuel Mounier. (Chú thích của Vũ Tường)

Công trình nghiên cứu dựa trên các giải pháp gốc rễ của văn hóa đích thực với một quan điểm mở rộng tầm nhìn nhân sinh quan là đặc điểm quan trọng trong tư tưởng của Ngô-Đình Nhu. Ông ấy rất quan tâm đến những gì ông gọi là "tư duy chậm tiến" của đất nước, còn nghiêm trọng hơn cả tình trạng kém phát triển kinh tế.

Tổng Thống Ngô-Đình Diệm và ông Cố Vấn Ngô-Đình Nhu cố gắng cung cấp các phương tiện để cải thiện cuộc sống của công dân, trong chính sách nhiệm mầu Nhân Vị thăng tiến về trí tuệ tinh thần lẫn vật chất. Những tiến bộ kinh tế miền Nam – tất nhiên phong phú hơn so với miền Bắc – cho thấy sự tương phản với những đau khổ ở phía bắc của đất nước, càng trầm trọng thêm bởi một nạn đói kéo dài với hàng ngàn nạn nhân. Các nhà lãnh đạo chính trị miền Bắc do ý thức hệ cộng sản cuồng tín đã không quan tâm gì đến những khổ đau của đồng bào. Để động viên người dân của họ tiếp tục cuộc đấu tranh, các quan chức cộng sản phải dùng đến những lời nói dối. Họ đã tuyên truyền bóp méo sự thật một hình ảnh rất méo mó về tình hình ở miền Nam Việt Nam, họ đã ngạc nhiên cùng cực khi phát hiện ra thực tế đời sống ở miền Nam Việt Nam cao hơn nhiều so với đời sống của họ. Cảm thấy mình bị lừa dối và lợi dụng, nhiều người đào ngũ mặc dù có cảnh báo nhận án tử hình của cộng sản nếu họ trở về quê nhà.

Trong cuộc nội chiến Bắc - Nam, miền Nam Việt Nam được sự hỗ trợ mạnh mẽ về tài chính, hậu cần từ Mỹ, tăng tốc và các công cụ càng tinh vi theo thời gian, nhưng từ ngày này sang ngày khác lại không có hiệu quả chống lại chiến tranh du kích của cộng sản.

Người Mỹ, không biết cục diện của chiến tranh du kích trong chiến thuật quân sự của họ, luôn muốn tăng cường lực lượng tấn công, không như ông Nhu áp dụng để phân tích các phương thức chiến lược để điều chỉnh tốt hơn sự năng động của sức đề kháng và tấn công. Ông đã phát minh một hình thức chiến đấu tự vệ vô tiền khoáng hậu, "Ấp Chiến Lược". Ấp được xây dựng dựa vào vô số những thôn làng nằm rải rác ở vùng nông thôn và để có thể tự vệ chống lại các cuộc tấn công vào ấp.

Các nạn nhân chính mà giặc Cộng xem như mục tiêu sát hại là các viên chức lãnh đạo làng, giáo viên, bác sĩ, y tá của chính phủ. Họ thường bị giết chết một cách tàn nhẫn. Dân chúng lo sợ bị khủng bố đành cam chịu và ít khi dám gọi quân đội đến giúp đỡ.

Ông Nhu đào tạo nông dân để tự bảo vệ không gian của họ. Ông cung cấp cho họ vũ khí cần thiết. Khi bị tấn công, họ có thể tự bảo vệ mình trong khi chờ máy bay trực thăng của lực lượng đặc biệt tiếp sức. Quân đội trở nên di động hiệu quả trên địa bàn địa phương hơn các đội quân thông thường. Ông Nhu thực hiện việc quốc gia trọng đại mà ngay cả một tâm trí đơn giản có thể hiểu và áp dụng.

Vậy là nhân dân vũ trang sống ở khu vực được bảo vệ, được bao quanh bởi một con hào và bức màn tre được dựng lên. Chính sách "Ấp Chiến Lược" kết hợp hai quan niệm: tự giám sát và tự bảo vệ, để chống lại hành động khủng bố tấn công bất thường của giặc nhắm vào những thôn làng bị cô lập không đủ sức tự vệ. Chính sách này nâng cao tinh thần của người dân phải đối mặt với sự khủng bố của lính đặc công cộng sản. Trong khi đó lính đặc công cộng sản, khi gặp phải sự chống đối, càng ngày càng gặp khó khăn để có được thực phẩm. Thật là một chính sách hoạt động có hiệu quả để "tách cá ra khỏi nước" như lời của Mao Trạch Đông. Chán nản và đào ngũ tràn lan trong lòng giặc vì điều hệ trọng là chúng không còn chỗ bám víu để sống ở địa phương trong các làng mạc của miền Nam Việt Nam, cũng như không có thực phẩm cần thiết. Trong khi đó miền Bắc Việt Nam rất nghèo, không có thể cung cấp thực phẩm.

Chính sách "Ấp Chiến Lược" đang mang lại chiến thắng, ông Ngô-Đình Nhu thầm biết như vậy. Trong những thư viết cho những người bạn thân cùng học trường Chartes luôn lo lắng cho ông và Việt Nam, ông tâm sự rằng ông sắp giành được chiến thắng trong cuộc *"chiến tranh bẩn thỉu này"*.

Bức thư chúng tôi đăng tải dưới đây, chưa từng được công bố, đã được gửi ngay sau Tết năm 1962 qua đường ngoại giao. Nó không có bất kỳ dấu bưu điện hay ngày tháng từ dịch vụ bưu chính[14]:

"Cô bạn thân mến,

"Tôi đã gửi cho bạn một tấm thiệp Giáng Sinh đẹp đẽ và chúc Tết bạn cùng những bạn vẫn nhớ đến tôi. Có lẽ các dịch vụ bưu chính của chúng tôi "lo ăn Tết lớn" nên đã làm thất lạc.

"Lần đầu tiên trong nhiều năm, chúng tôi đã được ăn Tết một cách đúng đắn nhờ vào những thắng lợi mà chúng tôi đã đạt được khi chống lại cộng sản trong mọi lĩnh vực.

"Tôi đã trở thành cả cha đẻ và chị vú giữ em của 'Ấp Chiến Lược', một hệ thống do tôi nghĩ ra để giải quyết các thách thức từ Trung Quốc trong hiện tại, tôi muốn nói về dân chủ kém phát triển. Với hệ thống này, chúng tôi nghĩ sẽ sớm giành chiến thắng cuộc chiến tranh bẩn thỉu này.

"Về phần bạn, không còn luẩn quẩn nữa. Bạn đã làm những điều tuyệt vời. Bạn đã thực hiện một cuộc cách mạng mới và sẽ để lại kết quả rất lớn trong thế giới tương lai . Phái đoàn Quốc Hội chúng tôi đang thăm viếng nước của bạn, có vẻ như đã giúp phá vỡ các tảng băng trôi giữa hai dân tộc chúng ta.

"Tôi xin lỗi đã viết thư cho bạn bằng mực đỏ, vì tôi đang có trong tay. Dù sao đó cũng là một màu sắc lộng lẫy. Nó có thể tượng trưng cho tương lai của mối quan hệ mới giữa hai nước chúng ta.

Thân chào. Bảo trọng nhé."

---

[14] Thư được sao chép trong Phụ lục 3. Bản gốc được lưu giữ tại Ecole des Chartes, Paris.

Trên thực tế, các nhà quan sát Mỹ cũng đã nhấn mạnh là trong suốt mùa xuân và mùa hè năm 1962, cuộc chiến diễn biến rất thuận lợi với sự phát triển của chương trình "Ấp Chiến Lược". Lực lượng đặc biệt phối hợp của ông Nhu gây thiệt hại nghiêm trọng cho giặc.

Ngày 23 tháng 7 năm 1962, ngày ký kết Hiệp Định Đình Chiến Hòa Bình Geneva cho nước Lào, Bộ Trưởng Quốc Phòng Hoa Kỳ, ông McNamara ra lệnh thiết lập chương trình cắt giảm kế hoạch người Mỹ ở Việt Nam và giảm hỗ trợ tài chính cho các dự án dài hạn của chính quyền Sài Gòn[15].

Ở vị trí thượng phong, một đường dây liên lạc được thực hiện bí mật với miền Bắc Việt Nam để thiết lập một tiến trình hòa bình và tiết kiệm sinh mạng đồng bào. Ông Ngô-Đình Nhu là người đề xướng và phụ trách về các nỗ lực hòa giải này. Chính bản thân Hồ Chí Minh cũng đưa ra một dấu hiệu đáng khích lệ. Ngày Tết, ông đã gửi một nhánh hoa đào tượng trưng tặng Tổng Thống Ngô-Đình Diệm. Ông Nhu thậm chí còn đề nghị thu xếp cho một chuyến đi ra Bắc cho hai con trai của mình khi vẫn còn ở tuổi vị thành niên để chúng khám phá thêm một nửa phần bên kia của đất nước.

Vì việc điều hành cuộc chiến rất lạc quan nên chính phủ Kennedy muốn trưng dụng tất cả mọi ưu thế và tăng tốc đạt kết quả. Vì họ cần một lợi ích riêng sau cuộc thất bại ở "Vịnh Con Heo" và việc xây dựng Bức Tường Berlin.

Từ đó Tổng Thống Ngô-Đình Diệm bị áp lực mãnh liệt để chấp nhận thêm sự gia tăng trong quân số cố vấn Mỹ, với 16 ngàn quân nhân. Hoa Kỳ nghĩ rằng họ có tầm nhìn tối ưu cho cuộc chiến tranh. Tổng Thống Việt Nam bày tỏ sự miễn cưỡng. Rồi Tổng Thống được yêu cầu phải loại bỏ viên Cố Vấn Chính Trị, vì ông Nhu được coi là quá độc lập.

---

[15] Tham chiếu hồ sơ Ngũ Giác Dài "Dossier du Pentagone", Albin Michel biên tập năm 1971

Khi Tổng Thống từ chối, chính phủ Mỹ đã cắt giảm viện trợ tài chính cho đồng minh của mình giữa nỗ lực chiến tranh. Việc cắt giảm viện trợ này nhằm vào việc tài trợ cho các lực lượng đặc biệt thuộc các Ấp Chiến Lược. Chính phủ Mỹ cũng đình chỉ viện trợ thực phẩm như sữa bột cho trẻ em mà người Mỹ đã nhập vào Việt Nam.

Những biện pháp này dự định để dân chúng chống lại chính phủ. Thậm chí Kennedy còn nói là ủng hộ một sự thay đổi chính sách và "nhân viên" ở Việt Nam. Phán quyết và can thiệp rõ rệt vào chính trị nội bộ đã làm mất uy tín của Tổng Thống Ngô-Đình Diệm một cách trầm trọng. Phương Tây chỉ nhìn vào người Mỹ và chỉ nghe theo họ, vì họ đã can thiệp và chiến thắng trong Thế Chiến Thứ Hai.

Ngày 3 tháng 12 năm 1962, Roger Hilsman, Giám Đốc Văn Phòng Thông Tin và Nghiên Cứu của Bộ Ngoại Giao Hoa Kỳ, gửi Quốc Vụ Khanh Quốc Gia một bản ghi nhớ mang tên Tình hình và Triển Vọng Ngắn Hạn tại Việt Nam. Ông nhận xét rằng[16]:

"Chính phủ Việt Nam đã dành ưu tiên cho việc áp dụng một thiết kế chiến lược cơ bản dựa trên các chương trình Ấp Chiến Lược và Bình Định có hệ thống. Ông tán đồng các biện pháp chính trị, kinh tế và xã hội đương đầu các lực lượng nổi dậy phối hợp với các biện pháp quân sự thuần túy. Lực lượng quân sự và an ninh Việt Nam bây giờ được tăng cường và hoàn hảo hơn. Vì thế tấn công theo tinh thần và chiến thuật chống giặc du kích được cải thiện. Chính phủ Việt Nam kiểm soát hiệu quả đất nước hơn. Một số lĩnh vực an ninh đã được khôi phục lòng tin của nông dân đối với chính phủ cũng có dấu hiệu cải thiện."

Bản ghi nhớ cũng nhấn mạnh:

"Ảnh hưởng của Việt Cộng gần như tăng lên trong khu vực đô thị, không chỉ bằng cách mị dân và chủ trương khủng bố, mà còn tuyên truyền các yếu tố nói xấu Tổng Thống

---

[16] Trích từ "Hồ Sơ Ngũ Giác Đài" *(The Pentagon Papers)*

Diệm. Cũng nên lưu ý rằng, các quan chức quan trọng trong giới quân sự và dân sự, hay bất đồng chính kiến bên ngoài chính phủ, dường như dễ tiếp nhận thái độ trung lập, thân cộng sản, và thậm chí chống Mỹ. Dường như họ có niềm tin càng ngày càng tăng vào các hoạt động trong bí mật... Chúng ta cũng phải nhận thấy rằng Hà Nội đang đẩy mạnh các nỗ lực nhằm hợp pháp hóa 'Mặt Trận Dân Tộc Giải Phóng Miền Nam Việt Nam'... Nếu tình hình an ninh tiếp tục được cải thiện, Tổng Thống Diệm có thể làm dịu sự lo lắng và khích lệ tinh thần các cán bộ công chức và quân đội."

Biên bản ghi nhớ còn đề cập đến khả năng có một cuộc đảo chính:

"Sự sụp đổ chính sách của chính phủ như một kết quả đột ngột, có thể làm bế tắc và thậm chí có thể làm ngược đà tiến lên từ nỗ lực chống lại các lực lượng nổi dậy. Vai trò của Hoa Kỳ có thể vô cùng quan trọng trong việc phục hồi đà tiến triển này trong khi tránh đi các cuộc leo thang của cuộc chiến và sự tranh giành nghiêm trọng quyền lực nội bộ."

(Chúng ta có cần phải suy ra đây chính là sự khuyến khích để đảo chính hay không?)

Dù sao, bản ghi nhớ này ít nhất cũng xứng đáng là đã ghi nhận những nỗ lực và tiến bộ của chính phủ Việt Nam trong cuộc chiến chống lại cộng sản, liên tục bị tấn công bằng những đòn khủng bố từ phía Hà Nội, mà lại còn đối phó với những xung đột quyền lực nội bộ.

Trong nỗ lực đấu tranh chống khủng bố trên đất nước, ông Nhu phấn đấu để ngăn chặn các chủ trương phá hoại của đối phương. Ông vạch mặt chủ nghĩa tư tưởng của Việt Minh và lật tẩy bình phong "đấu tranh chống thực dân" của chúng để lôi cuốn người dân miền Nam Việt Nam. Ngô-Đình Nhu không ngần ngại xác định rõ những người tự xưng là Việt Minh chính là cộng sản. Từ đấy chữ "Việt Cộng" được sử dụng chính xác trong cách nói thông thường.

Cuối cùng, nhận thức được rằng hành động quân sự phải gắn liền với tác động chính trị, ông Ngô-ĐìnhNhu thúc đẩy ban hành chính sách "Chiêu Hồi" vào tháng 4 năm 1963. Bằng cách cho biết là người Việt Cộng hồi chánh được đón nhận như anh em bị lạc lối, bây giờ trở lại trong gia đình chung, cũng như công bố một lệnh ân xá rộng rãi. Trong một số trường hợp, ra lệnh cho quân đội không được quyền tiêu diệt kẻ địch, chỉ phá hủy hậu cần và để cho họ có sinh lộ thoát nạn và trở thành sứ giả mang tin một thỏa thuận chung có thể có giữa những người Việt Nam.

Chính phủ tăng cường sự cảm thông trong mọi bài phát biểu hoặc hướng dẫn dùng từ "Đồng Bào" (có nghĩa là "cùng một bào thai") để gọi người Việt Nam và nhắc lại tất cả mọi người Việt được sinh ra từ cùng một mẹ. Truyền thuyết nói rằng người Việt được sinh ra từ một tiên nữ là Âu Cơ đã sinh ra một túi có chứa một trăm trứng. Những quả trứng, chờ ấp nở, đã sinh ra môt trăm người Việt đầu tiên. Từ "Đồng Bào" thể hiện sâu sắc tình huynh đệ giữa người Việt và có ý nghĩa cao xa hơn nhiều so với những lời kêu gọi "Đồng Hương" thay từ "đồng chí" của Việt Cộng. Chính sách này được dựa trên tình huynh đệ của con người mà các cố vấn quân sự Mỹ không mấy ý thức, trong khi họ chỉ thích đếm xác chết kẻ thù như là thành quả.

Chính sách "Chiêu Hồi" này đã mang lại hiệu quả. Số người hồi chánh gia tăng lên đều đều. Chỉ trong một vài tháng mà con số đó đã tăng lên đến một vạn người. Hầu hết họ đào ngũ vì đói, chán nản, đau khổ. Họ nhận ra rằng họ không còn nguồn lương thực từ người dân sinh sống trong các Ấp Chiến Lược. Cuộc sống phiêu lưu trong bưng không thể chịu nổi nữa. Những người hồi chánh rất hữu ích; họ cung cấp thông tin về phương pháp tuyển dụng và cách thức thực hiện các âm mưu khủng bố của cộng sản.

Bộ Trưởng Bộ Quốc Phòng Hoa Kỳ, ông McNamara, cũng báo cáo vào đầu tháng 10 năm 1963 về tình hình lực lượng trung thành đã được cải thiện đáng kể. Tướng Harkins, Tư Lệnh Lực Lượng Hoa Kỳ tại Việt Nam, nói rằng tinh thần chiến đấu của quân đội mỗi ngày một tăng[17].

Khi ông Ngô-Đình Nhu qua đời, tám nghìn làng trong số mười hai ngàn trong chính sách đã được lập trình tăng cường chiến lược. Đó là cách đối phó hiệu quả nhất để ngăn chặn hàng ngàn vụ giết người và bắt cóc thanh niên do Việt Cộng gây ra hàng năm khi họ xâm nhập vào làng mạc nông thôn, nơi tám mươi phần trăm dân số của mười bốn triệu nhân dân miền nam Việt nam sinh sống lúc bấy giờ.

Khi Hoa Kỳ đòi hỏi ông Ngô-Đình Nhu phải biến mất, họ không có khả năng để theo đuổi chính sách "Ấp Chiến Lược" vì nó quá xa đối với văn hóa quân sự của họ. Từ đó quân đội Mỹ phải đối phó với tình thế bằng cách tăng quân lên hơn năm trăm ngàn người lính, đầu tư nhiều hơn và nặng nề hơn nhưng càng vô ích đối với một cuộc chiến tranh khủng khiếp mà hậu quả là đã dẫn đến một sự thảm bại mười hai năm sau đó.

***

Bà Ngô-Đình Nhu đã tham gia hoàn toàn vào chính sách của chính phủ, song song với sự phát triển của chính thể Cộng Hòa Việt Nam.

Là dân biểu Quốc Hội, bà cũng là nhà lãnh đạo sáng lập của Phong Trào Phụ Nữ Liên Đới. Phong trào này dựa vào lòng tự nguyện của người phụ nữ, một công trình xã hội quan trọng được phát sinh ra và phát triển nhanh chóng. Những quán cơm xã hội, nhà ở và trường huấn nghệ đã mọc lên như nấm, đáp ứng tích cực vào việc cứu trợ đồng bào tị nạn cộng sạn cam chịu mất tất cả để chạy về phía nam tìm Tự Do từ bỏ Bắc Việt Nam vào năm 1954. Nhiều nhất là người dân theo đạo Công Giáo. Họ rời khỏi vùng đất của tổ tiên ông bà tại thời điểm phân chia

[17] Xem "Việt Nam, Tiết Lộ của Một Nhân Chứng" (Viet-Nam, Révélations d'un Témoin) của Suzanne Labin, nhà xuất bản Nouvelles Editions Latines, Paris, 1964.

đất nước ở hai bên vĩ tuyến 17 khi Hiệp Định Geneva chỉ định phần phía bắc của đất nước giao cho chính phủ Hồ Chí Minh.

Một triệu người từ Bắc vào Nam, ngược lại có vài ngàn người ủng hộ cộng sản làm điều trái ngược là rời phía nam ra phía bắc. Đây là kết luận đích thực từ các quan sát viên quốc tế có mặt tại chỗ. Những con số ấy đã nói rằng, "bằng đôi chân của mình" chính phủ của Tổng Thống Ngô-Đình Diệm đã rõ ràng hấp dẫn hơn so với chính phủ Hồ Chí Minh.

Một cuộc di dân khổng lồ nhưng không được hoạch định trước. Các lực lượng Pháp lúc đó vẫn còn ở trong nước, đã dự đoán rằng việc chia cắt đất nước sẽ gây ra một làn sóng hai trăm ngàn người tị nạn.

Thiếu nhà ở, các gia đình ban đầu được hướng dẫn đến các ống cống lớn bằng xi-măng mở ở hai đầu – các ống cống của hệ thống thoát nước – nhưng ít nhất cũng che chắn được nắng mưa. Vấn đề nổi bật là các dòng người tị nạn đều được giải quyết thỏa đáng.

"Phong Trào Phụ Nữ Liên Đới" chọn biểu tượng là cái đèn dầu của nàng trinh nữ khôn ngoan trong Kinh Thánh. Phong Trào nhằm đảm nhiệm công việc xã hội thay cho chính phủ. Đây là một quan niệm mới mẻ hầu như chưa từng có đối với các dịch vụ xã hội bình thường. Với sự khéo léo và tầm nhìn xa, Phong Trào Phụ Nữ đã phát triển tất cả các loại hỗ trợ và dịch vụ. Phong Trào tham gia một cách thiết thực và cụ thể để giúp người nghèo, trẻ mồ côi, nạn nhân chiến tranh và người tàn tật. Phong Trào mở phòng khám bệnh và trung tâm hỗ trợ cho trẻ em.

Bà Ngô-Đình Nhu đã dồn tất cả năng lượng của mình để huy động và hỗ trợ các phụ nữ tình nguyện. Bà kêu gọi tinh thần xây dựng lại lòng yêu nước và đã được mọi tầng lớp người dân đón nhận. Nhiều sáng kiến được thực hiện mà không cần sự trợ giúp của công quỹ. Ý thức về chính phủ tham gia vào việc trợ giúp xã hội không bắt nguồn từ Việt Nam, trong khi sự sẵn lòng của cá nhân và giới tư nhân đầy tiềm lực trong nền văn hóa Nho Giáo hướng dẫn cá nhân có trách nhiệm với cộng đồng.

Một ví dụ điển hình là những nhà hàng bình dân được mở cửa phục vụ cho tất cả mọi người, kể cả các dân biểu. Mức chi phí tài chính được tính theo khả năng của mỗi cá nhân., vậy mà các nhà hàng vẫn tồn tại. Những tình nguyện viên đến viếng thăm chăm sóc tại nhà thường xuyên được lập ra để đáp ứng nhu cầu của người nghèo và xác định tại chỗ nhu cầu cần thiết. Tất cả các tổ chức này nhằm vào trách nhiệm và lợi ích chung, vậy mà có báo chí nước ngoài xuyên tạc cho rằng những tổ chức này là "một phần mạng lưới gián điệp bà Ngô-Đình Nhu".

Sự tham gia của khoảng hai triệu phụ nữ ở mọi tầng lớp xã hội thực sự rất đặc biệt. Người phụ nữ lần đầu tiên được đóng vai trò chính trong xã hội. Dù họ chiếm đa số trong dân chúng, nhưng bị hạn chế trong khuôn sáo gia đình và xã hội khiến họ không có điều kiện nhận trách nhiệm công cộng.

Bà Ngô-Đình Nhu cũng phát động ra phong trào "Phụ Nữ Bán Quân Sự" đặt trên cơ sở tự nguyện. Mỗi năm có khoảng một trăm ngàn cô gái được đào tạo tổng quát để biết tự vệ cá nhân, và sử dụng vũ khí. Thêm vào đó họ cũng được học khóa trợ tá để cấp cứu.

Dù không có trong kế hoạch, việc sử dụng lực lượng phụ nữ tại mặt trận với mục đích là đảm bảo bổ sung nhu cầu nếu cần thiết. Điều này thể hiện ý chí chống lại cuộc chiến tranh phá hoại. Không thể giành chiến thắng nếu không có ý thức từ mỗi cá nhân trước tập thể.

Để làm gương, cô con gái lớn Lệ Thủy ở tuổi mười sáu của ông bà Ngô-Đình Nhu đã nhập ngũ vào phong trào. Cô thể hiện khả năng của mình như một tay thiện xạ chuyên bắn tỉa trong cuộc diễn hành quốc gia và chiếm giải Thủ Khoa. Bà Ngô-Đình Nhu nhận định rằng, một khi chỉ có quân đội là lực lượng duy nhất biết cách biết sử dụng vũ khí và nắm sức mạnh để có thể tự quyết thì đó sẽ trở thành một yếu tố gây bất ổn.

Cái chết của Tổng Thống Ngô-Đình Diệm cho thấy rõ là điều này đã xảy ra ở Việt Nam. Đất nước không còn được sự lựa chọn nào khác và phải chịu đựng những xung đột đau thương giữa các tướng lãnh.

Một sự đóng góp khác thường của bà Ngô-Đình Nhu cần phải được vinh danh. Đó là sự giải thoát pháp nhân cho người phụ nữ Việt Nam. Mục tiêu quan trọng này của Bộ Luật Gia Đình do bà tự viết lấy với sự giúp đỡ của một nhóm luật sư và các chuyên gia ngành Luật.

Năm 1958 bộ Luật này được Quốc Hội Lập Pháp thông qua. Lần đầu tiên, nguyên tắc bình đẳng giữa nam, nữ được luật pháp hợp thức hóa cụ thể. Người phụ nữ chính thức là pháp nhân ngang hàng với chồng trong việc quản lý tài sản gia đình và được nhìn nhận đầy đủ trong việc thừa tự. Trước đó, mặc dù Hiến Pháp Cộng Hoà ban hành ngày 26 tháng 10 năm 1956 có tuyên bố quyền bình đẳng Nam - Nữ, nhưng người phụ nữ vẫn còn coi chồng là người ở vai trên, đóng vai trò giám hộ.

Bộ Luật Gia Đình mới bãi bỏ chế độ đa thê trong các gia đình giàu có. Nền tảng gia đình chính thức bằng hôn nhân hợp pháp được bảo vệ mạnh mẽ trong một đất nước mà người phụ nữ vẫn chịu đựng cảnh một nhà mà năm thê bảy thiếp. Trước đó, trong trường hợp ly hôn dù không phải lỗi của người phụ nữ, họ bị loại trừ khỏi gia đình và mất tất cả mọi quyền, ngay cả quyền thừa kế di sản. Do đó phụ nữ Việt Nam bị giảm xuống vài trò nhỏ bé không đáng kể. Tình trạng này của người phụ nữ làm Bà Ngô-Đình Nhu phẫn nộ. Do đó, bà đã gia tăng tốc độ soạn thảo Bộ Luật Gia Đình mà không cần chờ hoàn thành một phiên bản chung với Bộ Luật Dân Sự cần phải chờ thống nhất các luật khác nhau đã từng tồn tại trong ba miền của Việt Nam: miền Bắc, miền Trung và miền Nam.

Tổng Thống Việt Nam Cộng Hòa Ngô-Đình Diệm sống độc thân, ông yêu cầu bà đảm nhận vai trò Đệ Nhất Phu Nhân đại diện cho chánh phủ.

Từ năm 1958 đến năm 1963, trong những chuyến thăm chính thức nước ngoài, bà Ngô-Đình Nhu không ngần ngại đề cập đến Luật Gia Đình với các nước đang phát triển với mong muốn thúc đẩy bảo vệ nhân phẩm của phụ nữ. Bà cũng đại diện cho đất nước nhấn mạnh việc này trong những chuyến công du trong cộng đồng thế giới. Trong phạm vi của bà, bất cứ lúc nào bà cũng bảo vệ việc giải phóng phụ nữ và vai trò của gia đình. Những dòng động lực này dường như cần thiết cho đất nước cũng như cho cuộc chiến chống lại chủ nghĩa cộng sản.

Bà là một trong những phụ nữ đầu tiên có bằng lái xe trong một nước có ít xe, và bà mong muốn những người phụ nữ khác có cơ hội để tự lèo lái vận mệnh của mình.

***

Báo chí và phóng sự được thực hiện vào đầu những năm 60 về Việt Nam phản ánh sự tiến bộ của nền kinh tế và xã hội khi Tổng Thống Ngô-Đình Diệm là người lãnh đạo tối cao của đất nước.

Về phía quân đội, theo các thư chưa được công bố của ông Nhu mà chúng tôi đã sao chép được công bố trong phần Phụ lục, cho thấy trong cuộc "chiến tranh bẩn thỉu" chống lại Việt Cộng, chính phủ sắp được giành được chiến thắng nhờ chính sách "Ấp Chiến Lược". Về phía chính phủ Mỹ, những báo cáo mà chúng tôi đã trích dẫn cho thấy đất nước, đang tận dụng mọi nỗ lực để tiến gần hơn đến mục tiêu của mình. Những tiến bộ không thể phủ nhận được thể hiện thông qua năng lực của cả một dân tộc tin tưởng vào các nhà lãnh đạo lại bị quét sạch đi bằng một cú đâm sau lưng. Trong một hành động thiếu trách nhiệm một cách ngạc nhiên mà không nghĩ đến một giải pháp thay thế, chính phủ Mỹ đã phá nát tất cả những thành quả đã đạt được khi đưa ra quyết định giết Tổng Thống Ngô-Đình Diệm và ông Ngô-Đình Nhu là bào đệ và Cố Vấn Chính Phủ.

Nhưng đâu phải người dân Việt Nam gắn bó với các nhà lãnh đạo của mình đã gây ra âm mưu này, mà chính là các tướng lãnh đầy tham vọng muốn giành quyền lực cho chính bản thân, nhưng họ không có tài năng cai trị. Vốn ham danh vọng và tiền bạc, họ đã bị người Mỹ và các điệp viên Việt Cộng ngụy trang sử dụng. Họ chỉ là những con tốt trong thế cờ do kẻ đánh lừa bịa ra.

CHƯƠNG 3
Cuộc Đảo Chính

Trong tháng 8 năm 1963, Tổng Thống Ngô-Đình Diệm và ông Nhu nghe được về những gì đang xảy ra đằng sau lưng họ. Họ khám phá ra rằng người Mỹ đã cho lưu hành một quỹ bí mật để khuyến khích các tướng lãnh thực hiện một cuộc đảo chính chống lại họ. Hai ông Diệm và Nhu quyết định gọi các tướng lãnh vào Dinh Tổng Thống để cho họ biết rằng các ông đã biết được chi tiết ý đồ này của người Mỹ nhằm lật đổ và số tiền đô-la được tung ra để mua chuộc lương tâm số nhiều các ông tướng thực hiện cuộc đảo chính. Tất cả các tướng lãnh đều có mặt. Anh em ông Ngô-Đình nhắc nhở họ đề cao kỷ luật và ý thức trách nhiệm đối với cuộc chiến ngăn chặn phá hoại vẫn còn đe dọa đất nước mà trách nhiệm của Quân Đội là Bảo Vệ Nhân Dân. Mọi người cần phải đoàn kết trong kỷ luật của Quân Đội.

Hai anh em Ngô-Đình cũng đem âm mưu chống chính quyền nói với hai nhà báo mà hai ông đã tiếp vài ngày trước khi bị ám hại. Đó là Marguerite Higgins và Suzanne Labin là những người biết rõ đất nước Việt Nam, vì thường xuyên đi lại Việt Nam.

Kennedy đã cho triệu hồi Đại Sứ Mỹ ở Việt Nam – Frederick E. Nolting Jr. – vì cho là quá gần gũi với Tổng thống Diệm, và thay thế bởi Cabot Lodge là người kiên quyết chống đối chính phủ Việt Nam khi cho là quá lỗi thời và vô ích. Cabot Lodge, vốn rất tự tin, không nghĩ rằng Tổng Thống Ngô-Đình Diệm lại có thể có ý kiến riêng của ông về chính sách cần phải áp dụng để bảo vệ đất nước Việt Nam của ông và ông lại không biết cúi đầu nhận lệnh từ "cấp trên" của mình (là Mỹ). Trong hoàn cảnh này, sự bất đồng giữa hai người chỉ có thể là ở mức cao nhất.

Cabot Lodge, viên đại sứ mới của Mỹ, hạ cánh tại Sài Gòn ngày 22 tháng 8 năm 1963. Không đến bốn mươi tám giờ sau khi đến nơi, ông đã gửi một bức điện tín cho Bộ Ngoại Giao, đại ý: Nhìn chung các cán bộ đảm nhận thực hiện các mệnh lệnh quan trọng trong khu vực Sài Gòn thì vẫn trung thành với Diệm và người em trai. Sự trung thành của các tướng lĩnh khác thì khó biết được. Trong những trường hợp này, việc Hoa Kỳ ủng hộ một cuộc đảo chính sẽ tương đương với việc "chó ngáp phải ruồi".

Ngày 31 tháng 8 năm 1963, một bức điện khác từ Cabot Lodge cho thấy rằng các tướng lãnh từ chối hợp tác. Mỹ thấy mình đang ở một tình trạng bế tắc. Như đã nêu trong "Tài Liệu của Ngũ Giác Đài": Vào cuối tháng Tám, Washington không có chính sách nào. Cùng ngày hôm đó, trong lúc Tổng Thống Kennedy vắng mặt, các thành viên của Hội Đồng An Ninh Quốc Gia đã họp lại. Bầu không khí bị chi phối bởi cảm giác rằng "Mỹ đang mất phương hướng".

Thiếu một giải pháp rõ ràng, họ quay lại hỗ trợ Diệm. Dean Rusk nhấn mạnh sự cần thiết phải xây dựng chính sách của Mỹ căn cứ trên hai ý tưởng: *"Người Mỹ sẽ không rút khỏi Việt Nam trước khi giành được chiến thắng và họ không tham gia vào bất kỳ cuộc đảo chính nào."* McNamara ủng hộ quan điểm này, và Johnson cũng hoàn toàn ủng hộ.

Đọc "Tài Liệu của Ngũ Giác Đài" để sáng tỏ về những gì các quan sát viên gọi là "mất phương hướng" của chính quyền. Hãy tóm tắt ngắn gọn vụ việc bùng nổ có tên là "Tài liệu của Ngũ Giác Đài".

Chủ Nhật, 13 tháng 6 năm 1971, tờ New York Times bắt đầu xuất bản các tài liệu mật mà Robert McNamara đã gom góp lại từ tháng 6 năm 1967 để có được một bản báo cáo về lịch sử siêu bí mật các hành động của Mỹ ở Đông Dương. Vụ đánh cắp cái được gọi là "Tài Liệu của Ngũ Giác Đài" và rò rỉ nó cho báo chí đã khiến Tổng thống Richard Nixon nhảy dựng lên vì phẫn nộ. Là Tổng Thống của Hoa Kỳ, ông đã cố gắng để ngăn chặn việc xuất bản các tài liệu này. Quá trình này được thực hiện với tốc độ rất nhanh và chắc chắn. Và vào ngày 30 tháng 6 năm 1971, Tòa Án Tối Cao Hoa Kỳ quyết định cho phép các tờ New York Times và Washington Post công bố các thông tin bí mật. Tòa Án Tối Cao đã phán quyết rằng quyền được cung cấp thông tin miễn phí và đầy đủ của người dân được bảo đảm bởi Tu Chính Án Thứ Nhất của Hiến Pháp, và trong trường hợp này, không có sự cân nhắc hợp pháp nào về việc những tài liệu đó đã bị đánh cắp, có thể chiếm ưu thế hơn quyền đó.

Chương 4 của những hồ sơ đó có tiêu đề là: "Lật đổ Ngô-Đình Diệm". Theo nhận xét của Hedrick Smith: *"Các nghiên cứu bí mật của Ngũ Giác Đài về cuộc Chiến Tranh Việt Nam tiết lộ rằng Tổng Thống Kennedy đã biết kế hoạch cuộc đảo chính quân sự vào năm 1963 và ông đã chấp thuận..."* Theo các nghiên cứu này: *"Từ tháng 8 năm 1963, chúng tôi đã có, theo nhiều mức độ khác nhau, khuyến khích, cho phép và phê duyệt dự thảo cuộc nổi dậy của các tướng lãnh Việt Nam nói chung và cam kết sẽ hỗ trợ đầy đủ từ phía Mỹ để có một chính phủ thay thế... Phần tham dự của chúng tôi trong cuộc đảo chính chỉ tăng cường trách nhiệm của chúng tôi tại Việt Nam và lời cam kết của Mỹ."*

Tuy nhiên, các ghi chú và báo cáo được thu thập trong các hồ sơ của Ngũ Giác Đài cho thấy rằng không có bất kỳ sự nhất trí nào từ phía người Mỹ để đánh giá và lên án các hành động của Tổng thống Diệm

Kennedy mong muốn dựa vào một phân tích chính xác, đã quyết định gửi một phái đoàn đến Sài Gòn để đảm trách việc thăm dò và xác định lại tình hình. Phái đoàn gồm Chuẩn Tướng Viktor H. Krulak – một chuyên gia của Ngũ Giác Đài trong cuộc chiến tranh chống du kích – và Joseph A. Mendenhall là cựu cố vấn chính trị cho Đại Sứ Quán Mỹ ở Sài Gòn. Sau khi rời Việt Nam, họ trình lại cho Tổng Thống Kennedy hai cái nhìn hoàn toàn trái ngược. Các hồ sơ của Ngũ Giác Đài cho chúng ta biết phản ứng của Kennedy: *"Hai ông có chắc đó là quốc gia mà các ông đã đến không?"*

Kennedy đã rất khó chịu trước những báo cáo này vì nó không giúp ích ông ta trong việc ra quyết định. Ngày 23 tháng 9 năm 1963, ông đã gửi một phái đoàn sứ giả với nhiệm vụ mới lần này được giao phó cho hai cố vấn thân cận nhất của ông là Robert McNamara – Bộ Trưởng Quốc phòng – và Tướng Maxwell Davenport Taylor – Tổng Tham Mưu Trưởng Quân Lực. Trong báo cáo mà họ thực hiện vào ngày 2 tháng 10 năm 1963[18] họ lưu ý rằng chiến dịch quân sự đã đạt được tiến bộ đáng kể và tiếp tục phát triển. Họ đề nghị với Tổng Thống nhiều biện pháp, trong đó có việc mở rộng chương trình Ấp Chiến Lược, nhất là ở vùng đồng bằng.

Kết quả mà họ đã quan sát được, cho phép họ đưa ra ý tưởng rằng "phần lớn" binh lính có thể được hồi hương vào cuối năm 1965. Báo cáo cũng bao gồm các biện pháp trả đũa kinh tế để buộc Diệm phải tiến hành cải cách chính trị. Một sự giám sát chặt chẽ sẽ cho phép họ biết được ông Diệm có từ bỏ các biện pháp đàn áp ở mức độ nào đó. Ở giai đoạn này, các sứ giả không quan tâm đến bất kỳ sự thay đổi nào trong chính phủ, đồng thời nói thêm rằng chính sách của Hoa Kỳ phải gấp

---

[18] Tài liệu số 142 trong "Hồ Sơ Ngũ Giác Đài".

rút xác định những người có khả năng đưa ra giải pháp thay thế chính phủ Diệm ngay khi kế hoạch được vạch ra, và cần phải thiết lập liên lạc với họ.

Kết luận nào được rút ra từ một báo cáo như vậy? Tổng Thống Việt Nam nhận thấy mình đang ở trong một tình thế bị giám sát, bất chấp những kết quả quân sự khả quan. Họ cáo buộc chính sách đàn áp của ông trong khi thừa nhận sự xâm nhập phá hoại của cộng sản ở trong nước. Các hành động khủng bố tiếp tục được tiến hành bởi các đặc công Việt Cộng. Vậy thì làm sao lại có thể tưởng tượng được rằng vị tổng thống của một quốc gia đang bị đe dọa thường xuyên lại có thể nghĩ đến việc giảm bớt các biện pháp theo dõi và đàn áp?

Với sự đồng ý của Kennedy, Robert McNamara và Tướng Maxwell Taylor thông báo rằng sẽ có một ngàn binh lính Mỹ rời khỏi Việt Nam vào cuối năm 1963.

Hai tài liệu trái ngược nhau đưa ra một ý kiến mơ hồ về tình thế cuối cùng mà Kennedy phải đối mặt trong lúc ông vẫn còn dao động giữa lời khuyên của những người ủng hộ Tổng Thống Diệm và những người chống Tổng Thống Diệm.

Vào ngày 30 tháng 10 năm 1963, Tướng Paul Harkins, Tư Lệnh Lực Lượng Vũ Trang Hoa Kỳ tại Việt Nam – do ở một vị trí tốt hơn để đánh giá tình hình quân sự – đã gửi một bức thư cho Tướng Taylor (văn bản số 54 "Tài Liệu Ngũ Giác Đài). Harkins đã viết rằng:

> *"Theo chỉ thị cơ bản rằng hiện tại không nên có hành động nào để bí mật khuyến khích chuẩn bị cho một cuộc đảo chính... Tôi có khuynh hướng cho rằng vào thời điểm này, sự thay đổi nên là về phương pháp điều hành của chính phủ hơn là sự thay đổi về nhân sự... Trong các cuộc tiếp xúc của tôi ở đây, tôi chưa thấy ai có bản lĩnh như ông Diệm, ít nhất là trong cuộc chiến chống cộng sản. Theo tôi thì chắc*

chắn là không có một tướng lãnh nào có đủ điều kiện để thay thế ông ấy cả. Tôi không phải là nhân viên phục tùng Tổng Thống Diệm. Tôi cũng thấy những sai sót của ông ấy. Nhưng tôi ở đây chỉ để hỗ trợ cho 14 triệu người dân Việt Nam trong cuộc chiến chống Cộng sản mà ông Diệm là lãnh đạo tối cao của họ..."

Về vị trí của các lực lượng vũ trang, vị tướng nói trên viết thêm:

"Chính phủ Việt Nam đang phát triển ở Vùng I và II, các khu vực của Vùng III, và họ cũng tiến bộ trong khu vực đồng bằng sông Cửu Long."

Mặt khác Đại sứ Cabot Lodge đã gửi một thư cho McGeorge Bundy là cố vấn của Kennedy (văn bản số 57 tập tin Ngũ Giác Đài, ngày 30 Tháng 10 năm 1963). Ông Cabot Lodge viết trong khuyến nghị của mình:

"Quan điểm chung của tôi là Hoa Kỳ cần cố gắng đưa đất nước thời Trung Cổ này vào thế kỷ 20 mà chúng tôi đã đạt được tiến bộ đáng kể về quân sự và kinh tế; nhưng để giành được chiến thắng, chúng ta cũng phải đưa họ vào thế kỷ 20 về mặt chính trị, và điều đó có thể chỉ được thực hiện bằng một sự thay đổi triệt để trong hành vi của chính phủ hiện tại hoặc bởi một chính phủ khác... Chúng ta nên tiếp tục giữ quan điểm khoanh tay đứng nhìn hiện tại nhưng tiếp tục theo dõi để biết thêm thông tin chi tiết... Đối với yêu cầu từ các tướng lãnh, họ có thể cần tiền vào thời điểm cuối cùng để mua chuộc những người vẫn còn trung thành với ông Diệm... Trong chừng mực mà những khoản tiền này có thể được gửi cho họ một cách kín đáo, tôi tin rằng chúng ta nên cấp cho họ, miễn là chúng ta tin chắc rằng cuộc đảo chính sẽ được tổ chức đủ tốt để có cơ hội thành công cao... Chúng ta cần cam kết với các tướng lãnh là từ tháng 8 sẽ giúp việc sơ tán gia đình của họ. Chúng ta phải cố gắng giữ trọn cam kết của chúng ta trong phạm vi mà tình hình cho phép..."

Do đó, Lodge công nhận những tiến bộ đáng kể trong các lĩnh vực quân sự và kinh tế mà Việt Nam đã đạt được, nhưng ông vẫn hoàn toàn không chấp nhận tính cách của Diệm mà ông cho là lỗi thời trong việc gắn bó với truyền thống của đất nước mình. Mong muốn của Lodge là đưa Việt Nam hướng tới sự hiện đại kiểu Mỹ. Nhưng với ông Diệm, điều này là không thể; do đó, ông ta phải bị loại bỏ, bất kể hậu quả như thế nào, điều mà bản thân Đại Sứ Mỹ không có khả năng tự mình phân tích, như diễn biến của các sự kiện sau này sẽ chứng minh.

Sự quyết tâm của Cabot Lodge đã trói tay của Tổng Thống Kennedy. Do dự cho đến thời điểm cuối cùng, ông không phản đối bất kỳ cuộc đảo chính mà ông cho phép triển khai. Bây giờ đã quá muộn để ngăn chặn lại. Vì hai ngày sau đó, biến cố xảy ra. Tiền trong quỹ mật đã được phát ra, những tướng lãnh được chọn để phản bội đã sẵn sàng.

Để thực hiện cuộc đảo chính, chính quyền Kennedy dựa vào Lucien Conein[19]. Vốn là trung tá trong quân đội Mỹ, ông làm việc cho CIA. Sinh ra là dân Pháp, Conein có thể trò chuyện dễ dàng với các tướng lãnh Việt Nam đã được đào tạo quân sự tại Pháp, ông nói tiếng Anh tạm tạm hay đúng ra là kém. Ông xúi giục các tướng lãnh Việt Nam phản bội tổng thống của họ. Ông phải dùng các phương tiện tài chính để mua chuộc. Ông biết cách thuyết phục họ, thông qua các cuộc họp với

---

[19] Lucien Emile Conein: Sinh ngày 29 tháng 11 năm 1919 tại Paris, sống thời thơ ấu ở thành phố Kansas sau khi cha của ông chết vào năm 1939, ông trở lại Pháp để gia nhập quân đội Pháp. Sau thất bại của Pháp, ông trở về Hoa Kỳ và nhập ngũ vào quân đội Hoa Kỳ. Vào tháng 8 năm 1944, ông được giao nhiệm vụ hoạt động bí mật ở Pháp, nơi ông chịu trách nhiệm giúp đỡ các lực lượng của quân kháng chiến bằng cách chuẩn bị cho cuộc đổ bộ Normandy. Sau chiến tranh, ông làm việc trong các cơ quan tình báo Hoa Kỳ ở Văn Phòng Công Tac Chiến Lược (OSS) và Cơ Quan Tình Báo Trung Ương (CIA).

Cabot Lodge. Trong trường hợp đảo chính thất bại, các tướng lãnh sẽ được Mỹ bảo vệ, và nếu thành công, họ sẽ có quyền lực. Khi nói về Conein, Cabot Lodge viết trong một bức điện vào ngày 25 tháng 10 cho Mc George Bundy: *"Đúng là người không thể thiếu,"* ông còn viết thêm: *"Chính tôi đã phê duyệt tất cả các cuộc họp giữa Conein và Tướng Trần Văn Đôn (một trong ba kẻ âm mưu đảo chính). Trong mọi trường hợp, Conein đã thi hành thi hành chỉ thị của tôi một cách chu đáo..."*

Như các tài liệu chính thức tiết lộ, sau khi được viên đại sứ bật đèn xanh, CIA đã hợp tác chặt chẽ với các tướng lĩnh phản bội thậm chí đến mức cung cấp cho họ thông tin quan trọng về vũ khí và địa điểm đóng quân của quân đội ủng hộ Diệm.[20].

***

Những ngày cuối cùng của tháng Mười, không khí nặng nề và đen tối bao trùm Sài Gòn, Ngô-Đình Nhu nghĩ đến vợ và con gái của ông đang đi xa khi nhận sứ mệnh bảo vệ sự thật và giá trị Việt Nam. Ông lo cho ba đứa con nhỏ khác của ông. Ông gọi con trai cả của ông là Trác vẫn chưa được mười sáu tuổi. Cậu Trác là người thừa kế của dòng họ của mình vì tất cả dòng Ngô-Đình kể cả ba anh em trai lớn của gia đình mình không có con. Trong một vài từ, ông giải thích rằng tương lai có thể có những biến cố bất ngờ nghiêm trọng nên mong muốn cậu dành kỳ nghỉ Lễ Tạ Ơn xa Sài Gòn trong khu nghỉ mát của gia đình ở Đà Lạt với đứa em trai và cô em gái vừa bốn tuổi:

“Tiền đây, đi đi con! Nếu bất hạnh đến với Cha, Cha giao hai anh em của con cho con. Hãy nhận biết rằng con phải chịu trách nhiệm về họ.”

Rồi ông tiễn con đi. Không còn nghi ngờ gì nữa, ông đã giao phó họ cho Đức Chúa Trời Toàn Năng[21].

---

[20] Trích dẫn từ "Hồ Sơ Ngũ Giác Đài",

[21] Khi cuộc đảo chính được công bố, Trác lập tức đi đến một khu rừng cùng với em trai của mình là Quỳnh và em gái Lệ Quyên. Cùng với một số người trung thành được trang bị vũ khí tốt, họ đi bộ qua các con suối mà không để lại bất kỳ dấu vết nào, và cuối cùng họ đến một đường băng nơi có một chiếc máy bay chở họ đến La Mã. Họ sớm được đoàn tụ với mẹ và chị cả.

Vào ngày 01 Tháng 11, khoảng giữa trưa, các tướng lãnh và các sĩ quan cấp Tá đến Bộ Tổng Tham Mưu dự bữa tiệc được Tướng Trần Thiện Khiêm tổ chức. Khi tất cả mọi người ngồi xuống tại chỗ, Tướng Dương Văn Minh tiến lên phía trước thông báo phát động cuộc đảo chính và yêu cầu có được lòng trung thành của tất cả mọi người tham dự. Mọi người hoan nghênh ngoại trừ Đại Tá Lê Quang Tung, Chỉ Huy Trưởng Lực Lượng Đặc Biệt của Ngô-Đình Nhu. Ông lên tiếng trong cuộc họp: *"Các ông không nhớ đến những người đã phong cấp quân hàm cho các ông sao!"* Nhưng ông đã bị bắt và sát hại ngay trong đêm hôm đó với người em trai của ông là Lê Quang Triệu.

Đại Úy Nguyễn Hữu Duệ – chỉ huy Lực Lượng Phòng Vệ Chính Phủ – điện thoại cho Tổng thống Diệm để ngăn chặn cuộc đảo chính và nói ông đã sẵn sàng để khởi động một cuộc tấn công chớp nhoáng chống lại Bộ Tổng Tham Mưu bằng cách sử dụng lực lượng Lữ Đoàn Bảo Vệ và chiến xa. Nếu được lệnh tấn công ngay tức khắc thì rất có thể tất cả các phiến quân sẽ bị bắt trước khi quân tiếp viện của họ đến.

Tổng Thống Ngô-Đình Diệm đã từ chối cuộc tấn công này vì tránh gây đổ máu giữa đồng bào, ông nói với Đại Úy Nguyễn Hữu Duệ đang đối thoại với mình là ông muốn tổ chức một cuộc họp để tìm hiểu chính xác những gì phe đảo chính mong đợi nơi chính phủ.

Vào khoảng 17 giờ, lãnh đạo những kẻ chủ mưu là Dương Văn Minh điện thoại cho ông Ngô-Đình Nhu nói với ông rằng nếu ông không đầu hàng thì ông và Tổng thống cũng như Dinh Độc Lập sẽ bị phá hủy bằng súng đạn và không kích. Nhưng lúc 17 giờ, không có vị tướng lãnh nào muốn tiến hành cuộc tấn công này.

Khi đêm xuống, khoảng 20 giờ, Cabot Lodge gọi Tổng Thống Ngô-Đình Diệm nói rằng nếu chấp nhận đầu hàng ông ta sẽ giúp Tổng Thống ra khỏi đất nước và đến bất cứ nơi nào ngoài đất nước của mình. Tổng Thống Ngô-Đình Diệm trả lời rằng ông sẽ ở lại cho đến phút cuối cùng trên đất nước của mình, và ông sẵn sàng hy sinh ở địa vị của mình vì lòng trung thành với dân và danh dự của mình.

Tướng Đỗ Cao Trí – Tư Lệnh Quân Khu 1 tại Huế – cùng Tướng Nguyễn Khánh – Tư Lệnh Quân Khu 2 tại Pleiku – trình với với Tổng Thống một kế hoạch bao gồm việc gửi quân nhân của họ đến để dẹp cuộc đảo chính. Tướng Huỳnh Văn Cao – Tư Lệnh Quân Khu 4 tại Cần Thơ – ra lệnh cho Sư Đoàn 7 Bộ Binh và mọi binh chủng thuộc Vùng 4 di chuyển đến bờ phía nam sông Cửu Long. Các kế hoạch giải vây đều bị Tổng Thống từ chối. Ông từ chối sự đổ máu vì ông và vì trách nhiệm của mình.

Do vậy, Nguyễn Khánh đề nghị Tổng Thống và ông Nhu lên Pleiku chờ đợi quân đội về giải vây vì quân đội cần một vài ngày huy động. Nhưng Tổng Thống vẫn từ chối không chạy trốn và không muốn gây đổ máu giữa các quân nhân miền Nam Việt Nam.

Sau đó ngay trong đêm, với sự đốc thúc của ông Nhu, Tổng Thống Ngô-Đình Diệm đồng ý rời khỏi Dinh Gia Long bằng xe của ông Cao Xuân Vỹ là Giám Đốc Điều Hành của Thanh Niên Cộng Hòa, phong trào thanh niên do ông Nhu thành lập.

Tổng Thống ngồi phía trước cạnh ông Cao Xuân Vỹ, ông Nhu phía sau với Đỗ Thọ, sĩ quan tùy viên của Tổng Thống. Đến nơi, Tổng Thống ra lệnh cho những người bảo vệ Dinh Gia Long không chiến đấu để tránh đổ máu. Nhưng khi Đại Tá Nguyễn Văn Thiệu mở các cuộc tấn công vào Dinh Gia Long, những người lính phòng vệ vẫn chống trả đến viên đạn cuối cùng.

Tổng Thống Ngô-Đình Diệm và ông Nhu đã qua đêm tại nhà của Mã Tuyên, một người Việt Nam gốc Hoa, đảm trách chức vụ lãnh đạo Thanh Niên Cộng Hòa ở Chợ Lớn.

Sáng tinh sương ngày 02 tháng 11 năm 1963, anh em Ngô-Đình dự Thánh Lễ ở nhà thờ Cha Tam còn gọi là nhà thờ Thánh Phanxicô Xaviê ở Chợ Lớn. Đó là một ngày lễ trọng đại của Giáo Hội Công Giáo cầu nguyện cho tất cả người đã chết sau khi được tôn vinh ngày hôm trước – ngày 01 tháng 11 – để tưởng nhớ tất cả các vị Thánh của Kitô Giáo.

Vào cuối Thánh Lễ, Tổng Thống Ngô-Đình Diệm yêu cầu Linh Mục Nguyễn Văn Hiệu – vừa cử hành thánh lễ – gọi Tướng Trần Văn Đôn – ông tướng này vẫn chưa biết Tổng Thống hiện đang ở đâu – để Tổng Thống đề nghị cuộc họp ngay sáng hôm đó.

Tổng Thống vẫn tự tin là có thể đem họ về với chính nghĩa và công lý bằng cách kêu gọi lòng yêu nước của họ. Đất nước đang đi đúng hướng để giành chiến thắng trong cuộc chiến chống lại chủ nghĩa cộng sản, cuộc nổi loạn này là một hành động hoàn toàn vô trách nhiệm. Tướng Trần Văn Đôn và Trần Tử Oai chuẩn bị một căn phòng phù hợp để đón Tổng Thống và ông Nhu ở Bộ Tổng Tham Mưu.

Tướng Mai Hữu Xuân nhận được nhiệm vụ đến đón. Tháp tùng theo là Đại Úy Dương Hữu Nghĩa và Nguyễn Văn Nhung là vệ sĩ của Tướng Dương Văn Minh. Trước khi khởi hành, Tướng Dương Văn Minh giơ hai ngón của bàn tay phải, ra hiệu cho Tướng Mai Hữu Xuân: Tướng Minh đã ra lệnh giết cả hai anh em Tổng Thống.

Tổng Thống Ngô-Đình Diệm và ông Nhu chờ ở bên ngoài nhà thờ Thánh Phanxicô Xaviê, trò chuyện với Linh Mục Hiệu. Hai ông thấy một chiếc xe Jeep và một xe thiết giáp chạy tới. Khi đến nơi, Mai Hữu Xuân nói với hai vị này rằng ông được gửi đến để bắt họ và mở nắp thùng xe thiết giáp. Ông Nhu phẫn nộ từ chối không bước vào một chiếc xe như vậy, trong khi Mai Hữu Xuân nói rằng đó là điều tốt nhất để đảm bảo an ninh cho họ.

Trong cuộc hành trình dẫn đến tổng hành dinh của quân tạo loạn, hai anh em đã bị giết bởi nhiều viên đạn và các dấu đâm bằng dao găm của Nguyễn Văn Nhung. Muốn phủ nhận tội giết người, Nhung cố gắng giải thích là hai anh em Tổng Thống tự tử khi được đến đón, tuy rằng trên thực tế khi họ mang về tử thi của hai người với hai tay bị trói sau lưng, mà họ đã giết trước đó rồi. Tổng hành dinh mất tinh thần khi nhìn thấy hai ông bị giết. Kennedy cũng kinh hoàng về kết cuộc gây tử vong mà ông đã không cân nhắc trước. Một vài ngày sau đó, Tướng Minh cho ám sát tên tay sai Nguyễn Văn Nhung của ông[22].

Song song với việc xóa bỏ các thành phần chính phủ của Tổng Thống Ngô-Đình Diệm, sự kém hiệu quả của chính quyền mới, lực lượng vũ trang cộng sản đã ra sức chiêu nạp người miền Nam để dẫn đầu trong cuộc chiến mới chống lại chủ nghĩa thực dân mới núp đằng sau đế quốc Mỹ.

Đây là một lập luận gian trá then chốt của Việt Cộng ghép sự liên minh của Tổng Thống Ngô-Đình Diệm với Mỹ để gieo nghi ngờ về chủ nghĩa dân tộc của ông. Lẽ dĩ nhiên liên minh với Mỹ chắc chắn là rõ ràng hơn liên minh của Bắc Việt với những người cộng sản Trung Quốc. Nếu không có sự can thiệp của Trung Quốc và Liên Xô ở phía Bắc Việt Nam thì Việt Nam Cộng Hòa chắc chắn sẽ không có nhu cầu tương tự – với người Mỹ – để tự vệ.

Lại cũng Dương Văn Minh tái xuất hiện vào năm 1975, do ông được Mặt Trận Giải Phóng Miền Nam đề xướng. Là người là sẽ thúc đẩy nhanh sự ra đi của người Mỹ, ông sẽ không có sức đề kháng chống cộng sản vào Sài Gòn nên đã dâng đất nước cho quân xâm lược.

Một kết thúc đáng xấu hổ cho nhân vật chính chuyên đóng vai trò phản bội đối với các nhà lãnh đạo, giết người và dìm quốc gia vào vòng hỗn loạn.

---

[22] Lời tường thuật về những ngày cuối cùng của Tổng Thống và em trai của ông được trích từ cuốn sách của ông Trương Vinh Lễ: " Việt Nam, Đâu Là Sự Thật?" Tác giả là Chủ Tịch Quốc Hội cho đến khi đảo chính, và đã ở tại chỗ lúc biến cố xảy ra. Ông cũng tham khảo các chi tiết do chính Tướng Trần Văn Đôn – một trong ba chủ mưu chính – cung cấp. Tác giả cũng có thể căn cứ vào các nguồn tin khác.

(Thực ra Nguyễn Văn Nhung bị Tướng Nguyễn Khánh bắt và có lẽ đã ra lệnh giết năm 1964? [Chú thích của Vũ Tường])

Ngày 05 Tháng 11 năm 1963, Tướng de Gaulle, Tổng Thống Cộng hòa Pháp, đã có một cuộc phỏng vấn với Bohlen, đại sứ Mỹ tại Pháp.

Trong cuộc phỏng vấn này, được ghi nhận trong các tài liệu lưu trữ của văn phòng Tổng Thư Ký[23] Phủ Tổng Thống Pháp, Tổng Thống De Gaulle đã bày tỏ những gì ông nghĩ về các sự kiện của Việt Nam:

> *"Chính các ông là những người đã thúc đẩy Tổng Thống Diệm và nhóm của ông ấy, nhưng chúng tôi không dính líu đến. Nhưng các ông đã không thành công. Tôi không tin những gì các ông thực hiện tại Việt Nam qua việc các ông can thiệp trực tiếp vào đất nước này mà có thể thành công. Thật là bất hạnh cho nước Mỹ mà Tổng Thống Diệm và ông Nhu bị ám sát. Những người thay thế họ có thể sẽ không thành công hơn. Kinh nghiệm riêng đã dạy chúng tôi rằng những người nắm giữ quyền lực dưới sự can thiệp nước ngoài phải cam chịu thất bại. Điều này thậm chí càng rõ ràng hơn khi vai trò được giao phó cho nhóm người này là đi gây chiến.*
>
> *"Chúng ta sẽ phải chờ xem tình hình thay đổi như thế nào, nhưng chúng tôi khó tin rằng nó phát triển thuận lợi. Cảm giác cá nhân của tôi là: khôn ngoan hơn hết – vì cũng đã được quyết định tại Geneva vào năm 1954 – thì không nên can thiệp vào các vấn đề Việt Nam. Nhận định này áp dụng cho phía cộng sản, nhưng nó cũng được dành cho các ông nữa. Tôi e rằng các ông đang mắc kẹt trong một trận đồ thật vô ích mà nó sẽ ngày càng khó khăn để cho các ông thoát ra."*

Sau sự sụp đổ của chính phủ Tổng Thống Ngô-Đình Diệm dẫn đến có đến tám chính phủ liên tiếp nối nhau trong hai năm. Dù có sự hỗ trợ đương nhiên của Hoa Kỳ, không một trong số các

---

[23] Xem"Charles de Gaulle" của Eric Roussel, Editions Gallimard xuất bản, trang 756.

chính phủ này có thể chứng tỏ khả năng hoặc uy quyền lãnh đạo đất nước. Tất cả những gì họ Ngô-Đình đã xây dựng được trong mười năm đã bị phá hủy. Tất cả các chính đảng và phong trào đã bị đóng cửa. Những cộng sự viên trung thành bị giết hoặc bị cầm tù. Các nhà lãnh đạo của 41 tỉnh bị thay thế. Những người đã chiến đấu cho nền độc lập của nước Việt Nam Cộng Hòa cuối cùng phải tuyệt vọng trước tình hình các rối loạn của đất nước. Nhiều người trong số họ gia nhập hàng ngũ cộng sản để tiếp tục cuộc đấu tranh giành độc lập. Quân đội du kích cộng sản trở thành một lực lượng cách mạng mạnh mẽ nhân danh Tổ Quốc. Lực lượng này sẽ phải đối mặt với sự đổ bộ tăng dần của quân đội Mỹ, càng ngày càng nhiều kể từ năm 1964, dưới thời Tổng Thống Mỹ Lyndon Baines Johnson.

Để làm vui lòng người Mỹ và thu hút sự ủng hộ của dư luận thế giới, các vị tướng đã không ngần ngại xuất hiện trong câu lạc bộ đêm để nhảy điệu Twist. Người Việt Nam sẽ không mất nhiều thời gian để nhận thấy sự khác nhau về cách cư xử mới với những người với kỷ luật khổ hạnh của chính phủ Ngô-Đình thường sử dụng trà để tiếp khách chính thức, nay đã được thay thế với sâm banh đắt tiền.

Lối sống đơn giản này của Tổng Thống là một huyền thoại. Trong những ngày nghỉ, ông sống một mình trong các nhà dòng. Ông nghỉ lễ Giáng Sinh ở ngoài mặt trận với quân đội.

Trong khi đó có lời đồn đại, thổi phồng rằng bà Ngô-Đình Nhu là một trong bảy phụ nữ giàu nhất thế giới với tính chất ma quái trên toàn cầu. Một nhiệm vụ đơn giản về tính khách quan đòi hỏi phải nhớ lại là lúc sống lưu vong , bà chỉ có nguồn tài chánh duy nhất mà bà thu được từ các cuộc phỏng vấn cho phép bà nuôi bốn đứa côi cút còn nhỏ của mình.

Sau vụ ám sát Kennedy, chính quyền mới của Johnson đã phải đối mặt với sự bùng phát các cuộc tấn công của Việt Cộng được thúc đẩy bởi cái chết của anh em Ngô-Đình. Nguyễn Hữu

Thọ – Chủ Tịch Mặt Trận Giải Phóng Miền Nam nói với nhà báo Úc Wilfred Burchett: *"Sự sụp đổ của anh em Ngô-Đình đối với chúng tôi là món quà Trời cho."*

CHƯƠNG 4
Một Cách Nhìn Khác

Mặc những gì được viết ở trên, người đọc mở ra cuốn sách hôm nay nói về lịch sử của họ Ngô-Đình có thể chỉ tìm thấy thông tin giới hạn ở "cuộc đàn áp Phật giáo" hoặc "chế độ độc tài, khát máu và tham nhũng".

Trong trường hợp tốt nhất, sẽ thấy nói rằng Tổng Thống Ngô-Đình Diệm đã không tuân thủ Hiệp Định Genève, đảo lộn các quyết định để tránh tiến hành cuộc tổng tuyển cử trong cả nước.

So với những cáo buộc hoàn toàn vô căn cứ nói trên, đây là một số sự kiện và nhận định hợp lý và có thể kiểm chứng dễ dàng:

Liên quan đến Hiệp Định Geneva tháng 7 năm 1954 đã quyết định phân chia nước Việt Nam ra làm hai, cần nhắc lại Hiệp Định Geneva chỉ được chính phủ Pháp và đại diện của Việt Nam Dân chủ Cộng hoà tương lai phía bắc của Hồ Chí Minh ký kết. Các thỏa thuận này chính thức đã bị Việt Nam Cộng Hòa lên án là xâm phạm chủ quyền đất nước: Việt Nam Cộng Hòa Nam Việt Nam tương lai do Tổng Thống Ngô-Đình Diệm lãnh đạo đã tuyên bố trước Hòa Kỳ cũng là một thành viên của hội nghị cùng Trung Quốc, Liên Xô và Anh.

Phần thỏa thuận dành riêng cho cuộc tổng tuyển cử thống nhất đất nước vào năm 1956 được ghi nhận trong các tuyên bố cuối cùng của hội nghị nhưng không được một phía nào ký kết. Do đó, nó không có giá trị của một lời ràng buộc cho các bên ký kết nào hết.

Tuy nhiên, vào thời gian dự định cho cuộc tổng tuyển cử thống nhất đất nước, Việt Nam Cộng Hòa trả lời ngay lập tức một cách tích cực về đề nghị của miền Bắc, và yêu cầu cuộc tổng tuyển cử phải được tiến hành trong trật tự, đảm bảo an ninh và minh bạch. Ngoại trừ báo chí xuất bản tại miền Nam Việt Nam, người Việt Nam tại miền Bắc và phần còn lại của thế giới đã không thận trọng chú ý đến đề nghị của hai chính phủ, chỉ gán cho Nam Việt Nam là không thực hiện cuộc tổng tuyển cử mà không đá động gì đến việc lãnh đạo phía cộng sản đã không trả lời các đề nghị của miền Nam Việt Nam bằng cách làm gián đoạn các cuộc thảo luận.

Trái lại, Việt Cộng đã có những vi phạm nghiêm trọng rõ ràng Hiệp Định Geneva bằng những hành vi xâm nhập liên tục và sách động khủng bố chống lại Nam Việt Nam. Chúng bị Ủy Ban Kiểm Soát Đình Chiến của Hiệp Định Genève tố cáo nhiều lần, Chủ Tịch Uỷ Ban Kiểm Soát Đình Chiến – là một công dân Ấn Độ – và các thành viên khác của Uỷ Ban gồm một nhân viên người Ba Lan, một nhân viên người Canada để đại diện đầy đủ cho khối Cộng Sản và Tây Phương.

Các mục tiêu bá quyền của cộng sản đã rõ ràng là như vậy nhưng họ vẫn tiếp tục thể hiện việc không tôn trọng Hiệp Định Paris năm 1973. Mặc dù giải Nobel Hòa Bình được trao như một tang lễ cho hai nhân vật đàm phán Hiệp Định Paris – Mỹ: Henry Kissinger và Bắc Việt: Lê Đức Thọ – các thỏa thuận này một lần nữa bị xâm phạm bởi Bắc Việt tấn công cưỡng chiếm miền Nam hai năm sau – vào tháng Tư năm 1975 – khi cộng sản lợi dụng sự yếu kém của Mỹ đang phải đối phó với vụ bê bối Watergate.

Còn về cái gọi là "cuộc khủng hoảng Phật Giáo", lịch sử đã cho thấy có một trò lừa đảo được dàn dựng chủ yếu để chống lại Tổng Thống Ngô-Đình Diệm. Ông đã không bị lừa. Bà Ngô-Đình Nhu đã nhanh chóng thông báo rằng cuộc khủng hoảng này là các cơn "gió" thổi để gây rối của đối phương từ mọi phía: Việt Nam, Pháp, Mỹ và cộng sản.

Trước vụ tự thiêu đầu tiên của một nhà sư vào năm 1963 mà báo chí thế giới nhập cuộc thì chưa hề có bất kỳ tố cáo nào về đàn áp tôn giáo từ phía chính quyền Ngô-Đình trong giai đoạn lãnh đạo đất nước kể từ năm 1954.

Nhiều người cũng vẫn chưa biết rõ rằng muốn trở thành nhà sư, chỉ cần đơn giản cạo đầu và mặc trang phục chiếc áo dài màu vàng nghệ mà không có một thủ tục nào khác hơn nữa. Sự xâm nhập rất dễ dàng để thực hiện mà họ đã thực hiện được với kỹ năng tuyệt vời và một kết quả thảm hại. Các "Đạo Diễn" thừa biết rằng những hình ảnh cơ thể bị đốt sống này sẽ tạo ra sự xúc động mạnh đối với người Tây Phương, và làm cho họ mất hết ý thức suy đoán.

Sau tháng 5 năm 1963, các phương tiện truyền thông điên cuồng của nhóm này điều khiển sự mù quáng của nhóm khác, cáo buộc là anh em Ngô-Đình "Công Giáo" chịu trách nhiệm về tất cả các loại tội phạm bằng những con số mờ ám nhưng không tranh cãi được: Dưới thời Tổng thống Ngô-Đình Diệm, đã có sự phát triển việc xây cất cất chùa Phật Giáo như chưa từng có với 215 ngôi chùa mới được xây dựng. Chùa Xá Lợi – chính là một trong những chùa gây rối nhiều nhất – được xây dựng nhờ món quà cá nhân của Tổng Thống Ngô-Đình Diệm tặng số tiền 600 ngàn đồng. Có 295 ngàn ngôi chùa đã được khôi phục. Một sự bùng nổ xây dựng chùa và làm tăng hai trăm phần trăm chùa chiền. Về phía Công Giáo, không có sự bùng nổ nhưng cũng có một sự gia tăng lên ba mươi phần trăm trên số các nhà thờ đã có.

Trong số 18 bộ trưởng chính phủ, chỉ có 5 người Công Giáo. Trong số 38 tỉnh trưởng, chỉ có 12 người Công giáo. Ngoài ra, trong số 19 tướng lãnh thì chỉ có 3 vị tướng người Công Giáo. Quốc Hội có 113 dân biểu, 75 người tuyên bố mình là Phật Tử. Kể cả Phó Tổng Thống và thậm chí Tỉnh Trưởng của thành phố Huế là nơi đã diễn ra các vụ nổi loạn đầu tiên, tự nhận mình là Phật Tử. Không môt nhà độc tài nào dám tự đặt mình vào một vị trí thiểu số trong chính phủ mà ông đại diện cũng như ở Quốc Hội, chẳng lẽ lại đón nhận những người mà ông có mục đích khủng bố. Như Tổng thống Ngô-Đình Diệm đã nhấn mạnh khi trả lời một phóng viên hỏi về ông về việc này:

- Chắc là tôi bị điên; sau chín năm làm tổng thống và chỉ vào một thời điểm quyết định cuộc chiến tranh mà chúng tôi đang chiến đấu, lại rình mò tiến hành đàn áp như vậy. Tôi đâu có điên!

Phe chống đối đã lấy cớ từ của một thông tư của chính phủ yêu cầu ưu tiên treo cờ Quốc Gia trong các hoạt động tôn giáo. Để giải quyết vấn đề mà hậu quả đã trở thành một mối quan tâm lớn, Tổng Thống cho lập một ủy ban để giải quyết dứt khoát.

Khi Ủy Ban Liên Hiệp gồm đại diện của chính phủ và Phật Giáo ký bản "Tuyên Bố Chung" vào ngày 16 tháng 6 năm 1963, các vấn đề đã được giải quyết ngay lập tức. Những người Phật Tử đã hài lòng.

Việc kết thúc "vụ rắc rối Phật Giáo" nhằm ngăn chặn các hoạt động phá hoại của Thượng Tọa Thích Trí Quang. Được cho là tu sĩ cộng sản, nhưng điều đáng nói, ông đã tạo ra một phong trào đối lập: Phật Giáo Cấp Tiến, có nghĩa là "triệt để Phật Giáo"[24]. Ông khuấy động những thành phần chống đối phía của ông. Tại Sài Gòn, một tu sĩ già đã được đưa ra khỏi một chiếc xe hơi và được nâng đỡ dưới vai để di chuyển, hai "người bạn" mà không ai gặp lại bao giờ, kéo ông ra trung tâm của quảng trường. Sự xuất hiện của người đàn ông già tội nghiệp này bị kéo đi mà không có phản ứng gì ngay cả khi tiếp cận với ngọn lửa làm cho người ta nghĩ rằng ông đã bị đánh thuốc mê. Rồi lại có những cuộc tự thiêu tiếp theo đó. Buộc lòng Tổng Thống Ngô-Đình Diệm thấy phải cần đối phó nên đã ra lệnh khám xét các nơi mà Cảnh Sát thấy có hoạt động bất thường. Và họ đã phát hiện ra vũ khí đủ loại.

Ngày 28 tháng 8 năm 1963, Tổng Trấn Quân Sự Sài Gòn đã đưa ra trong một cuộc họp báo cùng với tất cả những gì đã tịch thu trong các chùa: dao găm, súng, bom, kể cả súng cối, và một khối lượng lớn các tài liệu tuyên truyền, tờ rơi, tài liệu chi tiết hướng dẫn cách mở rộng ảnh hưởng với quần chúng. Thượng Tọa Thích Tien Hoa cho biết trong một cuộc kêu gọi: *"Đã đủ lắm rồi để kích động."*[25] Ông kêu gọi các Phật Tử chân chính nhìn nhận rằng họ chưa bao giờ bị đàn áp. Ông tố cáo những người xúi giục vì mục đích chính trị, và tuyên bố ông là người

---

[24] Câu hỏi Thượng Tọa Thích Trí Quang là người theo cộng sản hay chống cộng đã được nhiều sử gia tranh cãi. Xem Mark Moyar, "Political Monks: The Militant Buddhist Movement during the Vietnam War," *Modern Asian Studies* 38: 4 (2004), 749-784; và James McAllister, "'Only Religions Count in Vietnam': Thich Tri Quang and the Vietnam War," *Modern Asian Studies* 42: 4 (2008). Gần đây hơn, Edward Miller lập luận rằng: "Thay vì xem TT Trí Quang như một nhà hoạt động chính trị thủ đoạn và đam mê quyền lực, một người đấu tranh cho hòa bình, hay một người cộng sản, tôi nghĩ nên xem ông ta như một người đấu tranh quyết liệt cho sự phục hưng của Phật Giáo." Edward Miller, "Religious Revival and the Politics of Nation Building: Reinterpreting the 1963 'Buddhist Crisis' in South Vietnam." *Modern Asian Studies* 49: 6 (2015), 1928-1929. (Chú thích của Vũ Tường)

[25] Có lẽ tác giả muốn nói đến Thượng Tọa Thích Thiện Hòa, lúc đó là Trị sự trưởng của Giáo Hội Tăng Già miền Bắc ở miền Nam. Chúng tôi chưa có điều kiện kiểm chứng những chi tiết tác giả viết trong biến cố này. (Chú thích của vũ Tường)

quản lý của tất cả chùa chiền. Trên 4 ngàn chùa lúc đó chỉ có 12 chùa bị đóng cửa và được mở cửa trở lại.

Ở Sài Gòn, 250 ngàn người xuống đường theo lời kêu gọi của "Thanh Niên Cộng hòa" để ủng hộ Tổng Thống Ngô-Đình Diệm. Ngô-Đình Nhu, trong một bức thư cay đắng ngày 02 tháng 9 năm 1963 – hai tháng trước khi qua đời – gửi cho bạn bè của mình ở trường Chartres thông báo về thực trạng mà ông đang phải đối mặt[26]:

"Thư cá nhân

"Bạn thân mến,

"Tô xin lỗi vì đã làm cho bạn có nhiều lo lắng. Tôi ghét bọn báo chí có khuynh hướng xuyên tạc, bởi vì chúng đã làm bạn mất ngủ. Thật ra, những âm mưu của Mỹ và Cộng Sản chống lại miền Nam Việt Nam tổng cộng lại đến ba lần, nhưng không có gì, vì Việt Nam chỉ muốn là chính mình chứ không muốn là một cái gì đó khác, hoặc Mỹ hóa, hoặc trở thành Cộng Sản. Do đó có trường hợp Phật Giáo dựng đứng lên những chuyện để chống lại chúng tôi. Chúng tôi có nghĩa vụ phải giải quyết một lần nữa cho thỏa đáng để phá vỡ cái vòng ma thuật và khủng bố do họ đã cài đặt trong 5 ngôi chùa trong tổng số hơn 4 ngàn ngôi chùa trên đất nước. Trong những ngôi chùa này, họ sử dụng tất cả các phương tiện, kể cả khủng bố, để thôi miên vào tâm trí một số người rồi đẩy họ nhảy vào lửa sau khi đã thông báo với Mỹ là đòi giới truyền thông trả giá cao cho những kẻ tổ chức cảnh tượng độc đáo trong thế kỷ XX này. Kể từ khi tình trạng bị bao vây, tức là vào ngày 20 tháng 8 cho đến nay, không còn có nhiều nhà sư tự sát nữa. Đây là bằng chứng họ đã được giải phóng khỏi tổ chức bí mật của Mỹ - Liên Xô (khủng bố, ngộ độc, v.v...), các nhà sư đã có thể tiếp

[26] Bức thư này – được sao lại trong Phụ lục 3 – hiện được lưu giữ trong kho lưu trữ của Ecole des Chartes, Paris

tục cuộc sống bình thường của họ: tình hình đã lắng dịu. Nhưng những kẻ chủ mưu, do thất vọng trong mưu đồ đảo chính của họ để đạt đến sự phục hồi của một hình thức mới của Bảo Đại, đang cố gắng khởi động một phong trào sinh viên, như ở Hàn Quốc và Thổ Nhĩ Kỳ: họ đã hao tốn nhiều nhưng không thành, vì chúng ta đã kiềm chế được nó từ trong trứng nước, và tất cả những sinh viên được đưa vào một trung tâm huấn luyện quân sự, và hai ngày sau khi họ trở về nhà, họ hoàn toàn bình thường cho dù trước đó họ đã bị đầu độc bằng công tác tuyên truyền của Mỹ. Liên Xô và sự khủng bố bởi băng đảng bí mật của nhóm này: Chúng ta biết rằng 'họ' bỏ ra 20 triệu đô-la cho tất cả các điều này. Họ sẽ không để chúng ta yên, bởi vì họ phải biện minh về các chi phí rất lớn với cấp lãnh đạo của họ. Họ đã bỏ rất nhiều vào túi riêng của họ và bây giờ họ lo sợ cho bản thân mình.

"Tôi cho bạn biết tất cả điều này, không phải là để đầu độc bạn, cũng không phải để trấn an bạn, nhưng vì tôi nợ bạn bằng tất cả sự chân thành của tôi, rằng bạn là một người bạn trung thành và nhạy cảm. Nếu đất nước thống khổ của chúng tôi không đứng vững được trước mối nguy hiểm nghiêm trọng này, tôi sẽ bỏ tất cả mọi thứ chỉ để tránh cho bạn lên cơn đau tim vì tôi .

"Đó là để nói lên rằng tôi đánh giá cao tình yêu thương của bạn, và cũng để nói lên rằng, trong mối nguy hiểm nghiêm trọng, tôi bị động mọi lúc, sự quan tâm của bạn là một sự an ủi và khích lệ quý giá đối với tôi. Tôi không xem thường các lời cầu nguyện bạn gửi cho tôi, tôi sẽ luôn luôn mang theo với tôi, không phải vì mê tín dị đoan, nhưng bởi vì nó là suy nghĩ hiện tại của bạn đến với tôi giữa chốn hiểm nguy mà thậm chí bạn từng có kinh nghiệm gian khó khi bạn đang dấn thân trong hàng ngũ kháng chiến.

Ngô-Đình của bạn"

Ủy Ban đặc biệt của Liên Hiệp Quốc, Ủy Ban điều tra vụ Phật Giáo với sự thúc đẩy của Tổng Thống Ngô-Đình Diệm, dẫn đầu công việc điều tra từ ngày 24 tháng 10 đến ngày 3 tháng 11 năm 1963. Ghi nhận 116 nhân chứng và quan chức chính phủ được phỏng vấn, 47 nhân chứng trong đó có 4 tu sĩ , theo khiếu nại thì nhận, nhưng sau khi được Ủy Ban điều tra tiếp, thì họ đã bị chết cháy.

Như ông Cố Vấn Ngô-Đình Nhu đã nói với Ủy Ban này: *"Chính phủ không chủ tâm bắt người dân nếu an ninh quốc gia không bị đe dọa, hơn 200 tu sĩ đã bị tạm giữ, nhưng chỉ có 10 người đã bị bỏ tù vì hoạt động phá hoại sau khi được xét xử công khai bình thường."*

Ủy Ban kết luận rằng, trong thực tế, không bao giờ có một cuộc đàn áp Phật Giáo. Vào ngày 07 tháng 12 năm 1963, Ủy Ban điều tra vụ Phật Giáo đã viết một báo cáo 234 trang cho phái bộ đặc biệt của Liên Hiệp Quốc gửi đến Đại Hội Đồng Bảo An Liên Hợp Quốc. Nhưng các quan chức của Liên Hiệp Quốc không công bố bản báo cáo nói trên.

Sau đây là một đoạn văn được viết bởi Fernando Volio Jimenez là một thành viên người xứ Costa Rica trong Ủy Ban:

> *"Những tố cáo của Đại Hội Đồng Liên Hợp Quốc chống lại chính quyền Diệm đã không được xác nhận bởi những điều tra khách quan. Hiện nay không có sự phân biệt đối xử hoặc đàn áp tôn giáo... Không có cách nào khác để đánh giá sự kiện này. Cuộc đụng độ giữa một phần nhỏ, rất nhỏ, – không phải là tất cả cộng đồng Phật Giáo – và chế độ Diệm hoàn toàn là vì chính trị. Đa số các thành viên của Ủy Ban cùng ý kiến với tôi."*

Ủy Ban Liên Hiệp Quốc gồm các đại biểu từ Afghanistan, Brazil, Ceylon, Costa Rica, Dahomey, Ma-rốc và Nepal. Kết quả biên bản của Ủy Ban điều tra là một phần của tài liệu lưu trữ tại Liên Hiệp Quốc.

Vào tháng 2 năm 1964, biên bản của Ủy Ban Điều Tra Liên Hiệp Quốc, vốn đã bị giấu đi, không còn dấu vết nào trong các phương tiện truyền thông hoặc những cuốn sách lịch sử. Công việc quan trọng này mà chưa bao giờ được tham chiếu, ngoại trừ do ông Trương Vĩnh Lễ[27] viết trong cuốn sách của ông tựa đề "Việt Nam, Đâu Là Sự Thật?"; hoặc một số phóng viên quan tâm nhiều hơn đến sự thật như Suzanne Labin[28] hoặc nhà báo nổi tiếng Marguerite Higgins đoạt giải thưởng Pulitzer nhờ những phẩm chất chuyên nghiệp xuất sắc của mình.

Các giáo sư John Norton Moore và Robert F. Turner thuộc Đại Học Luật Virginia cũng trích dẫn lời khai của các thành viên Costa Rica trong Ủy Ban Điều Tra Liên Hiệp Quốc cho biết vấn đề pháp lý và chính sách trong cuốn sách Chiến Tranh Đông Dương *(Legal and Policy Issues of the Indo - China War).*

Bà Higgins đã mười lần thăm Việt Nam thông qua các nhiệm vụ khác nhau ở các tỉnh xa xôi nhất. Bà ghi lại trong cuốn sách "Cơn Ác Mộng Việt Nam của Chúng Ta" *(Our Việt-Nam Nightmare)* đã phân tích về các vụ bắt giữ bị cáo buộc là giam giữ Phật Tử:

"Sẽ không có ai tin bà!" Thích Trí Quang tiên đoán với Marguerite Higgins khi bà tố cáo hàng loạt các hành động xảo quyệt không có gì phù hợp với triết lý Phật Giáo .

Bà đã không ngần ngại tố cáo việc phá hoại và gây mất ổn định của nhà sư giả mạo – Trí Quang – mà chúng ta chỉ phát hiện ra sau này là ông có dính líu với Việt Cộng. Đại Sứ Mỹ Henry Cabot Lodge đã cấp quyền tị nạn chính trị vào mùa thu năm 1963 bảo vệ y và tránh cho y khỏi bị truy tố về tội chính xác là "xúi giục tự tử".

---

[27] Trương Vĩnh Lể là Chủ Tịch Quốc Hội Việt Nam cho đến khi xảy ra cuộc đảo chính *ngày 02 tháng 11 năm 1963.* (Ghi chú của người dịch: tôn trọng nguyên tác viết về thời gian)

[28] Xem "Việt Nam, Những Lời Tiết lộ của Một Nhân Chứng" của Suzanne Labin, Edition Latines xuất bản năm 1964.

Cần lưu ý rằng lại cũng là ở Đại Sứ Quán Mỹ – nơi mà sau cuộc đảo chính ngày 02 tháng 11 năm 1963[29] làm cho Tổng Thống Ngô-Đình Diệm và ông Nhu bị sát hại – từ chối không cho ông Ngô-Đình Cẩn – người con út của nhà Ngô-Đình – có thể tị nạn chính trị. Ngô-Đình Cẩn đang phải chăm sóc mẹ già của họ ở Huế, ông đã ẩn trốn ở Dòng Chúa Cứu Thế Canada, một nhà dòng mà ông vốn là một trong những nhà hảo tâm. Nhà dòng muốn ông có được sự bảo vệ tốt hơn, đưa ông đến Lãnh Sự Quán Mỹ ở Huế để liên lạc với Đại Sứ Quán Mỹ ở Sài Gòn. Đại Sứ Quán Mỹ tuyên bố sẽ bảo đảm an toàn khi ông đến Sài Gòn. Khi vừa ra khỏi máy bay, ông đã bị bắt ngay lập tức và được giao cho quân nổi dậy. Vì vậy, ông Cẩn không còn quyền hành gì và cho dù đang bị bệnh nặng, ông đã bị đem ra hành quyết vào ngày 09 tháng 5 năm 1964 mà không có khả năng để tự bảo vệ mình đối với các lời cáo buộc của Trí Quang. Vị sư giả khoác áo nhà Phật này được người Mỹ bảo vệ và trở thành bất khả xâm phạm, hắn đã gây nhiều ảnh hưởng tiêu cực trước khi bị thất bại, than ôi đã quá muộn trước ý đồ thực sự của hắn.

Như có thể tiên đoán được, các phương tiện truyền thông đã phổ biến rộng rãi bình luận về một câu nói của bà Ngô-Đình Nhu là *"nướng"* sư. Tuy nhiên cần lưu ý, rằng câu này là giống như một cách nói của các nhiếp ảnh gia Mỹ khi họ đi săn tin sốt dẻo, họ đã hỏi một cách sống sượng với những vị tu sĩ trưởng rằng: *"Chừng nào và ở đâu sẽ có những vụ 'nướng' tiếp theo?"*

Để biết sự kiện hệ trọng này, các nhà báo đã được thông báo trước đầy đủ về những sự kiện để có thời gian đặt máy và trang thiết bị cần thiết cùng với dụng cụ thông tin nghề nghiệp của họ. Ngoài ra, để đảm bảo sự kiện khủng khiếp sắp xảy ra này sẽ được quay cho đến khi kết thúc trong điều kiện tốt nhất, một nhóm người gọi là tu sĩ đã thông đồng với nhau để đứng ra ngăn chặn mọi hoạt động của nhân viên cứu hộ hay công lực.

---

[29] (Ghi chú của người dịch: tôn trọng nguyên tác viết về thời gian *02/11/1963*).

Sau cuộc đảo chánh ngày 01 tháng 11, đã có tới sáu vụ tự tử bằng lửa nữa của những người gọi là tu sĩ trong vòng năm tuần sau đó, nhưng không còn ai quan tâm đến và các phương tiện truyền thông cũng không nói đến. Tất cả điều này thực sự cho thấy sự thao túng rõ ràng tai tiếng của giới truyền thông.

***

Phó Tổng Thống Johnson, người đã phản đối đến phút cuối cùng cuộc đảo chính, được phe chống đảo chánh của chính quyền Kennedy hỗ trợ, khi thừa kế chính quyền Mỹ trước tình hình ông đã phải tham gia và sử dụng tất cả các nguồn lực quân sự.

Năm 1968 có 536 ngàn lính Mỹ đến Việt Nam. Lệnh Tổng Động Viên ban hành ở Nam Việt Nam làm quân số tăng lên đến 820 ngàn quân nhân tạo thành sức mạnh của quân đội Việt Nam. Và sẽ còn tăng lên đến 968 ngàn quân trong năm 1970.

Nixon đắc cử vào tháng 11 năm 1968 nhậm chức vào tháng Giêng năm 1969. Để tìm cách vãn hồi hòa bình, vào ngày 27 tháng 1 năm 1973 Hiệp Định Paris được ký kết và một lệnh ngừng bắn được thiết lập. 55 ngàn lính Mỹ đã chết trên chiến trường Việt Nam cho đến khi cộng sản cướp chính quyền của miền Nam.

Vì muốn đạt chiến thắng nhanh hơn nên có lệnh đảo chính chống lại anh em Ngô-Đình. Mười ba năm chiến tranh nguy hiểm đã trải qua từ ngày định mệnh 02 tháng 11 năm 1963 đến ngày 02 tháng 7 năm 1976. Mười ba năm để nhận được giá trị gì, ngoài việc tiêu diệt một quốc gia từ trên xuống dưới và trong đó cái giá mà hàng ngàn, hàng vạn, hàng triệu sinh linh phải trả với sinh mạng của họ.

Tất cả mọi người còn nhớ lại hình ảnh của viên Đại Sứ Mỹ đứng trên mái nhà của Đại Sứ Quán, cặp lá cờ Mỹ vào nách của mình để vội vã lên máy bay trực thăng đào thoát.

"Sức mạnh quân sự của Mỹ là gì nếu không là tổ chức đào thoát?" Bà Ngô-Đình Nhu đã nhấn mạnh, trong một cuộc phỏng vấn tại New York cho MBC, một ngày sau ngày 30 tháng 4 năm 1975.

Một vài ngày trước đó, ngày 17 tháng 4 năm 1975, Khmer Đỏ đã đến Phnom Penh, Campuchia.

Ngày 30 tháng 4 năm 1975: quân đội Việt Cộng xâm nhập Sài Gòn.

Ngày 29 tháng 11 năm 1975 của Cộng Hòa Nhân Dân Lào được công bố. Vua Sisavang Vatthana thoái vị.

Ngày 02 tháng 7 năm 1976 là ngày thống nhất chính thức của Việt Nam. Nước Cộng Hòa Xã Hội Chủ Nghĩa Việt Nam ra đời.

Trong năm 1976, tất cả các quốc gia trong khối cựu Đông Dương đều nằm dưới sự kiểm soát của cộng sản.

***

Dưới ánh sáng của những sự việc có thật này, làm sao giải thích được chiến dịch dối trá và vu khống nhắm vào anh em nhà Ngô-Đình và sự im lặng dày đặc từ đó cho đến nay vẫn tiếp tục che giấu sự thật?

Rất nhiều bằng cớ chứng minh rằng sự im lặng này đã thực sự được sắp đặt.

Như trường hợp đặc biệt có ý nghĩa sau đây:

Vào tháng 6 năm 1964, bà Ngô-Đình Nhu và con gái Lệ Thủy lúc đó 19 tuổi, đã được mời sang Mỹ đi một chuyến du lịch do tờ báo Truth Rally tổ chức. Các nhóm này muốn biết một góc nhìn khác hơn về các sự kiện đã được chính thức công bô. Năm 1964 là năm có cuộc bầu cử của người kế nhiệm Tổng Thống Kennedy. Nêu lên "lý do an ninh quốc gia", chính quyền Mỹ đã từ chối cấp chiếu khán cho bà Ngô-Đình Nhu và con gái.

Do đó cả hai bị ngăn cản không tới nước Mỹ được. Họ không thể đáp lại lòng mong muốn chính đáng của nhóm dư luận mong tìm ra lý lẽ riêng cho mình.

Tất nhiên vẫn còn chưa rõ lắm về sự nguy hiểm nào mà sự xuất hiện của hai người phụ nữ trên lãnh thổ mạnh mẽ nhất thế giới mà có thể gây ra tình trạng mất an ninh. Điều này thật là khó tin, nhưng chỉ nhìn thấy kết quả cụ thể. Đó là một điều được giữ rất kín đáo.

Trường hợp "bảo mật" tương tự đã xảy ra năm 1985 khi mấy hãng thông tấn cho xuất bản "số đặc biệt" về Việt Nam: 10 năm sau khi cộng sản nắm chính quyền.

Các tạp chí uy tín như Newsweek cấm không cho đăng tải cuộc phỏng vấn duy nhất được Bà Nhu cấp cho họ. Thay vào khuyết điểm này, họ đăng tải một loạt các xu hướng bao gồm cả những người không có liên can trực tiếp gì với lịch sử Việt Nam cả.

***

Chiến tranh khủng bố đã xảy ra ở phương Tây trong những thập niên gần đây. Không ai dám trách hay than phiền các chính phủ Tây Phương đã phải đối mặt với bạo lực này bằng cách tiến hành thẩm vấn, tìm kiếm biện pháp cần thiết bảo vệ an ninh của người dân, hoặc thậm chí tiến hành kiểm tra kỹ lưỡng tại các sân bay. Mặc dù thế, không ai được phép nói là các hành động cần thiết trên của các chính phủ này là cảnh sát trị hay độc tài.

Chính phủ Ngô-Đình đã không có được một sự thông cảm tương tự như vậy.

Báo chí cũng như trí thức và chính trị gia của từ mọi phía, đầy tự mãn về tư duy của họ chủ trương nhu cầu dân chủ Việt Nam trong khi nước Việt phải đối mặt với một cuộc chiến tranh phá hoại và đối phương được sử dụng mọi phương tiện khủng bố.

Hàng triệu thanh niên toàn thế giới chống lại cuộc chiến tranh mà đối với họ hoàn toàn không thể hiểu nổi. Nhiều người đã lợi dụng sự ngây thơ vì tầm vóc nhỏ bé của nước Việt Nam ngụy trang thành Bác Hồ chống lại người Mỹ, anh khổng lồ Goliath.

Nếu không có sự hy sinh của hàng triệu thuyền nhân tị nạn cộng sản vào cuối thập niên 1970 và đầu những năm 1980 đã thà chết dưới lòng biển để thoát khỏi chế độ cộng sản khủng bố, có lẽ là huyền thoại mà Việt Cộng giải phóng dân tộc vẫn còn tồn tại cho đến ngày hôm nay.

Khi cộng sản tấn công miền Nam Việt Nam, họ gieo tàn phá nhiễu nhương, đốt trường học, sát hại giáo viên và bác sĩ, phá hoại cầu, phá hủy đường sá và như vậy đưa đất nước tụt hậu lùi lại phía sau đà tiến bộ... Bạo lực, phá hoại hủy diệt và giết người mà Tây Phương và các phương tiện truyền thông che đậy kỹ lưỡng trong sự im lặng của cho đến cảnh bi thảm của hàng ngàn và hàng ngàn người Việt bỏ chạy xuống biển tìm lối thoát thân.

Anh em dòng họ Ngô-Đình đã sống đêm Gethsemani của họ trong đêm của ngày 01 tháng 11 năm 1963. Họ đã đáp ứng lại với biến cố và sự phản bội với một tấm gương cao cả nhân đức của người đại diện cho chính phủ Việt Nam và của tín đồ Kitô.

Chúng ta không có thể làm cho người chết sống lại, nhưng ít nhất họ cần được hưởng ánh sáng của Sự Thật và Công Lý. Nếu vẫn ngoan cố không chịu nhìn nhận những điều này, cuối cùng chúng ta phải chia sẻ trách nhiệm với những kẻ sát nhân và đưa tới thảm họa cho Việt Nam.

Đó là một sự đồng lõa về mặt đạo đức mà thế giới và ngay cả Giáo Hội cũng không thể chịu đựng nổi.

Ngô Đình Lệ Quyên

Ngô Đình Quỳnh

Jacqueline Willemetz

PHỤ LỤC 1
Tầm Nhìn Tiền Tri

Bà Ngô-Đình Nhu

Để tự thuyết phục tôi về sự cần thiết phải viết hồi ký, tôi đã phải trải qua những gì mà Ơn Trên cho phép thông qua với một tầm nhìn đáng kinh ngạc. Tôi thuật lại như tôi đã nhận thức vì biến cố này soi sáng con đường vận mạng của chính tôi và tôi sẽ không biết làm sao giải thích bằng cách nào khác hơn là cách diễn đạt hạn hẹp của riêng tôi.

Một hôm tôi trông thấy mình ở ngay trên đường, bên cạnh Đấng Cứu Thế yêu quý và cũng là Thầy của tôi, trong một bối cảnh mà tôi chưa bao giờ thấy, ngay cả trong các hình ảnh.

Trên con đường khô ráo dưới ánh mặt trời mùa hè trong một cảnh quan sa mạc không phân biệt giữa màu sắc, hoa lá, tất cả mọi thứ chỉ là màu sắc của cát khô. Cả hai chúng tôi đều đi một mình, như thường lệ.

"Đứa Nhỏ" tiền định là tôi chỉ là một sự hiện diện, không có gì chính xác. Thanh thản và yên lặng, tôi bước đi bên cạnh Thầy của mình, vô tư đến mức dường như khó có thể tồn tại.

Khung cảnh vẫn hoàn toàn vắng vẻ khi chúng tôi đã từng đi trên con đường này cùng nhau trong một thời gian dài, vì vậy nó xuất hiện.

Không cây, không hoa, không lá. Không có ai và không có dấu hiệu nào cho thấy bất kỳ sự hiện diện nào có thể thành hiện thực ở nơi hoang vắng này. Tuy nhiên, điều kỳ lạ là chúng tôi đến một cây đa khổng lồ, chưa ai từng thấy trước đây. Mặc dù rễ cây nô ra không cho thấy có bất kỳ sự sống nào, dường như không có gì là hoàn toàn hoang vắng. Hai người chỉ đứng trước cây đa bên đường này.

"Người rất nhỏ" đã được tiền định, một sự hiện diện phù du đơn giản hầu như không được xác định, bên cạnh Thầy của mình, đang nhìn, giống như Ngài, vào một chiếc xe đang lặng lẽ đến. Đó là loại phương tiện chưa từng thấy trước đây hay bất cứ ở đâu. Phần gầm xe dường như được làm bằng gỗ, nó dựa trên sáu bánh xe chắc chắn tương ứng với phương tiện di chuyển được gọi là ô-tô. Không ai lái chiếc xe. Nó tự lăn bánh không một tiếng động và dừng lại trước mặt hai người đi bộ đường dài như có vẻ đang đợi nó. Cửa trước bên trái của tài xế (vắng mặt) mở ra. "Cô Nhỏ" định mệnh ngồi phía sau ghế lái trống. Chiếc xe đột ngột khởi động trở lại, vẫn không có người lái như trước.

Người hành khách nhỏ bé không mong đợi sẽ được ở một mình trên xe, bỗng nhoài người ra khỏi cửa sổ đang mở phía sau người lái xe vô hình. Tất nhiên, "Nhỏ" không lọt qua được hoàn toàn mà đang đối mặt với Chúa, vẫn ở chỗ cũ, bất động. Ngài chỉ nâng Bí Tích Thánh Thể lên ngang tầm với khuôn mặt của "đứa trẻ rất bé nhỏ" chưa hiểu rõ sự việc. Sự hiện diện của "Nhỏ" vẫn vô tư như thường lệ cho đến bây giờ, thậm chí là phù du, đột nhiên lộ ra không hơn không kém một người phụ nữ là tôi bằng xương bằng thịt. Hoảng sợ đến thương hại. Ôi biết phải làm thế nào!

Và đột nhiên, không thấy gì nữa.

Thay vì sự hiện diện phù du của tôi kể từ đầu cuộc hành trình rất đặc biệt này, tôi phát hiện ra, lần này thật sự tôi vẫn ở bên Ngài, nhưng trong bản thân mình.

Đó có phải là những gì cần thiết để tôi hiểu Thánh Thể trao cho tôi từ Chúa nhân lành và là Đấng Cứu Chuộc lại tôi để tôi có được và làm cho tôi hiện hữu?

Tôi đã nhiều lần nhận thức đứng trước mặt Ngài, ở những thời điểm khác nhau, dưới hiện hữu một đứa bé vừa lên ba hoặc lên bốn, chơi đùa một mình dưới ánh mắt dịu dàng của Ngài trong căn phòng mà tôi đang ở bây giờ.

Chiếc xe không người lái tiếp tục lăn bánh.

Và tôi không còn chới với với một nửa cơ thể đưa ra ngoài cửa sổ nhưng lại ngồi lặng lẽ trên băng ghế dài đằng sau người lái xe vẫn còn vắng mặt.

Tôi ngồi ngay bên cánh cửa kính bọc nửa phía trên và gần gũi với Chúa, bên phải của Ngài.

Tôi ôm chặt cái gối đặt trên hai đầu gối của tôi, một áo gối thêu màu xanh hoàng gia bằng vải satin thêu hoa văn Việt Nam. Áo gối này là đặc trưng của Việt Nam, là yếu tố duy nhất có bản sắc riêng tiêu biểu giữa những sự vật hiện hữu vô danh vô vi của phần ngoại cảnh còn lại.

Ngài cho tôi nhận thấy Thiên Chúa phù hộ đất nước của chúng tôi.

Và hơn nữa! Huyền diệu thay! Chiếc Gối này là gối đầu nghỉ ngơi của Đấng Cứu Rỗi trọn lành, mắt nhắm lại. Ngài thong thả, nằm trên băng ghế gỗ. Ngài cho phép sự hiện diện của tôi ở bên Ngài. Nằm xuống trên băng ghế, tựa đầu Ngài trên gối tôi đang cầm trên tay. Và quấn cánh tay trái của tôi, bức tượng bán thân của Thiên Chúa tựa trên hai đầu gối của tôi.

Đó là khoảnh khắc của sự chiêm niệm tuyệt đối, rất gần với Thánh Nhân, yêu thương bao quanh cánh tay người trần tục của tôi, cánh tay phải qua đệm dưới gối thoải mái, cánh tay trái của tôi nhẹ nhàng bao quanh ngực của Chúa Cứu Thế. Điều này kéo dài trong suốt thời gian dành cho tôi.

Là một người phụ nữ Việt Nam, tôi không ngần ngại thể hiện tình yêu thương tự nhiên như là của các bà mẹ dành cho trẻ thơ yêu quý của mình mà không bị ngăn cách trong thời gian chiêm niệm. Tôi dịu dàng hôn lên khuôn mặt Thánh tôn kính giống cử chỉ của các bà mẹ xứ tôi. Thật là thích thú ngửi thấy mùi hương trên mỗi phần một khuôn mặt của Thiên Chúa đang giữ đôi mắt khép hờ mệt mỏi. Nó là một niềm vui, mùi hương dịu dàng mà chỉ có nụ hôn truyền thống Việt Nam mới nhận ra được. Bà Thánh Marie Madeleine có thể nhận biết khi bà cảm thấy tình yêu thương thăng lên đến Thánh Chúa? Về việc này, đã đến lúc sửa chữa sai lầm viêc phổ biến và trình bày Marie Magdalene như một cô gái "làng chơi ".

Nào là con gái rất hư hỏng, con của một gia đình nề nếp nổi tiếng và cô sống theo sở thích phóng túng, như các cô gái thời văn minh bây giờ. Sự phục hồi chân lý này được trình bày chi tiết trong tầm nhìn mà Maria Valtorta mô tả trong mười cuốn sách và được Đức Giáo Hoàng Piô XII xem xét, một cách đúng đắn, là một kiệt tác. Các mối quan hệ tình dục nam - nữ bị cấm không thể thu nhận được nhiều hơn những gì họ đang có. Sự thất vọng có thể dẫn đến vô tư trước sự mở rộng của tình yêu khi có thể được thể hiện bằng nụ hôn Việt nam như của bà mẹ đối với đứa con của bà, với thời gian được phép. Nhưng có vẻ như là người lớn không bao giờ nghĩ như một sự trao đổi tự nhiên giữa tình mẫu tử mà người mẹ yêu nồng nàn dành cho con cái rất thương yêu của mình.

Phù hợp với những niềm vui trong lòng để hôn lấy mùi hương bất cứ khi nào bà có thể. Điều này có nghĩa là đặc quyền đối với Việt Nam thậm chí đối với Chúa Cả Trời Đất trong thời gian thờ phượng mà tôi được phép trong tình yêu Thiên Chúa. Mệnh Trời tặng cho người phụ nữ không phải đè nén mà có thể biểu lộ tình yêu trong sạch tại Việt Nam.

"Đứa Nhỏ" tiền định chỉ biết kết nối cử chỉ, con đường của mình, để đáp ứng, thờ phượng tôn kính Ngài , và được nắm lấy bàn tay của Chúa là Cứu Chúa của mình. Vì biết được những điều kỳ diệu, tràn đầy ơn Thánh làm cho lòng dạ đầy đủ không còn ham muốn làm bất cứ điều gì khác.

Do đó, quyền hạn trực giác mà Ơn Trên ban cho người đặc biệt khó nắm bắt được, đưa ra bởi Thiên Chúa cho ai được phép tìm đến.

Và chứng minh được phép thờ phượng Chúa của mình như duyên tiền định, "Đứa Nhỏ" của Chúa là một người phụ nữ điển hình với truyền thống Việt Nam. Cánh tay phải của tôi bao quanh người Thiên Chúa nghỉ ngơi nhắm mắt trên đệm dày thêu đặt trong vòng tay của tôi, tôi cứ thế say mê, trong cơn mê để ngửi, sờ từng bộ phận của Thiên Chúa mà không sót một thứ gì.

Tôi nhận biết, đây là lần đầu tiên mà tình thương mở rộng được phép của Chúa. Chúa đã để trầm lặng thư giãn trong vòng tay "Bé Nhỏ " tiền định.

Và chính Chúa, trong cùng một lần đầu tiên, nghiêng mình xuống đằng sau bé để tặng một nụ hôn lên mũi như của người Việt Nam hôn vào sau ót của "Đứa Nhỏ". Như buông xuống lần đầu tiên thế lực từng kềm giữ.

Hồng ân này cho phép "Đứa Nhỏ" tiền định nói chuyện với Chúa của mình và được ghi nhận như một đặc quyền cho phép, tất nhiên, để làm cho biết đến và xác nhận sự trở lại phi thường với phép lạ kỳ diệu của Chúa với Đất Nước Việt Nam.

Lời tiên đoán sự phi thường trở lại sắp đến này được công bố từ năm 1988 bởi các trường của Radiance Divine (Rạng rỡ thần thánh) đang lan rộng lớn lên trên thế giới từ Thụy Sĩ[30].

Do đó kỳ vọng tuyệt vời hằng chờ đợi và hứa hẹn triển vọng cho Đất Nước Việt Nam. Tôi chỉ diễn đạt lại một cách rõ ràng.

Tất cả những gì mà "Đứa Nhỏ" được tiền định phải chịu đựng kể từ khi sinh ra, nhân danh tình yêu nhân hậu của Thầy Chí Thánh của mình, để gởi đến Chúa giải quyết tất cả mọi hoàn cảnh trong một thời gian ngắn chỉ bằng cách kêu gọi soi sáng đồng loại về những điều hữu ích. Những gì thực sự mà Đấng Toàn Năng Thương xót, trong thời hạn ngắn, trong đó công lý duy nhất làm đẹp lòng Cao Xanh. Tại sao phải trả giá đắt trong khi ở mức giá thấp hơn vẫn vượt qua dựa vào sức mạnh của Chúa Nhân Từ?

Làm thế nào tôi có thể nên đi đến tình yêu vô hạn đối với Đấng Cứu Thế Nhân Từ nếu mà thoạt tiên Ngài thấu đạt lòng tôi không làm cho tôi hiểu giá phải trả mềm mỏng hơn? Có thể nghịch lý rằng cuối cùng Ngài đã thấu đạt lòng tôi và tôi vẫn phải trả giá cao nhất! Vậy là vì lý đó nào khác chăng, ngoại trừ rằng tâm trí hiểu biết của tôi chỉ rộng mở với giá phải trả áp đảo này.

Các quy tắc chính không hề thay đổi.

Bà Ngô Đình Nhu

---

[30] Bạn cũng vậy, hãy thông báo sự ra đời của tôi, School of Divine Radiance, của Marie-Elisabeth. Ed. Du Parvis, 2004. CH- 1648- Hauteville (Thụy Sĩ)

PHỤ LỤC 2
Giáo Hội và Việt Nam

Jacqueline Willemetz

Một dấu tích lịch sử bổ sung cần thiết nói về các mối quan hệ dày đặc giữa Việt Nam và Giáo Hội, một mối quan hệ rất lâu đời có niên đại hàng bảy thế kỷ .

Đó là vào khoảng năm 1320 khi một tu sĩ Dòng Phanxico, Odorico, ở Pordenone, nước Ý, được gửi di như một nhà truyền giáo ở phía Đông, từ Ấn Độ đến Trung Quốc thông qua Viêt Nam.

Những thế kỷ sau, tu sĩ và linh mục Dòng Dominico và Dòng Tên tiếp nối đi rảo giảng đến những vùng xa này. Năm 1582, Cha Matteo Ricci, người sáng lập của cơ quan đại diện Dòng Tên ở Trung Quốc, đến ở Châu Á. Ông đam mê văn hóa và các nền văn mình của các quốc gia mà ông đã đi qua. Ông đã sớm nhận ra rằng đạo Công Giáo phải tôn trọng một số mục đích siêu việt khắc sâu trong nghị lễ Nho Giáo.

Vì vậy, Cha Ricci vẫn cho tất cả những người quyết định đi theo Chúa Kitô, sử dụng danh xưng cũ. Họ có thể gọi Thiên Chúa theo thuật ngữ thông thường như "Thượng Đế" hay "Ông Trời". Tu sĩ Dòng Tên cũng phân biệt rằng nghi thức "thờ cúng tổ tiên" thực hành ở Châu Á không có gì liên quan với bất kỳ việc thờ thần tượng mà còn cho là biểu hiệu lòng hiếu thảo và lòng tự trọng là bổn phận với tổ tiên của mình. Cùng với một lòng tôn trọng và yêu mến tương tự khi chính Giáo Hội cử hành lễ Các Thánh, sau ngày lễ lớn của Các Đảng vào ngày 1 tháng 11.

Các tu sĩ Dòng Tên ở Bắc Kinh được phép cử hành Thánh Lễ bằng tiếng Trung Quốc. Họ xuất bản một cuốn sách lễ ở Trung Quốc. Kitô Giáo đang phát triển ở Châu Á vì phương Đông tìm thấy ánh sáng siêu việt trong tình yêu thương mà Chúa Kitô gợi lên trong tất cả mọi người, nhiều điều chân lý mà chính bản thân họ cũng đã cảm nhận trước. Cha Ricci qua đời vào năm 1610 và công việc rao giảng Tin Mừng được tiếp tục bởi các Sứ Thần thuộc Dòng Tên.

Ông Alexandre de Rhodes, cũng là một linh mục Dòng Tên, đến Nam Kỳ năm 1625. Sau đó ông ra Bắc Việt và đi Trung Quốc vào năm 1630. Ông ở lại đây mười năm trước khi trở về miền Nam. Một sắc lệnh buộc các nhà truyền giáo phải rời đi. Mười hai ngàn giáo hữu Kitô vẫn chưa có linh mục. Vài tháng sau đó, Alexandre de Rhodes trở lại Cam Ranh. Nhờ vào sự khoan dung của Chúa Nguyễn ở Huế, ông có thể ở lại đây hai năm nữa trước khi bị trục xuất vào năm 1645 .Thông thạo văn hóa bản xứ, giỏi ngôn ngữ, ông nghiên cứu và nói thông thạo tiếng Việt. Năm 1651, ông xuất bản sách giáo lý đầu tiên của mình và một cuốn tự điển bằng chữ Quốc Ngữ là tiếng Việt viết bằng ký tự La Mã. Việt Nam là quốc gia Châu Á duy nhất viết ngôn ngữ với các ký tự La Mã. Chữ viết truyền thống vẫn được sử dụng trong giới văn học qua nghệ thuật thư pháp.

Nguyên nhân biến loạn bách hại Kitô Giáo, và lý do mà Alexandre de Rhodes bị trục xuất khỏi Việt Nam, là do ảnh hưởng của các giáo điều thuộc các Dòng Phanxicô, Dòng Đa

Minh và Augustinô đều đồng lòng lên án sự khoan dung văn hóa của Dòng Tên đối với nghi lễ Nho Giáo liên quan đến việc "thờ cúng tổ tiên". Sự hiểu lầm tai hại này xảy ra dưới triều Giáo Hoàng Innocent X. Ngày 12 tháng 12 năm 1645 người đứng đầu của Giáo Hội cho lệnh lên án nghi thức Nho Giáo là mê tín và dị đoan. Đức Giáo Hoàng đã không bao giờ đến Châu Á, không có phương tiện để cứu xét những gì mà những nhà truyền giáo trở về từ xa thuật lại và đệ trình lên những nguồn tin khẩn cấp này.

Các tu sĩ Dòng Tên không còn cách cải chính các nghị định dựa trên những sai lầm khi tiếp cận với nghi lễ của Nho Giáo.

Họ vội vàng phái Cha Martini, một người trong dòng của họ, tìm đến Đức Giáo Hoàng để làm sáng tỏ hơn về bản chất của những hiểu lầm lệnh truyền giáo và những nghi thức khác. Năm 1656, Cha Martini nhận được từ Đức Giáo Hoàng Alexander VII – mới được phong chức – một nghị định cải thiện tôn vinh Khổng Tử như một "tôn giáo thuần túy dân sự và chính trị". Ba năm sau đó, vào năm 1659, Đức Giáo Hoàng còn tiến xa hơn, ban chiếu chỉ hướng dẫn của mình cho François Pallu và Pierre Lambert de la Motte, sáng lập của Hội Truyền Giáo Thừa Sai Paris. Chiếu chỉ như sau[31]:

"Đừng bao giờ thúc đẩy, hay thuyết phục bất kỳ bằng cách nào những người các nước này để làm thay đổi nghi thức, phong tục tập quán, cách cư xử, trừ khi các thủ tục rõ ràng đi trái lại với tôn giáo và đạo đức. Có điều gì vô lý hơn việc mang đến cho Trung Quốc hay các nước Pháp, Tây Ban Nha, Ý hoặc các nước Châu Âu khác không? Không áp đặt chúng ta trong đất nước của họ, nhưng chỉ mang đức tin, một đức tin không từ chối hoặc làm tổn thương các nghi lễ

[31] Xem "Nguy Cơ của Sứ mệnh, Liệt Sĩ Francs-Comtois au Viet-Nam", nội dung do Jean Christophe Demard và Gabriel Socié biên soạn, biên tập bởi Dominique Guénot vào tháng 6 năm 1988 tại Langres

và phong tục của bất kỳ ai, miễn sao đức tin này không gây hận thù, mà ngược lại còn muốn duy trì và bảo vệ nữa... Do đó, đừng khi nào dựa vào cách so sánh giữa nghi thức các dân tộc khác và nghi thức người Châu Âu, mà ngược lại, nên làm quen nhanh chóng với các cách xử sự này..."

Trật tự đã vãn hồi trở lại và việc truyền giáo ở Việt Nam có thể trở lại bình thường.

Năm 1668 đã diễn ra lễ phong chức linh mục bản xứ đầu tiên.

Linh mục Dòng Tên Dominique Parrenin đến Trung Quốc với một nhóm sáu tu sĩ gồm các nhà toán học và thiên văn học theo đề nghị của Hoàng Đế Trung Quốc với Vua Louis XIV. Ông đến Quảng Châu vào năm 1699. Năm 1701, ông đã cống hiến một luận đề nghiên cứu và phân tích phong tục "thờ cúng tổ tiên". Ông đã phát triển lòng đạo đức gia đình toàn bộ trên các nghi thức giáo phái này.

Năm 1693, trái với yêu cầu của Giáo Hoàng Alexander VII, Giám Mục Maigrot, Đại Diện Tổng Tòa Phúc Kiến (tỉnh phía nam của miền đông nam Trung Quốc, ở phía trước đảo Đài Loan) tự mình cấm đoán các nghi lễ Nho Giáo.

Vào năm 1704, dưới thời Giáo Hoàng Clement XI xét lại tinh thần cởi mở đã được thể hiện và ghi lại bởi nghị định năm mươi năm trước đó. Giáo Hoàng lên án một lần nữa các phương pháp truyền giáo của Dòng Tên. Chiếu chỉ Giáo Hoàng, Sứ Thần của Giáo Hoàng Thomas de Tournon, nhận sứ mạng đến tại chỗ, đã làm nhiều điều rất vụng về nên bị Hoàng Đế Khang Hi cho trục xuất. Tự ái bị tổn thương, ông nhận được thêm sự lên án của Giáo Hoàng về các nghi thức của Trung Quốc. Đó là sắc lệnh của Đức Giáo Hoàng Ex Illa Die vào ngày 19 tháng 3 năm 1715.

Hoàng Đế Trung Quốc bị xúc phạm, cấm không cho giảng Kitô Giáo và trục xuất các nhà truyền giáo, ngoại trừ các tu sĩ Dòng Tên, mà cuối cùng đã phải vâng lệnh của Vatican khi

Đức Giáo Hoàng Benedict XIV ra sắc lênh Ex Quo Singulari Providentia ngày 11 tháng 7 năm 1742.

Mọi phát triển Kitô Giáo bị và ngăn chặn một cách mãnh liệt. Và, tệ hại nhất là các cuộc đàn áp bắt đầu. Thật là khủng khiếp.

Chỉnh ngay lúc đó một cơ duyên thật kỳ diệu đã xảy ra, nối liền nước Pháp với Việt Nam thông qua Giáo Hội.

Giám Mục Pierre Pigneau de Béhaine, Giám Mục Adran, đến Nam Kỳ năm 1774. Hội kiến Chúa Nguyễn Ánh còn trẻ – lúc Nguyễn Ánh vừa phải trải qua một tình huống bi thảm. Là cháu của Hoàng Đế Dụ Tông, ông được mười hai tuổi khi ba anh em gốc làng Tây Sơn khởi nghiệp ở Bình Định, bắt đầu tấn công chính quyền, giết gia đình Chúa Nguyễn và tất cả hoàng thân nào có thể nối cơ nghiệp Chúa Nguyễn. Chỉ nhờ vào phép lạ, Nguyễn Ánh thoát khỏi vụ thảm sát. Bỏ trốn trong một cuộc đào thoát về phương nam, ông sang tị nạn ở Thái Lan. Trước sự tổn thương và đau khổ thấm vào phẩm chất của người thanh niên có nghiệp Đế Vương này, Giám Mục Adran can thiệp xin được sự hỗ trợ của nước Pháp để giúp Nguyễn Ánh khôi phục lại vương quốc.

Hiệp Ước Versaille ký ngày 28 tháng 11 năm 1787, vua Louis XVI đồng ý hỗ trợ Nguyễn Ánh. Đổi lại, Pháp nhận được độc quyền thương mại tại Nam Kỳ. Với ba tàu chiến vũ trang và quân đội hỗ trợ, tháp tùng cố vấn kỹ thuật và chiến lược, Nguyễn Ánh khôi phục từ năm 1788. Một năm sau đó, cuộc cách mạng Pháp bùng nổ. Trong khi vua Pháp không thể còn hoạt động nữa, một số nhà quý tộc Pháp duy trì hỗ trợ cho sự thống nhất của nước Việt Nam. Chiến thắng này chấm dứt triều đại nhà Trịnh, soán nghiệp nhà Lê ở miền Trung, ông đã chọn Huế làm Kinh đô vào năm 1801. Nguyễn Ánh áp đặt chính quyền trên Bắc Bộ. Quyền lực của vương quốc ảnh hưởng đến cả Campuchia và Lào cho dên khi bị Pháp thuộc.

Nguyễn Ánh thống nhất Bắc và Nam Việt Nam, trước đó đã bị tách ra trong sáu mươi năm. Vương quốc Việt Nam từ bây giờ bao gồm Nam Kỳ, Trung Kỳ và Bắc Kỳ.

Đây là một sự kiện quan trọng. Năm 1802, ông trở thành Hoàng Đế của nước Việt Nam thống nhất dưới danh hiệu Gia Long. Các nhà quý tộc Pháp giúp ông trong công việc chinh phục được phong quan lớn trong triều đình Việt Nam.

Không thể phủ nhận, đã có một sự liên minh hoàn hảo giữa nước Việt Nam, Giáo Hội và nước Pháp. Vua Gia Long kết thúc cuộc đàn áp bằng cách phát hành sắc lệnh khoan hồng như sau:

"Người Công Giáo cũng là công dân của nước Việt Nam rộng lớn, cũng như các đối tượng khác giữa chúng ta. Buộc họ phải thực hành một tôn giáo trái với niềm tin của họ sẽ là một sai lầm, bất công lớn. Đối với Trẫm, nó sẽ làm phật lòng Thượng Đế và vi phạm tinh thần công bằng của Trẫm."

Giám mục Adran qua đời ở Sài Gòn ngày 09 tháng 10 năm 1799, ở tuổi năm mươi tám. Vua Gia Long qua đời vào năm 1820 . Thái Tử Minh Mạng nối ngôi, bế quan tỏa cảng với nước ngoài và bắt đầu bách hại những giáo hữu Kitô bị coi như là "đối tượng bất ổn" cho nề nếp và kỷ cương cũ. Vào tháng Giêng năm 1833, ông đã ban hành một sắc lệnh khủng bố và ra lệnh cho các quan lại của mình trục xuất các giáo hữu Kitô ra khỏi lãnh thổ và chối bỏ niềm tin Công Giáo, san bằng những nơi thờ phượng.

Thiệu Trị kế vua Minh Mạng vào năm 1841. Sau đó là một thời gian tạm lắng dịu vì e sợ sự can thiệp của Pháp ủng hộ của các giáo hữu Kitô. Tự Đức kế nhiệm ông vào năm 1847, mười hai năm đầu tiên của triều đại của ông là một giai đoạn đàn áp dữ dội, Hoàng đế Tự Đức không những muốn sự thống nhất chính trị mà cả về đạo đức và tinh thần của toàn vương quốc.

Theo các nguồn tin của Cơ Quan Thừa Sai Paris, tám mươi ngàn giáo hữu Kitô phải chịu khổ hình vì đức tin dưới các triều đại đế chế Việt Nam trong thế kỷ 19. Hầu hết các giáo dân nam, nữ và trẻ em. Không phải ai cũng đều bị chết dưới tay đao phủ, nhưng nhiều người trong số họ bị tra tấn khủng khiếp. Vua Tự Đức đã tạo ra những biện pháp trừng phạt ghê rợn như tra tấn gây ra một trăm vết thương, cắt xéo một trăm miếng thịt từ thân thể của giáo hữu Kitô hãy đang còn sống, đó là một cảnh tượng khủng khiếp.

Nhiều làng Kitô Giáo bị trục xuất, toàn bộ bị lưu đày đến sống ở những nơi rừng sâu nước độc.

Để giải cứu các các giáo hữu Kitô bị tàn sát, nước Pháp đã gửi một đội quân vào năm 1862. Họ đề cập đến Hiệp Ước 1787 để biện minh cho sự can thiệp của mình vào quy chế "bảo hộ" ở Nam kỳ mà họ nghĩ là họ đã thiết lập khi họ thương thuyết về độc quyền thương mại trước đó. Nước Pháp không nhận được sự ân cần hay sự nhiệt tình từ các các giáo hữu Kitô và các nhà truyền giáo. Đây là sự khởi đầu của thực dân Pháp. Châu Âu khởi đầu giai đoạn phát triển chế độ xâm chiếm thuộc địa.

Bên cạnh các doanh nghiệp mạnh ai nấy thực hiện vì lợi ích của nhau, nhóm thì theo đuổi đời sống vật chất, nhóm khác đời sống tinh thần tùy theo môi trường sống, môi trường giáo dục nhận được, hay xã hội xung quanh của mỗi một nhóm. Trong khi đó Giáo Hội Công Giáo Việt Nam có mức tăng trưởng riêng của mình. Trong năm 1933, Đức Giáo Hoàng Piô XI phong chức Giám Mục lần đầu tiên cho nước Việt Nam: Đức Giám Mục Nguyễn Bá Tòng.

Sau đó, ông ra lệnh cho Vị Giám Mục những lời tiên tri: *"Con hãy quay trở lại đất nước của con: nước Việt Nam. Tiếp tục sứ vụ truyền giáo, bởi vì Việt Nam có một sự kêu gọi cao và một sức mạnh lớn lao, là chị cả của các Giáo Hội ở vùng Viễn Đông*[32]".

---

32 Xem lời tựa của Đức Cha F. X Nguyễn Văn Thuận trong cuốn "Toàn tập, Tập 1: Tự Truyện" của Marcel Van tại Saint-Paul. Editions Religieuses. / Bạn của Van, 2005.

Ngày 8 tháng 12 năm 1939, tại Lễ Đức Mẹ Trong Trắng, Đức Giáo Hoàng Piô XII đã ra lệnh rằng Kitô hữu ở Châu Á được phép thực hành nghi lễ thờ cúng tổ tiên.

Chỉ mười năm sau, vào ngày 01 tháng 10 năm 1949, Mao Trạch Đông tuyên bố ra đời nước Cộng Hòa Nhân Dân Trung Hoa ở Bắc Kinh. Đó là chiến thắng của chủ nghĩa cộng sản. Không bao lâu sau tất cả các tôn giáo bị cấm chỉ ở Trung Quốc, cho dù là Kitô Giáo hay Khổng Giáo.

Ngày 19 tháng 6 năm 1988, Đức Giáo Hoàng Gioan Phaolô II đã công bố 117 vị Thánh Tử Đạo Việt Nam. Trong số đó, có 96 linh mục và giáo hữu Việt Nam, 11 tu sĩ Tây Ban Nha và 10 linh mục Dòng Truyền Giáo Thừa Sai Pháp ở Paris.

Nếu thực dân tham lam và có những hành động không mấy thuần thục với đạo lý Công Giáo, cũng có những con người hết lòng với linh hồn tận tâm từ phương Tây đã hiến dâng cả tấm lòng cho Đất Nước Việt Nam. Người ta nghĩ đến Jean Cassaigne, cũng được gọi là "Giám mục của người bị bệnh phong". Ông sinh ra ở Pháp ngày 30 tháng 1 năm 1895 tại Granada sur Adour, vùng Landes, và qua đời ngày 31 tháng 10 năm 1973 tại Di Linh (trước đây là Djiring) ở vùng cao nguyên phía đông bắc của Sài Gòn, nơi đồng bào Thượng sinh sống. Sau khi được phái đi với tư cách một nhà truyền giáo cho đồng bào vùng cao nguyên vào tháng 1 năm 1927, Jean Cassaigne được tấn phong Giám Mục, đảm trách văn phòng giám mục Sài Gòn vào tháng 6 năm 1941.

Bị bệnh phong do ông đã sống quá lâu với người đồng bào Thượng, ông đã chọn nơi này để trút hơi thở cuối cùng tại Di Linh là nơi mà ông yêu thương, và với người Thượng họ đã đón nhận ông từ ban đầu của sứ mệnh mà ông đã gắn bó suốt đời. Tòa Thánh bổ nhiệm Đức Giám mục Hiền là người kế nhiệm ông ở Sài Gòn vào tháng 11 năm 1955.

Một nhân vật đáng yêu vì đức tin Kitô Giáo được thể hiện qua thanh niên Joachim Nguyễn Tân Văn, được biết đến với tên của Marcel Văn, qua đời ngày 10 tháng 7 năm 1959 , ở tuổi 31, trong một trại cải tạo của cộng sản ở miền Bắc. Thánh Têrêsa Hài Đồng Giêsu, người mà ông đã giao phó đời sống tinh thần của mình, hướng dẫn ông nhiệm vụ và phải tiếp tục tới cùng, để thể hiện tình yêu của Chúa Kitô ở Việt Nam. Bà Thánh yêu mến đất nước này. Bề Trên của tu viện đã lên kế hoạch gửi Bà đến Tu Viện Kín Carmel ở Hà Nội nhưng sức khỏe quá mỏng manh của bà buộc lòng phải từ bỏ dự định. Mặc dù mang trong lòng sự hận thù người Pháp, Marcel Văn học với Thánh Têrêsa, cầu nguyện cho họ để hai dân tộc nảy sinh sự hiệp nhất giữa Đông và Tây. Năm 1925, Đức Giáo Hoàng Piô XI, trong lúc phong Thánh St. Therese, đã công bố Bà Thánh là Bổn Mạng của nhiệm vụ truyền giáo cũng như hiển Thánh Phanxicô Xavier .

Một thời gian ngắn trước khi quả đời, Marcel Văn đã để lại một thông điệp cuối cùng: "*Và bây giờ là giai đoạn cuối cùng tôi ngỏ cùng các linh hồn: Tôi để lại tình yêu của tôi, tuy tình yêu dẫu bé nhỏ như thế nào đi nữa, tôi hy vọng đáp ứng những linh hồn muốn được rất nhỏ để đến với Chúa Jêsus. Đây là điều mà tôi muốn phối thác nhưng với tài năng thô thiển, tôi không đủ lời để phát biểu.*"

Ý nghĩa của sự tấn phong Chân Phước Văn đã được giới thiệu vào ngày 26 tháng 3 năm 1997 trong giáo phận Belley -Ars, như Toà Giải Tội của đức tin.

Chín năm sau, Đức Gioan Phaolô II một lần nữa thể hiện sự yểm trợ tận lực của mình cho Giáo Hội Việt Nam vào đêm trước ngày kỷ niệm 200 năm từ khi Đức Trinh Nữ Maria hiện ra tại La Vang. Thư Đức Thánh Cha viết ngày 16 tháng 12 năm 1997 cho Đức Hồng Y Phaolô Giuse Phạm Đình Tùng, Tổng Giám Mục Hà Nội và là Chủ Tịch Hội Đồng Giám Mục Việt Nam:

" ... Nhân lúc bắt đầu cử hành Năm Thánh kỷ niệm 200 năm Đức Mẹ hiện ra tại La Vang, tôi nhiệt liệt hiệp nhất trong niềm vui và lòng biết ơn đến Hội Đồng Giám Mục Việt Nam và các giáo phận Việt Nam.

"Trong cung điện này một nơi hằng rất thân thiết với tâm lòng người Công Giáo ở Đất Nước của Ngài, đây là một thông điệp mang hy vọng giữa những đau khổ tinh thần và cơ thể mà Mẹ của Thiên Chúa đã nhận như vào năm 1798: 'Hãy trông cậy những ai đang gánh vác đau khổ và buồn, ta đã nghe lời cầu nguyện của họ. Vậy tất cả những người đến nơi này cầu nguyện, lời nguyện sẽ được nhận lời.' *Quá hai thế kỷ thông báo này, vẫn còn hiện diện đây, được nhận với sự nhiệt tình ở La Vang. Mặc dù những thử thách lớn đã đánh dấu quá trình lịch sử của nó, là Trung Tâm Đức Mẹ, đã trở thành trung tâm quốc gia, vẫn còn giữ truyền thống hành hương. Trong bí mật của mọi tấm lòng thuộc mọi tầng lớp và từ tất cả các tầng lớp xã hội đến nói chuyện với Mẹ Thiên Chúa những nỗi buồn và hy vọng của họ. Các giám mục, linh mục, tu sĩ nam và nữ, giáo dân muốn tìm thấy ở đây sự hiện diện chào đón của Đấng mang lại cho họ sự can đảm để trở thành nhân chứng đáng ngưỡng mộ của đời sống giáo hữu Kitô trong hoàn cảnh còn nhiều khó khăn. Tôi xin chúc lành của Thiên Chúa, Đấng không bao giờ bỏ rơi những người tìm kiếm và với sự hỗ trợ từ mẫu của Đức Trinh Nữ Maria, tiếp tục hướng dẫn họ trong những ngày hạnh phúc cũng như những ngày của nghịch cảnh.*

"Tôi mong cho các tín hữu, những người trong Năm Thánh này cầu nguyện với Đức Mẹ La Vang ở nơi tôn nghiêm Thánh Địa của mình hoặc những người cầu nguyện ở những nơi khác, tìm được lòng nhiệt thành tông đồ mới cho đời sống giáo hữu Kitô nhận được sự an lành và sức mạnh để đối phó với các vấn đề sinh tồn. Tôi mời họ nhìn thấy nơi Đức Maria, từ Mẹ Chúa Giêsu đã ban cho

loài người, dẫn đến người con Chí Thánh. Hãy sống một cách hoàn hảo để làm môn đệ của Chúa, Đức Bà kêu gọi giáo hữu Kitô bước đi trên con đường của một cuộc sống truyền giáo nhiệt thành. Dẫn họ nên người hành hương của niềm tin vào con người

"Chúa Kitô là Đấng Cứu Thế của nhân loại, những người hành hương của hy vọng đang ra chờ đợi thời gian của Thiên Chúa để thu hoạch những hạt giống đã được gieo trên trái đất, và những người hành hương của tình yêu sống theo ơn gọi của họ về sự đoàn kết, tình huynh đệ và phục vụ giữa các anh chị em họ cùng chia sẻ cuộc sống!

"Như chúng ta đã bước vào năm thứ hai chuẩn bị cho Đại Năm Thánh 2000, dành riêng cho Chúa Thánh Thần, vì vậy tôi cam kết với người Công Giáo Việt Nam: Hãy chiêm ngưỡng Đức Mẹ Maria qua hình ảnh một người phụ nữ khiêm tốn của nhân loại mà chúng ta đã được hướng dẫn bằng tâm linh thánh ý của Chúa Thánh Thần.

"Phối hợp mãnh liệt và sâu xa với Thiên Chúa, Mẹ đã vâng lời kêu gọi và hoàn toàn trung thành . Mọi người có thể khám phá nơi Đức Mẹ một người phụ nữ của sự im lặng và lắng nghe, suy niệm trong lòng những gì Thánh Linh của Chúa đã thực hiện, cảm nhận được sự hiện diện yêu thương của mình và thánh hóa hành động! Đừng bao giờ nản lòng trước những khó khăn, Đức Mẹ đã mang trọn vẹn nguyện vọng của người nghèo với Chúa, rạng rỡ cho những người hết lòng đặt niềm tin vào những lời hứa của Thiên Chúa .

"Hiệp thông bằng tấm lòng và lời cầu nguyện với những người hành hương tại La Vang, tôi thiết tha xin Đức Bà là Mẹ của Chúa Kitô, Mẹ của chúng ta, cho toàn dân tộc Việt Nam và toàn bộ những cộng đồng thuộc Đất Nước này đang sống ở ngoại quốc. Hãy đặt niềm tin vào Đức Trinh Nữ đồng hành với tình hiền mẫu trong cuộc hành hương

dương thế của họ! Ở mỗi nơi họ sinh sống, hãy trở thành môn đệ trung tín và quảng đại của Chúa Kitô, làm chứng về tình yêu vô biên của Thiên Chúa ở giữa anh chị em!

"Nhân dịp hạnh phúc hai trăm năm kỷ niệm các sự hiện ra của Đức Trinh Nữ La Vang, tôi gửi Ngài Đức Hồng Y phép lành nhiệt tình Tông Đồ đến Ngài, tôi cũng ban phép lành đến các giám mục, linh mục và những người chuẩn bị làm linh mục, tu sĩ nam nữ và tất cả các tín hữu ở Việt Nam và những tín hữu Việt Nam sống rải rác khắp nơi.

Gioan Phaolô PP. II"

Ngày 15 tháng 8 năm 2012, Lễ Trọng Kính Đức Bà Mông Triệu, Chủ Tịch Hội Đồng Giám Mục Việt Nam: Đức Giám Mục Pierre Nguyễn Văn Nhơn, đại diện của Tòa Thánh Việt Nam : Đức Tổng Giám Mục Leopoldo Girelli, Giám Mục địa phận: Đức Tổng Giám Mục Etienne Nguyễn Như Thế trong sự hiện diện của mười sáu giám mục, một trăm linh mục và hơn 200 ngàn người hành hương viếng thăm Đức Mẹ La Vang.

Họ đã đặt 27 viên đá đầu tiên xây dựng lại Vương Cung Thánh Đường tương lai thay thế nhà thờ bị tàn phá bởi chiến tranh trước đây.

Những viên đá này tượng trưng cho 26 giáo phận Việt Nam. Viên đá thứ 27 là sự tham gia của toàn bộ cộng đồng người Công Giáo Việt Nam trên thế giới.

Chính ở La Vang, vào thời điểm ác liệt nhất của các cuộc đàn áp chống lại người Công Giáo, Đức Mẹ đã hiện ra vào năm 1798 để bảo vệ những người Công Giáo chạy trốn và ẩn náu ở đó. Và đã trên hơn một trăm năm, người Việt Nam vẫn đến đây hành hương.

Jacqueline Willemetz

PHỤ LỤC 3
Những Bức Thư Chưa Hề Được Công Bố của Ông Ngô-Đình Nhu

Chúng tôi công bố ba bức thư mà ông Ngô-Đình Nhu viết cho các bạn Chartistes của mình:

- Một lá thư ghi ngày 20 tháng 4 năm 1956 khi ông trình bày sự phức tạp chính trị mà nền Cộng Hòa non trẻ của Việt Nam phải đối phó.

- Một lá thư gửi sau Tết năm 1963. Bức thư mang niềm vui hạnh phúc trong đó ông nói về sự tiến bộ của Việt Nam trong cuộc "chiến tranh bẩn thỉu" (đầu năm 1963).

- Bức thư ghi ngày gửi 02 tháng 9 năm 1963, được viết hai tháng trước khi xảy ra cuộc đảo chính làm ông thiệt mạng. Một bức thư đen tối.

le 20 avril.

Mon cher Benét,

Merci infiniment pour ta longue lettre du 8. C'est positivement étonnant cette unité de vue entre toi et moi sur tous les aspects du problème qui nous intéressent, que cela touche les réalités politiques ou les hommes qui y participent, y compris mes frères, M. Khiêm ou tes compatriotes. C'est à croire que nous ne nous sommes pas quittés depuis 1949 et que nous travaillons côte à côte dans le même bureau sous l'inspiration vigilante de ta Simone. C'est te dire combien je suis heureux de voir pareille communion d'idées et de sentiments entre toi et moi, séparés par des milliers de kilomètres. C'est vrai qu'après avoir surmonté la crise Hinh, nous nous apprêtions à démarrer avec l'affaire des Sectes qui se présentait on ne peut plus favorablement. Malheureusement nous sommes coincés entre l'incompréhension française et l'inexpérience américaine : une différence d'appréciation sur l'opportunité de briser d'une façon ferme et décisive l'obstacle féodal pour libérer le pauvre peuple vietnamien et le rallier à nous. Depuis l'avènement du Président, la grande pensée du Gt est de briser les deux obstacles, cercles de fer, qui séparaient le peuple du Gouvernement pour ainsi dire : "l'armée nationale" et "les sectes". Nous avons gagné la première manche, nous espérons gagner la seconde, la belle sera alors les élections que

Xem bản dịch ở trang 194 - 196 CHƯƠNG 2 - SÁNG LẬP VÀ PHÁT TRIỂN VNCH

nous sommes certains de gagner. Ajoutez à cela le "Temps harcelant" qui ne nous permet pas de muser en chemin et de pratiquer la bonne vieille politique du compromis. L'heure est donc unique et décisive. Si nous ne réussissons pas à convaincre les responsables du Monde libre pour qu'ils nous aident à neutraliser les colonialistes qui soutiennent les féodaux contre le gt national, nous irons à la catastrophe. Car le peuple vietnamien ~~[illegible]~~ déçu définitivement nous abandonnera. Et le Monde asiatique que nous avons travaillé ces derniers mois et qui commençait à sympathiser avec nous, se détournera de nous, isolés alors en Asie ~~[illegible]~~ et à la merci du Viet-minh. Car il ne faut plus recommencer l'expérience de 1945-1954. Soutenus seulement par le camp occidental, nous sommes sûrs d'être battus par le Communisme en Asie. Il faut avoir le concours du peuple vietnamien et la sympathie du Monde asiatique, pour que l'aide occidentale, dominée par la personnalité du Pt Ngô, puisse être utile, ayant reçu l'étiquette asiatique. Cette conception est bien comprise par les hommes intelligents et au courant des affaires d'ici, tels que M. de Raix (affaires étrangères) et Pietrucci (États associés). Il faut travailler de manière à ce que les instructions en ce sens, qui sont, je ne présume, déjà prêtes, soient envoyées d'urgence à Saigon. Le général Ely est un brave homme, malheureusement il est de nature inquiet et pessimiste (voir affaire Hinh = armée coupée en deux, guerre civile etc... si le Pt touche à Hinh...); ce général est une espèce de Docteur Tant pis, qui voit tout en noir ou plutôt tout en rouge. Rappelle-toi les velléités des communistes qui cherchaient

Xem bản dịch ở trang 194 - 196 CHƯƠNG 2 - SÁNG LẬP VÀ PHÁT TRIỂN VNCH

TỔN[illegible]NG PHỦ

VĂN-PHÒNG CỐ-VẤN CHÁNH-TRỊ

Số .... /CV/VP

Kính gởi ~~Ông~~ Madame Willemetz

9 rue de Verneuil

Paris

France

Phong bì Ông Ngô-Đình Nhu viết tay gửi cho Bà Willemetz

Chère Amie,

Je vous ai envoyé une belle carte de Noël et une de Têt aussi, à vous et aux autres camarades qui avez bien voulu penser à moi. Probablement nos Services ont "trop bien mangé le Têt" et les ont égarées.

Pour la 1ère fois depuis plusieurs années, nous avons pu fêter le Têt d'une façon convenable grâce aux progrès que nous avons pu réaliser sur les communistes dans tous les domaines. Je suis devenu à la fois le père et la mère des "Hameaux stratégiques" un système que j'ai inventé pour résoudre le casse-tête chinois actuel, je veux dire le problème démocratisation développement. Grâce à ce système nous pensons gagner bientôt cette sale guerre.

Et vous, ne ronchonnez plus. Vous avez fait des choses formidables chez vous. Vous avez fait une nouvelle révolution dont les conséquences seront immenses, dans le monde qui vient. Notre mission parlementaire chez vous a, paraît-il, contribué à briser l'iceberg qui sépare nos deux peuples.

Je m'excuse de vous écrire avec de l'encre rouge, c'est ce que j'ai sous la main. D'ailleurs c'est la couleur faste. Puisse-t-elle symboliser l'avenir des nouvelles relations entre nos deux pays. À bientôt, portez-vous bien.

Xem bản dịch ở trang 194 - 196 CHƯƠNG 2 - SÁNG LẬP VÀ PHÁT TRIỂN VNCH

. . . . CỘNG-HÒA

TỔNG - THỐNG PHỦ

VĂN-PHÒNG CỐ-VẤN CHÁNH-TRỊ

Số .... /CV/VP

Re. R SAIGON 5 №5 7 1

Par Avion.

.R AVION

Kính gởi Ông Mme G. Willemetz
9 rue de Vermeuil
7
France Paris 7ème

SAIGON 02 IX 63 8G VIỆT-NAM

VIỆT-NAM 205 BƯU-CHÍNH Số máy 3

Phong bì đóng dấu ngày gửi của Bưu Điện Sài Gòn: 02 tháng 9 năm 1963

Cher ami, Personnel

Excusez-moi de vous avoir donné tant de soucis. Je déteste ces journaleux avec leur amour du sensationnel et leur cupidité commerciale, parce qu'ils vous ont empêché de dormir. Au fond, il n'y a 3 fois rien d'autre que la conjuration américaine et communiste contre le Sud Vietnam, parce que le Vietnam veut tout simplement être lui-même et pas autre chose, ni américanisé, ni communisé. D'où cette affaire bouddhiste qu'ils ont montée contre nous. Nous sommes obligés de la régler une fois pour toutes, en brisant le cercle de magie et de terreur qu'ils ont installé dans 5 pagodes sur plus de 4000 pagodes dans tout le pays. Dans ces pagodes ils utilisent tous les moyens, y compris le terrorisme, pour hypnotiser quelques esprits faibles en vue de les pousser à se jeter dans le feu, après avoir avisé les télévisionnistes américains, qui paient bon prix l'organisation de ce spectacle unique au XXe siècle - depuis l'état de siège, c'est-à-dire, depuis le 20 août jusqu'à maintenant, il n'y a plus de suicide de bonzes. C'est la preuve que libérés de l'organisation secrète américano-soviétique (terreur, intoxication etc...), les bonzes ont pu reprendre leur vie normale: l'affaire est terminée. Cependant les comploteurs, frustrés dans leur entreprise de coup d'état pour mettre à la tête du Vietnam une nouvelle espèce de Bao Dai, ont voulu tenter de monter une affaire d'étudiants, comme en Corée et en Turquie; ils en ont été pour leurs frais, car nous avons étouffé tout cela dans l'œuf: tous ces soi-disant étudiants ont été mis dans un camp d'entraînement militaire d'où deux jours après, ils sont rentrés chez eux, tout à fait désintoxiqués: ils ont été manipulés

Xem bản dịch ở trang 240 - 241 CHƯƠNG 4 - MỘT CÁCH NHÌN KHÁC

par la propagande américano-soviétique, ②
et terrorisés par leurs bandes secrètes. Nous savons qu'"ils" ont mis 20 millions de dollars dans toute cette affaire : ils ne nous laisseront pas tranquilles, parce qu'ils doivent justifier ces énormes frais à leurs chefs. Ils ont dû en mettre beaucoup dans leurs poches, et maintenant ils ont peur pour leur propre peau.

Je vous raconte tout ceci, non pour vous intoxiquer, ni pour vous calmer, mais parce que je vous dois toute ma sincérité, vous qui êtes une amie si fidèle et si sensible. Si mon pauvre pays n'était pas en si grand danger, j'aurais tout lâché, rien que pour ne pas vous donner des crises cardiaques à cause de moi.

[illegible] dire combien je suis sensible à votre affectueuse amitié, et aussi combien, dans les graves dangers que je cours à tous les instants, votre pensée est une consolation et un encouragement précieux pour moi. Je ne me moque pas du tout de la prière que vous m'avez envoyée : je la porterai toujours sur moi, non par esprit superstitieux, mais parce qu'elle représente votre pensée présente en moi au milieu des dangers dont vous avez vous-même fait la dure expérience quand vous étiez dans la Résistance. —

Votre

Ngodinhdiem

Xem bản dịch ở trang 240 - 241 CHƯƠNG 4 - MỘT CÁCH NHÌN KHÁC

PHỤ LỤC 4

Bốn Tư Liệu Lưu Trữ Cá Nhân của Bà Ngô Đình Nhu

(Vũ Tường sở hữu)

1) Trích bản thảo Tuyên Bố của Bà Ngô-Đình Nhu trước khi rời Hoa Kỳ (14-11-1963):

Before leaving this country I wish above all to thank with all my heart the thousands of people who have expressed to me grief, sympathy and indignation before the tragedy in Vietnam.

Because of them and because I am convinced that they belong to that silent majority which does not go shouting in the streets but which understands events much more than one believes, I think that in all justice, I cannot keep rancor against their country for the misdeeds of a few.

It is why I shall return here as long as one version of the story in Vietnam continues to submerge the world, thanks to that too effective international communist propaganda network. I think indeed and more than ever that the sacrifices of all those Vietnamese and Americans who have died for the independence of Vietnam and the freedom of the free world cannot be betrayed or besmirched.

I do not think that any government either American or Vietnamese would try to blockade my way, for it would be their too obvious condemnation, my purpose has never been to interfere in the internal affairs [illegible] justice must prevail as much as possible even in this world of horror and chiefly for those who have accepted the greatest sacrifice for the common cause of the free world.

I have finally decided to go and join my children in Rome instead of bringing them here, for I feel physically stronger now to undertake the trip and also because I do not want to separate them from their uncle the Archbishop, the very cherished and respected patriarch of their family, the Ngô family, and to impose such a long trip to them. I have just learned indeed that they were taken in a hurry by faithful body-guards and hidden for days in the depth of the jungle, - ironically enough trying to find a better protection among the wild beasts of the jungle - before being flown to Rome without even the nurse of the baby to accompany her, though I learned by the Press that the State Department has announced that her nurse was with the baby.

I am ~~sorry~~ *grieved* that this country to which the Ngô Family and so many Vietnamese patriots have *trusted to the end and have* always been faithful and effective allies could have been the source of the Vietnamese tragedy. Indeed all the American *inexplicable* official moves to corner President Ngô Đình Diệm and his brother, my husband whose only crime was to be a loyal brother to his brother and a determined patriot to his country and to consider them as the enemies to crush down while they were effectively cornering in Vietnam, communism, the common enemy of our two countries, will unfortunately always stay as a dark spot in the history of our two countries.

But it was reported that in death, President Ngô Đình Diệm's face was serene and that my husband had a slight smile, though his face was all streaked with blood.

I think therefore that I cannot be less serene than they and that I must consider their sacrifices and martyrdom and those of other patriots who died with them and whose number seem to have been purportedly blackouted or minimized, as the high price God wants Vietnam to pay, to awaken the conscience of the world before the communist danger which is becoming more and more traiterous under the label of peaceful coexistance which only hides a satanic program of *infiltration and* subversion ~~and infiltration~~.

Anyway, after proving so well how *effectively* they ~~can~~ *could* intervene in Vietnamese affairs, I only hope that the US officials would never aggravate their case in Vietnam in giving another blessing even unofficial in the attempt of any new Vietnamese government *to fabricate phony charges to blackmail persecute any other member of the Ngô Family* to besmirch the memory of President Ngô Đình Diệm, the Father of the Republic of Vietnam and of his brother, my husband, the author of all the new strategies and plans which have proven so successful against subversive wars and which were bringing victory *in Vietnam* at such fast steps. About this, it ~~is~~ *would be*

Bản dịch sang Việt ngữ của Vũ Tường:

Trước khi rời đất nước này, tôi muốn hết lòng cảm ơn hàng ngàn người đã bày tỏ với tôi sự đau buồn, cảm thông và phẫn nộ trước thảm kịch ở Việt Nam.

Vì họ, và vì tôi tin rằng họ thuộc về nhóm đa số thầm lặng, không la hét trên đường phố nhưng hiểu biết hơn người ta tưởng, tôi nghĩ rằng để công bằng, tôi không thể tiếp tục oán hận đất nước của họ vì những hành vi sai trái của một thiểu số.

Đó là lý do tại sao tôi sẽ trở lại đây chừng nào thế giới còn bị chìm đắm trong sự bịa đặt [nguyên văn: *một phiên bản của câu chuyện*] ở Việt Nam nhờ vào mạng lưới tuyên truyền hiệu quả của cộng sản quốc tế. Tôi thực sự và hơn bao giờ hết nghĩ rằng sự hy sinh của tất cả những người Việt Nam và Mỹ cho nền độc lập của Việt Nam và tự do của Thế giới Tự do không thể bị phản bội hay bôi nhọ; do đó, mỗi cá nhân trong phạm vi của mình phải làm hết sức để thể hiện lòng biết ơn họ.

Tôi không nghĩ rằng bất kỳ chính phủ nào, dù là Mỹ hay Việt Nam, sẽ tìm cách cản đường tôi, vì đó sẽ là họ tự lên án chính họ, nhất là khi mục đích của tôi không bao giờ là can thiệp vào công việc nội bộ của người khác, mà chỉ để làm cho công lý thắng thế càng nhiều càng tốt ngay cả trong thế giới kinh khủng này, và chủ yếu dành cho những người đã hy sinh nhiều nhất cho sự nghiệp chung của Thế giới Tự do.

Cuối cùng tôi đã quyết định đi gặp các con tôi ở Rôma thay vì đưa chúng đến đây, vì giờ đây tôi cảm thấy khỏe hơn để thực hiện chuyến đi và cũng vì tôi không muốn chia cách chúng với bác Tổng Giám mục Ngô Đình Thục, người trưởng tộc quý trọng của gia đình họ Ngô, và tôi cũng không muốn bắt các con tôi phải đi xa như vậy. Quả thật tôi vừa mới biết rằng những vệ sĩ trung thành đã vội vàng dẫn chúng đi trốn nhiều ngày trong rừng sâu – trớ trêu thay, họ có thể an toàn hơn giữa rừng rậm đầy thú dữ – trước khi được đưa đến Rome bằng máy bay. Thậm chí con gái bé của tôi không có cô y tá của cháu đi kèm, mặc dù tôi được biết qua báo chí rằng Bộ Ngoại giao Mỹ có thông báo nói rằng cô y tá đã đi cùng với đứa bé.

Tôi lấy làm buồn rằng đất nước mà dòng họ Ngô và bao nhiêu người Việt Nam yêu nước đã tin tưởng đến cùng và luôn là đồng minh trung thành và đắc lực lại có thể là nguồn gốc của thảm kịch Việt Nam. Thật vậy, tất cả những động thái không thể giải thích được của chính quyền Mỹ nhằm dồn vào chân tường Tổng thống Ngô Đình Diệm và em trai của ông ấy, chồng tôi – người có tội duy nhất là trung thành với anh trai và là một người yêu nước mãnh liệt – và coi họ như những kẻ thù cần phải tiêu diệt, trong khi chính họ đang dồn cộng sản, kẻ thù chung của hai nước chúng ta, vào chân tường ở Việt Nam. Đây rất tiếc sẽ mãi mãi là vết đen trong lịch sử của hai nước chúng ta.

Nhưng có thông tin cho rằng khi chết, khuôn mặt của Tổng thống Ngô Đình Diệm vẫn thanh thản, còn chồng tôi có một nụ cười nhẹ dù khuôn mặt bê bết máu.

Do đó, tôi nghĩ rằng tôi không thể kém thanh thản hơn họ trong sự hy sinh và tử vì đạo của họ và của những người yêu nước khác đã chết cùng họ với số lượng dường như đã bị cố tình che giấu hoặc giảm thiểu. Tôi phải xem sự hy sinh đó như cái giá đắt mà Chúa muốn Việt Nam phải trả để đánh thức lương tri thế giới trước hiểm họa cộng sản đang dùng chiêu bài chung sống hòa bình để che giấu mưu ma chước quỷ với mục tiêu thâm nhập và lật đổ của chúng.

Dù sao, sau khi đã chứng minh rất rõ ràng rằng họ có thể can thiệp vào các vấn đề của Việt Nam một cách hiệu quả, tôi chỉ hy vọng rằng các quan chức Hoa Kỳ sẽ không làm tội lỗi của họ nặng thêm bằng cách thoả thuận (chính thức hay không) với chính phủ mới của Việt Nam nhằm bịa đặt những cáo buộc giả tạo để đàn áp những thành viên khác của gia đình họ Ngô, hoặc tệ hơn nữa là bôi nhọ ký ức của Tổng thống Ngô Đình Diệm, cha đẻ của Việt Nam Cộng Hòa, và của em trai ông, chồng tôi, tác giả của tất cả các chiến lược và kế hoạch mới đã được chứng minh là rất thành công chống lại chiến tranh lật đổ và đã mang lại chiến thắng cho Việt Nam với những bước nhanh như vậy....

2) Thông điệp của Bà Ngô-Đình Nhu phổ biến vào giữa năm 1965 (đoạn trích viết tay từ bản thảo IV, tr. 6 bis (1-3):

6 bis

Vietnam has given the name of "nhân vị" (Respect for human dignity) to that democracy.

That democracy nhân vị has aroused hope and enthusiasm in the Vietnamese hearts, for though most simple, it has none the less proven a real sense of rarely attained, sincerity, rectitude, realism, idealism. One could summarize it in these few words: man being not only matter but also spirit, man being not only individual but also member of the human community, it is therefore necessary for a solution to be worthy, that it respects all these facets of the human personality, without never ignoring any, chiefly out of hypocrisy. It is therefore natural, on the plane of the spirit, that the nhân vị democracy recognizes to man not only the enjoyment of freedom —

68(2)

that "capacity to obey reason and practise virtue" as the Nhân vị constitution of Vietnam has defined it so admirably, but ~~still~~ that it defends sincerely that freedom, by the protection of the family which it ~~recognizes to be a~~ considers as the first natural bastion of man as an individual, as it must defend that freedom in the frame of the hamlet, which it ~~recognizes to be~~ sees as the second natural bastion of man as a member of ~~the~~ his human community. Man being ~~al~~ also maker, the Nhân vị democracy recognizes ~~for~~ to him a material basis as material guarantee of his human dignity, a basis which would be the visible prolongation of the individual, his external roots if one may say so, which guarantee that all personal effort from him, requested by ~~his~~ the community, cannot be exploited since his own sweat ~~...~~ to him, an individual,

F(6)3)

trickling for that community effort, would only fall on to water his own roots, and fructify the material basis of which is the proprietor and which is his share in the human community. Property in the nhân vị democracy can never be abusive, for it follows a marginal x

As for the military defense, each hamlet takes care by itself of its own paramility defense, according its regional particularities and a programme established for all. This reduces the role of the army to secondary state, and allows the population not to depend totally on an armed minority which could be catastrophic if ever so little its elements, lacking loyalty and patriotism, become chattel of the foreign.

x established for all, according the collective property of the Vietnamese people, and where the basic property of the individual is sacred that the State has to help through appropriate form for example each family to be proprietor of its house and the piece of land which surrounds it and from where it draws its sustenance.

Bản dịch sang Việt ngữ của Vũ Tường:

THÔNG ĐIỆP CỦA BÀ NGÔ-ĐÌNH NHU

Hướng về nhân dân Việt Nam, nhân dịp kỷ niệm Ngày Phụ nữ Việt Nam, năm thứ 1922 ngày sinh của Hai Bà Trưng (08/3/1965), kỷ niệm lần thứ ba Chính sách Ấp Chiến Lược, cũng như kỷ niệm lần thứ hai chương trình Chiêu Hồi – 17 tháng 4, 1965.

... Việt Nam đã đặt tên "nhân vị" (nghĩa là tôn trọng phẩm giá con người) cho nền dân chủ đó. Nền dân chủ nhân vị ấy đã khơi dậy niềm hy vọng và nhiệt huyết trong lòng người Việt Nam, bởi lẽ tuy đơn giản nhưng nó mang một ý nghĩa thực sự và hiếm có của tính nhân bản và đạo đức vừa hiện thực mà vừa hướng đến lý tưởng. Có thể tóm tắt nó trong vài từ sau: Con người không chỉ là vật chất mà còn là tinh thần, con người không chỉ là cá nhân mà còn là thành viên của cộng đồng nhân loại, do đó cần có một giải pháp xứng đáng, tôn trọng tất cả các khía cạnh này của nhân cách con người, không bao giờ vì đạo đức giả mà bỏ qua bất kỳ khía cạnh nào.

Vì vậy, trên bình diện tinh thần, lẽ tự nhiên là nền dân chủ nhân vị công nhận cho con người không chỉ quyền được hưởng tự do – quyền "tuân theo và làm điều thiện" như Hiến pháp nhân vị của Việt Nam đã định nghĩa rất hay – mà còn chân thành bảo vệ quyền tự do đó, bằng cách bảo vệ gia đình mà nó coi là pháo đài tự nhiên đầu tiên của con người với tư cách là một cá nhân, cũng như bảo vệ quyền tự do đó trong khuôn khổ xóm làng, là pháo đài thứ hai của con người với tư cách là một thành viên trong cộng đồng nhân loại của mình.

Kế đó, trên bình diện vật chất, nền dân chủ nhân vị công nhận cho con người một nền tảng vật chất, là những đảm bảo vật chất cho phẩm giá con người của anh ta, là sự vươn ra bên ngoài của cá nhân trong cộng đồng [nguyên văn: "*prolongation*", "*external roots*"], là cái đảm bảo rằng mọi nỗ lực cá nhân của anh ta, do cộng đồng yêu cầu, không thể bị bóc lột, vì mồ hôi của chính anh ta, một cá nhân, nhỏ xuống cho cộng đồng sẽ chỉ rơi vào gốc rễ của chính anh ta, để tưới và đơm hoa kết trái cho cơ sở vật chất mà anh ta là chủ sở hữu và góp phần vào cộng đồng nhân loại. Tài sản trong chế độ dân chủ nhân vị không bao giờ có thể bị lạm dụng vì nó tuân theo một biên độ được thiết lập cho tất cả mọi người theo sự tiến bộ chung của người dân Việt Nam, và khi mà tài sản cơ bản của cá nhân là thiêng liêng đến mức nhà nước có nhiệm vụ giúp – thông qua cải cách nông nghiệp chẳng hạn – mỗi gia đình trở thành chủ sở hữu ngôi nhà của mình và mảnh đất bao quanh nó và từ đó nó lấy nguồn nuôi sống.

Về phòng thủ quân sự, mỗi ấp [chiến lược] tự đảm nhận việc phòng thủ bán quân sự của mình, tùy theo đặc thù của khu vực và dựa trên một chương trình được thiết lập cho cả quốc gia. Điều này làm giảm vai trò của quân đội xuống thứ yếu và cho phép dân chúng không phụ thuộc hoàn toàn vào một nhóm thiểu số có vũ trang, điều này có thể gây ra thảm họa dù chỉ trong một ít trường hợp khi các phần tử có vũ trang thiếu lòng trung thành và lòng yêu nước nên trở thành trò tiêu khiển của ngoại bang...

3) Điện tín từ Rome gửi Đại sứ quán Việt Nam tại Washington, D.C. vào ngày 23 tháng 9 năm 1963, với bức thư viết tay của Bà Nhu về kế hoạch chuyến đi Mỹ của bà:

ITALCABLE

TELEGRAMMA INTERNAZIONALE

Indicazioni di servizio tassate

Destinatario: VIETNAM EMBASSY

Destinazione: WASHINGTON DC

TESTO: 580RM RVT No 111 ARRIVERONS ENVIRON SEPT OCTOBRE AMERIQUE STOP N'AI PAS ENCORE DÉCIDÉ DATE DÉPART POUR VOUS DONNER DAVANTAGE LIBERTÉ ARRANGER PROGRAMME VRAIMENT INTÉRESSANT STOP ME FAIRE SAVOIR PRÉFÉRABLE ALLER DIRECTEMENT NEWYORK OU WASHINGTON STOP NE COMMENCERAI RENCONTRER PRESSE QUE DEUX JOURS APRÈS CAR DÉSIRE ME REPOSER UN PEU STOP MADAME NGO

NOME E INDIRIZZO DEL MITTENTE: Ambassade du Vietnam, 58 Via Dandolo - Rome

4) Điện tín từ Rome gửi Đại sứ quán Việt Nam tại Washington, D.C. vào tháng 9 năm 1963 (không ghi ngày) do Ngô-Đình Lệ Thủy viết tay:

ITALCABLE

C/T. N.

Lit.

Cod. Tar. Sig. Acc.

TELEGRAMMA INTERNAZIONALE

Spazio riservato agli estremi di trasmissione

Qualifica	DESTINAZIONE	PROVENIENZA	N° di accet.	PAROLE	Data e ora	via Italo Radio Eventuali indicazioni di servizio

Indicazioni di servizio tassate

Destinatario Melle Michèle Rétif

Destinazione 7 Rampe St Maurice Marseille France

TESTO: Prière faire savoir possibilité me recevoir pour 2 jours stop ~~prevenir express ambassade VN à Rome~~ Reponse ambassade VN Rome sitôt reçu telegramme

Lethuy

NOME E INDIRIZZO DEL MITTENTE
(indicazione obbligatoria ad esclusivo uso dell'Ufficio)

Il Governo italiano e la Società Italcable non assumono alcuna responsabilità civile in conseguenza del servizio cablografico, telegrafico e radioelettrico.
Le tariffe "VIA ITALCABLE" sono uguali a quelle delle vie meno costose.

MODULARIO C - Tel. - 46 TELEGRAFI DELLO STATO Mod. 25 mecc. - Ediz. 1962-63

TELEGRAMMA

Bollo a data

Trasmesso il ore Trasmittente

Circuito di trasmissione

Qualifica	DESTINAZIONE	PROVENIENZA
		ROMA

NUMERO	PAROLE	DATA	ORE	Via e altre indicazioni di servizio

AVVERTENZA - SI PREGA SCRIVERE A MACCHINA O A CARATTERE STAMPATELLO

DESTINATARIO E INDIRIZZO: MADEMOISELLE MICHELE RETIF
7 RAMPE SAINT MAURICE MARSEILLE

TESTO ed eventualmente FIRMA:
PRIERE FAIRE SAVOIR POSSIBILITE ME RECEVOIR POUR DEUX JOURS STOP REPONSE AMBASSADE VIETNAM ROME SITOT RECU TELEGRAMME

LETHUY

Indicazioni obbligatorie, ad uso d'ufficio che vengono trasmesse solo a richiesta del mittente
COGNOME, NOME, DOMICILIO DEL MITTENTE: Ambasciata del Vietnam
Via Dandolo 58 - ROMA -

www.ingramcontent.com/pod-product-compliance
Lightning Source LLC
Chambersburg PA
CBHW020417010526
44118CB00010B/290

* 9 7 8 1 0 8 8 1 6 6 1 5 4 *